ராதிகா

சாந்தமானாள்
(ராதிகா ஸாந்த்வனமு)

பி.எம்.சுந்தரம்

'மங்கல இசை மன்னர்கள், மரபு தந்த மாணிக்கங்கள், மரபுவழி பரதப் பேராசான்கள்' உள்ளிட்ட நூல்களைத் தமிழ் இலக்கிய, இசை உலகத்துக்குக் கொடையாகத் தந்துள்ள இசையியல் அறிஞர் பி.எம்.சுந்தரம் அவர்கள், தஞ்சையில் பிறந்தவர் (செப்டம்பர் 10, 1934). இவரின் பெற்றோர்... தவில் இசைக் கலைஞர் நீடா மங்கலம் மீனாட்சி சுந்தரம் பிள்ளை – தஞ்சாவூர் பாலாம்பாள் தம்பதியினர்.

சுந்தரம் பொருளாதாரத் துறையில் இளங்கலைப் பட்டம் பெற்றவர். கருநாடக இசைக் கலைஞர் எம்.பாலமுரளி கிருஷ்ணாவிடம் எட்டாண்டு குருகுல வாசத்தில் இசை பயின்றவர். பன்மொழிகளில் புலமையுடையவர். இசை வல்லுநர் குழுக்களில் உறுப்பினர். அமெரிக்காவின் வீட்டென் பல்கலைக்கழகத்தில் இந்திய இசை குறித்து வருகைதரு பேராசிரியராகப் பணியாற்றியுள்ளார். இங்கிலாந்து, பிரான்ஸ், கனடா உள்ளிட்ட நாடுகளில் இசை சார்ந்த உரை நிகழ்த்தியுள் ளார். தஞ்சை சரஸ்வதி மகால் நூலகத்தில் தன் பணியைத் தொடங்கிய பி.எம்.சுந்தரம், புதுச்சேரி வானொலி நிலையத்தில் இசைத் தயாரிப்பாளராகப் பணியாற்றி ஓய்வு பெற்றவர்.

இசை சார்ந்த ஆய்வுக்கட்டுரைகளும் தாளம், அபிநயம் சார்ந்த நூல்களும் பி.எம்.சுந்தரம் இசையுலகிற்குக் கொடுத்துள்ள கொடைகளாவன.

முத்துப்பழனியின் 'ராதிகா ஸாந்த்வனமு' என்ற இந்நூலைத் தெலுங்கிலிருந்து தமிழுக்கு மொழியாக்கம் செய்துள்ளார்.

ராதிகா சாந்தமானாள்

(ராதிகா ஸாந்த்வனமு)

தெலுங்கு மூலம்

முத்துப்பழனி

தமிழாக்கம்

பி.எம்.சுந்தரம்

ஆவணங்கள் தொகுப்பு

அ.வெண்ணிலா

அகநி

வெளியீடு

வெளியீடு : *177*
ISBN No : 978-93-93866-43-1

-

ராதிகா சாந்தமானாள் *(கவிதைகள்)*
தெலுங்கு மூலம் : முத்துப்பழனி
தமிழாக்கம் : பி.எம்.சுந்தரம்
முதல் பதிப்பு : டிசம்பர் 2022 | பக்கம்: 312
நூல் & அட்டை வடிவமைப்பு: கே.சி.செந்தில் குமார்
அச்சாக்கம்: மணி ஆப்செட், சென்னை.

-

Radhika santhwanamu (poems)
In Telugu : Muddu Palani
In Tamil : B.M.Sundaram
First Edition : Dec 2022 | Pages: 312
Book Design : K.C.Senthil kumar
Printing: Mani Offset, Chennai.

-

Akani veliyeedu, # 3, Padasalai Street, Ammaiyapattu, Vandavasi - 604 408 | Ph: 94443 60421 | 98426 37637
email: akaniveliyeedu@gmail.com

-

Rs.**450**/-

நன்றி

தமிழ்நாடு ஆவணக்காப்பகம் மற்றும் வரலாற்று ஆராய்ச்சி
அரசு கீழ்த்திசை சுவடிகள் நூலகம், சென்னை
ஆவணக்காரன் **இரா.சித்தானை**

ஸ்ரீ ரஸ்து
இளா தேவீ யம்
எனும் மறுபெயருங் கொண்ட
ராதிகா ஸாந்த்வனமு

முத்துப்பழனி

ஸ்ரீமதி வித்யாசுந்தரி
பெங்களூரு நாகரத்னம்மாவினால்
சீர் செய்யப்பட்டது

சென்னபுரி
வாவிள்ள ராமஸ்வாமி சாஸ்த்ருலு
மற்றும் குமாரர்களால்
வெளியிடப் பெற்றது.

முன்னுரை
பெங்களூரு நாகரத்னம்

நூன்முகம்
ஸ்ரீபரிபூரணமான ரேபள்ளிவாசிகளால்
நந்தகோபாலனின் இல்லத்தில்
எழுந்தருளித் தன் அத்தையான ராதிகா எனும்
மதிமுகத்தாளிடம் பிரேமை மிகுந்திருந்தும்
தன் மாமன் மகள் இளா என்னும் மெல்லியலாளை
மணம் முடித்து அவளிடம் வேட்கை நிறைந்திருக்கத்
தனது பிரிவினைத் தாளமுடியாமல் பெரிதும்
(ராதை) துயருற்றிருப்பதைக் கிளியின் வாயிலாகக்

கேட்டு அளவிலா வருத்தம் மிகுந்து (அவள்) வீட்டுக்கு
மிகத்துரிதமாக வந்து ராதிகாவைச் சாந்தப்படுத்திய
தக்ஷிண நாயகன். பெருந்தலைவனாம் சின்னக்
கண்ணனைச்
சிந்தையில் எண்ணுகின்றேன்.

நான் சிறுபிராயம் முதலாகவே ஸங்கீதக் கலையைப் பயின்று அத்துடன் மிகுந்த பிரயாசைப்பட்டுக் கொஞ்சம் ஸாஹித்திய வித்தையையும் கற்று, எங்கள் சொந்த மொழியான கன்னடத்திலும் அத்துடன் தெலுங்கிலும் ஏராளமான நூல்களைப் படிக்கலானேன். பின்னர் பெங்களூருவிலிருந்து இந்தச் சென்னப்பட்டணத்துக்கு வந்தது முதற்கொண்டு, தமிழிலுங்கூட அநேக நூல்களைப் படித்து வந்தேன். எனினும், எனக்குத் தெலுங்கு மொழி நூல்களில் எழுந்த விருப்பம் பிற மொழிகளைவிட அதிகமாயிற்று. இவ்வாறிருக்கையில் ‘செயற்பாட்டில் பேரார்வம்’ எனும் முதுமொழிக்கிணங்க, தெலுங்கு மொழியில் சில கவிதைகள் புனைய வேண்டுமென்று எண்ணி, அம்முயற்சியில் மகிழ்ச்சி கொண்டு ஏராளமான தெலுங்கு மொழி இலக்கியங்களைப் படித்தேன். பிரம்மஸ்ரீ சதாவதானி, திருப்பதி வெங்கடேசுவரக் கவி எழுதிய ‘ச்ரவணானந்தமு’ (கேட்பதில் ஆனந்தம்) போன்ற நூல்களைப் படிக்கும்போது அவருடைய, ‘பாணிக்ருஹீத’ (கைத்தலம் பற்றல்) என்ற நூலில், “ராதிகா ஸாந்த்வனத்தை இயற்றிப் பெயர் பெற்ற முத்துப்பழனியின் அறிவாற்றலை மெச்சி விஜயநகர மன்னர் பாதுகாத்த பத்யங்கள்...” என்று காணப்படுமொரு பத்யத்தை (ப் பாடலைக்) கண்டு பெருமகிழ்ச்சியோடு அந்த ராதிகா ஸாந்த்வனமு எனப்படும் நூலைப் படித்தபோது, அச்சு வடிவத்தில் பிழைகள் மலிந்து காணப்பட்டன. ஐய்யய்யோ! இந்நூலின் நல்ல பிரதி கிடைக்கவில்லையே என்று நான் வருந்தி கொண்டிருந்த காலத்தில் இறையருளால் என் நண்பரொருவர் பல ஆண்டுகளுக்கு முன் எழுதப்பட்ட உரையோடு கூடிய கையெழுத்துப் பிரதியை எனக்கு அனுப்பி வைத்தார். அதனோடு அச்சுப் பிரதியை ஒப்பு நோக்கையில் ஏராளமான வேறுபாடுகள் தென்பட்டன. மங்களாசாஸனம் முதல் ஆறாம் பகுதியின் முடிவுவரை நூலின் பீடிகை (தொடக்கவுரை) முதலிய எதுவுமில்லை; சில பத்யங்களின் நிறைவுப் பகுதிகளும் விடப்பட்டிருந்தன. மிகவும் மெச்சத்தக்க ‘ராதிகா ஸாந்த்வனமு’ என்ற காவியத்தை இயற்றியவர் முத்துப்பழனி.

இவரைப் பற்றி மகாராஜஸ்ரீ கந்துகூரி வீரேசலிங்கம் பந்துலு அவர்கள் தனது, 'தெலுங்குமொழிக் கவிஞர்களின் வரலாற்றில்' எழுதியுள்ள சில வரிகள் இங்கு எடுத்துக் காட்டுவது அவசியமென நினைக்கிறேன். "முத்துப்பழனி, பத்ய காவியம் இயற்றிய பெண்மணிகளில் ஒருவள். இந்த முத்துப்பழனி ஒரு வேசி. இவள் ராதிகா ஸாந்த்வனமு என்ற நான்கு அத்தியாயங்களைக் கொண்டதொரு சிருங்காரப் பிரபந்தத்தை எழுதினாள். இவளுடைய தாயின் பெயர் முத்யாலு என்பது. இவள் தஞ்சாவூர் சமஸ்தான மன்னரான பிரதாபசிம்மனின் காமக் கிழத்தியாக இருந்தாள். இது கத்யமாக (உரைநடையாக) எழுதப்பட்டதென்பது ஊகிக்க முடிகிறது. இந்நூலுக்கே 'இளா தேவீயம்' என்ற பெயரும் உண்டு.'

இவளுடைய தாயின் பெயர் முத்யாலு என்றும் உரை நடையாக எழுதப்பட்டதென்பதும் ஊகிக்க முடிகிறது. இந்நூலுக்கே 'இளா தேவீயம்' என்ற பெயரும் உண்டு என்று எழுதிய ஸ்ரீபந்துலு அவர்கள், பீடிகையை (முன்னுரையைக்) கூடப் பார்க்கவில்லையென்றே தோன்றுகிறது. இக்கவியரசி 'பீடிகை'யில் வம்ச பரம்பரை விவரத்தைக் கொடுத்துள்ளார். முத்யாலு என்பவர், பழனியின் தந்தையே ஆவார். 'முத்து' என்பது செல்லப்பெயர். 'பழனி' என்பது தென்னாட்டில் சுப்பிரமணிய ஸ்வாமி எழுந்தருளியுள்ள திருத்தலம் ஒன்றின் பெயர். பல இடங்களில் குழந்தைகளுக்குத் திருத்தலங்களின் பெயரையே இடுவது வழக்கமாகும். யசோதையின் சகோதரன் மகனும் ஸ்ரீகிருஷ்ணனின் கரம் பிடித்தவளுமான இளாதேவியின் சரிதமும் இதில் இருப்பதால் இப்பிரபந்தத்துக்கு 'இளாதேவீயம்' என்ற மறுபெயரும் உள்ளது.

இவள் ஸங்கீத, ஸாஹித்யம் மற்றும் பரத சாத்திரத்தில் பெருந்திறமை பெற்றிருப்பதாக அவளே தெரிவிக்கிறாள். இவளுடைய கவித்துவம் மிகக்கடினமானதாக இல்லாமல் எளிமையாக இருக்கிறதென்பதில் சந்தேகமில்லை. இவளிடம் ஸமஸ்கிருதம், தெலுங்கு மொழி ஸாஹித்தியம் நன்கு

அமைந்துள்ளதாயினும் ஆங்காங்கே பிழைகள் உள்ளன. இவ்விதப் பிழைகள் ஆண்களின் கவித்துவத்தில்கூட அநேக நூல்களில் காணப்படுகின்றன என்று ஸ்ரீபந்துலு அவர்களே ஒப்புக்கொள்ளுகிறார். நன்கு ஆலோசித்தால் ஒலி அல்லது பாவம் அல்லது ரஸம் (சுவை) பொருத்தமுடைமை ஆகிய ஒன்றைக்கொண்டே பொருள் மிளிரும். பாரதம் முதலாகப் பிழையில்லாத எந்த நூலும் இல்லை. இவ்வாறிருக்க மகளிர் எழுதிய நூல்களில் பிழைகளிருப்பினும் அவை ஒருபோதும் பிழையாகா.

இவ்வித நூல்களில் அநேகப் பகுதிகள் பெண்கள் கேட்கத் தகாதவையாக அவர்கள் வாயினின்றும் வரக்கூடாதவையாகப் பல குறைபாடுகள் நிறைந்துள்ளதாக எழுதியுள்ள ஸ்ரீபந்துலு அவர்கள், 'தாரா சசாங்க விஜயம்', 'ஹம்ஸவிம்சதி', 'வைஜயந்தி விலாஸம்' போன்ற நூல்களில் உள்ளதை விடவா இந்நூலில் விரசமான செய்திகள் உள்ளன என்று யோசித்துப் பார்க்கவில்லை. அத்தகைய செய்திகளை ஆண்கள் வாயிலாக வேண்டுமானால் பெண்கள் கேட்காமலிருக்கலாம். ஆனால் அவர்களே அவற்றைப் படிப்பதில் என்ன கஷ்டமிருக்கக்கூடும்? அது மட்டுமல்லாமல் இது இறைவனைப் பற்றிய சரிதமாகும். தாரா சசாங்க விஜயம் முதலியவை போலப் பெண்களுக்குத் தீயொழுக்கத்தைப் போதிப்பதாக இதில் உள்ளனவா? "இது தீயொழுக்கத்தையே குலத்தொழிலாகக் கொண்டவொரு வேசியால், இயற்கையான வெட்கத்தை விடுத்துச் சிருங்கார ரஸம் என்ற பெயரில் ஸம்போக வர்ணனைகள் மிகவும் பச்சையாக இந்நூலில் எழுதப்பட்டுள்ளன" என்று அவர் எழுதியுள்ளார். அக்னிசாட்சியாகவொரு பெண்ணை மணந்தபின், இரண்டாவதாக ஒரு பெண்ணுடன் கூடுவது ஆண்களின் கள்ளத்தனம் இல்லையா? ஒரு வேசி, நடத்தையைப் பொறுத்தமட்டில் சுதந்திரமானவள் அன்று. பிரம்மன் படைக்கத் தொடங்கிய நாள் முதலாக எங்கள் இனத்தவரின் பழக்கவழக்கம் நடைமுறை என்னவென்பதை வாத்ஸ்யாயனரின்

'காமஸூத்ர'த்தைப் படித்தால் அறிந்து கொள்ளலாம். வெட்கம் என்பது பெண்களுக்கு மட்டும், ஆண்களுக்கு அது இல்லை போலும்! இந்தக் கவியரசி ஒரு வேசியாகையால் வெட்கத்தையொழித்து ஆண் – பெண் கூடலைப் பற்றிய வர்ணனைகளைப் பச்சையாக எழுத நேர்ந்ததென்றால் நன்னடத்தை உள்ளோரெனக் கருதப்படும் ஆண்கள் இவ்வாறு எழுதவே இல்லையா? இந்த மகானுபாவர்கள் மட்டும் தத்தமது நூல்களில் இதைவிட அதிகப் பச்சையாக வர்ணனைகளை விவரிக்கவில்லை போலும்! ஸ்ரீபந்துலு அவர்களே, தம் கவிகளின் சரிதத்தில், "திட மனமுடையோருக்கும் வேசியின் கூடா உறவு போன்ற தவறு கண்களின் சந்திப்பால் ஏற்படும் என்பது நீதிபோதனையாக இருக்கிறதேயன்றி அதன் பின்னால் உள்ள கதை வெளிப்படை. இப்படிப்பட்ட கருத்துகளே நம் நாட்டில் நீதிக்கும் அதன் கொள்கைகளுக்கும் அளவற்ற தீமையைக் கூட்டுகிறது. நீதியை விடுத்த கொள்கைகள் இறைவனுக்குத் திருப்தியளிக்கக் கூடியவை அன்று," என்று தூற்றிவிட்டுப் பின்னர் அவரே சரிபார்த்து, அச்சியற்ற சம்மதம் கொடுத்த 'வைஜயந்தி விலாஸத்தில் காமலீலைகள் பச்சையாக விவரிக்கப்பட்டுள்ளன. தன்னிடம் செல்வாக்கு இருந்தமையால் அவரே எழுதிய 'ரஸிக ஜன மனோரஞ்ஜனம்' எனும் நூலை, மதராஸ் பல்கலைக்கழகத்தின் பாடத்திட்டத்தில் இடம்பெறச் செயதுள்ளார்.

ஆபாசமான செய்திகளைக் கொண்ட இந்த நூல்களை விடவா இப்போது நான் தரும் நூலில் காண முடியும்? சுவைமிக்க இந்த நூல் இயற்றியவர் ஒரு பெண்மணி. எங்கள் குலத்தில் பிறந்தவர். பல வழிகளில் ஒரு நல்ல கையெழுத்துப் பிரதி கிடைக்கப் பெற்று, திருத்தங்களோடு செம்மையான முறையில் ஒரு பிரதியை எழுதியது எனக்கு நிறைவான மகிழ்ச்சி அளிக்கிறது. பிரம்மஸ்ரீ வாவிள்ள ராமஸ்வாமி சாஸ்த்ருலு மற்றும் குமாரர்கள் தொன்மையான பல அரிய நூல்களைப் பதிப்பிப்போராகையால் இந்தப் பிரதியை அவர்களே அச்சிட்டு வெளிக்கொண்டுவர

வேண்டுமென்று விரும்பி, அநேக வந்தனங்களுடன் அவர்களுக்கு அனுப்பி வைத்தேன். பெண்மக்களிடம் மதிப்பு கொண்ட வாசகர்கள் இந்நூல் எழுதியவரும், சரியான பிரதி எழுதித் தந்தவரும் பெண்மணிகளே என்பதைக் கருத்திற்கொண்டு, ஏதேனும் பிழைகளிருப்பின் அவற்றைப் பிழையற்றவையாகவே கொள்ளுமாறு வேண்டுகிறேன்.

      இங்ஙனம்

ஸௌம்ய வருடம்   நல்லிதயங்கொண்டோரைப் பணியும்
மகா சிவராத்திரி   பெங்களூரு நாகரத்னம்
சென்னப்பட்டணம்
9.3.1910

Dr. Pappu Venugopala Rao, D.Litt.,

Foreword

Radhika sämtvanamu is one of the most brilliant literary works produced during the 18th century. It is a rare work from many angles. Firstly, it was written by a young lady poet, Muddu Palani. She was just 20 when she authored this kavya. She died at the age od 21; according to another source she lived for 51 years and she belonged to a devadasi community. We live in a society where everything is seen from a male point of view. That way it is an unusual work. It is basically a srungara kavya, a sensitive, sensuous, and pleasant srungära work of poetry in Indian Literature attempted by a young female writer from a devadasi community.

Sri Krishna appeared in her dream one day and asked her to write a srungära kavya, Radhika sämtvanamu (consoling Radha), and dedicate it to Him. (Verse 11 Chapter 1). The story is very simple. Radha, the aunt of Sri Krishna had a very passionate and intimate relationship with him. She brings up a girl by the name Ila Devi and gets her married to Krishna. But Radha's passion, desire, love, and pangs of separation become intolerable. The story revolves around how Krishna pacifies her.

We find a brilliant depiction of srungara in this work. Rädha teaches, initiates, orients, trains, educates and gives tips on srungara to Ila Devi. This book is also known as Ila Deviyam.

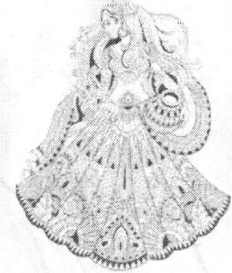

This work is in four chapters consisting of five hundred eighty-four poems, each one a gem from the point of view of prosody, poetics, rasa, and alamkāra. Conservative scholars branded it as a bunch of vulgar poems by a prostitute highlighting the obscenity in sex and camouflaging it under bhakti and śrungara. CP Brown procured the palm leaf manuscripts of this work, but it had to wait till 1910 to see the light of day, published by Bangalore Nagaratnamma,

another great lady from the same devadasi community. This further faced rude criticism from scholars and even a social reformer like Kandukuri Veeresalimgam pantulu.

Vavilla Publishers boldly published the work in 1910 but the British banned this book and conservative hypocrites burned the copies. Tanguturi Prakasam Pantulu lifted the ban when he was the Chief Minister.

This is all history in a male-chauvinistic society. Times have changed and Muddupalani is now hailed as a torchbearer, a pioneer, and a revolutionary in bringing out a brilliant work of poetry, frank, sincere, honest, and bold. There are some English translations.

Let me share just one example from the original text with an English translation to give the readers a taste of this marvelous work.

The most striking and intriguing aspect of of this sensuous and srungara work is baffling. Muddu Palani chose to narrate the story of Radhika sämtvanamu by Vyasa to his highly celibate son Suka Maharshi!

Telugu Poem 108 in chapter 1 where Radha gives lessons on srungära to Ila Devi.

చెలువుండు కౌగిట జేర్చినయపుడీవు
గుబ్బల మేలమెల్ల గ్రుమ్మవమ్మ
విభుడు చెక్కిలి ముద్దుపెట్టినయపుడీవు
నలరు మావొక్కింత మానవమ్మ
సామిపైకొని రతిసల్పినయపుడీవు
నిందుక మెదురోత్తులియ్యవమ్మ
ప్రాణేశుఁడలకెళీ బడలినయపుడీవు
పురుషాయితము పేగ బూనావమ్మ

English transliteration:

céluvumdu kaugita jercinayappudu - gubbalamèlamella grummavamma vibhuducĕkkili muddupettinayappudīvu -nalarumovōkkimta yanavamma samipaikōni rati salpinayapu dīvu- nimcukaeduröttu liyyavamma pranešu dalakeli badalinayapu divu- puruṣayitamu vega būnavamma

Tamil transliteration:

செலுவுண்டு ‘கௌகி’ட ஜேர்சினயப்புடு’ குப்பலமெலமெல்ல க்ரும்மவம்ம விபுடு முத்து’ பெட்டினயப்புடீவு நலருமோவொக்கிந்த யானவம்ம ஸாமிபைகொனி ரதி ஸல்பினயபு டீவு நிஞ்சுகஏடு’ரொத்து லிய்யவம்ம ப்ராணேஸூஸூ ட’லகேளி படலினயபுடீவு புருஷாயிதமு வேக பூனவம்ம.

English Translation:

When the beloved takes you in embrace, gently press him with your bosom When the lord kisses you, open your lips and press on his.’ When he comes on you for lovemaking, react by pressing from below If he is tired in the process of lovemaking, you go up and take over

It is difficult to choose any one verse over the other. Muddu Palani with her amazing proficiency in poetics created a magnum opus! There are a couple of Sanskrit verses also in the work. One is in praise of Manmatha, cupid where Radha pleads with him not to aggravate her pangs of separation. Verse 81 in chapter III.

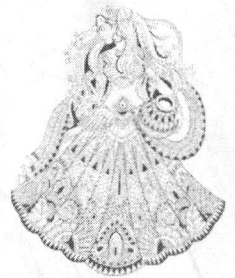

Dr. B.M.Sundaram, my dear brother and senior to me as co-disciple of

Dr. M. Balamurali Krishna translated this unique work into Tamil. Tamil, is a very ancient language, and Tamils have a great tradition of patronizing arts and culture. There are many stories in ancient Tamil Literature reflecting the magnificent women's power. This work Radhika samtvanamu will add to the glory of Tamil culture and literature.

I personally know BMS' vast knowledge in various fields of music, dance, and literature. His in various areas of South Indian culture has been a bridge dismantling the barrier between languages and geographical areas. His profound scholarship in musicology and dance literature is unparalleled. I have been closely associated with him as a co-disciple of our Guruji, Dr. M.Balamurali Krishna. This work reflects not only his studious and meticulous academic excellence, but also reflects his unwavering faith in women's empowerment. I am sure the Tamil scholarly world consisting of great connoisseurs and eminent writers would welcome this Tamil translation of Dr. B.M. Sundaram.

Dr. Pappu Venugopala Rao, D.Litt.,

21.12.2022
Chennai.

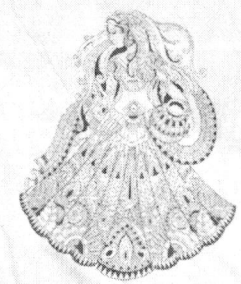

ராதா அல்லது ராதிகா யார்?

பி.எம்.சுந்தரம்

'**ரா**தா சாந்தமானாள் (ராதிகா ஸாந்த்வனமு)' என்ற நூல் ராதாவுக்கும் கிருஷ்ணனுக்குமிடையே கூடல் – ஊடல் என்பன பற்றித் தெலுங்கு மொழி மூலத்தின் தமிழ் மொழிபெயர்ப்பாகும். ராதா, ராதிகா என்ற பெயர்கள் ஒரே பாத்திரத்தைக் குறிக்கும் பெயர்களாவன.

இந்தக் காவியத்தைச் சுவைக்குமுன், ராதா (அல்லது ராதிகா) என்பவள் யார், அவளுக்கும் கிருஷ்ணனுக்கும் என்ன உறவு என்பதைப் பற்றியவொரு சிறு ஆய்வு அவசியமாகிறது.

கிருஷ்ணனின் முழுச் சரிதத்தையும் விரிவாகப் பேச எழுந்த முதல் நூல் ஸ்ரீமத் பாகவதமேயாகும். ஆனால் அதில் எங்குமே 'ராதா' என்கிற பாத்திரத்தின் பெயர் காணப்படவில்லை. அதேபோல, வைணவ வேதம் எனப்படும் ஆழ்வார்களின் நாலாயிரம் திவ்வியப் பிரபந்தப் பாசுரங்கள் எதிலும் அப்பாத்திரம் இடம்பெறவில்லை.

இருகைகளைக் கொண்ட மானுடனாகக் கிருஷ்ணன் கோகுலத்திருந்தபோது ராதாவும், அவன் நான்கு கைகளைக் கொண்ட திருமாலாக, வைகுந்தத்தில் இருந்தபோது லக்ஷ்மிதேவியும் அவனுக்கு உற்ற துணைவியாக இருந்தனர் என்றொரு செய்தி, 'தேவி பாகவதம் *(9:11)*', 'பிரம்ம வைவர்த்த புராணம் *(2:44)*' ஆகியவற்றில் காணப்படுகின்றது.

விருஷபானு எனும் கோபனுக்கும் கலாதேவிக்கும் மகளாக ராதை பிறந்தாள் என்று 'பிரம்ம வைவர்த்த புராணம் *(33:42)*', 'நாரத புராணம் *(2:81)*'' ஆகியவற்றில் கூறப்படுகிறது. ஆயினும் அவளுடைய பெயர், 'வ்ரு''பானுஜா' (விருஷபானுவின் மகள்) என்று மட்டுமே காணப்படுகிறது. யமுனை நதிக்கரையில் ஒரு தாமரை மலரில், விருஷபானுதேவரால் கண்டெடுக்கப்பட்டவளே ராதையென்பதால் அந்த அஷ்டமி நாளை, 'ராதா அஷ்டமி'யெனக் குறிக்கப்பெறுவதாகச் சிலர் எவ்விதச் சரியான ஆதாரமில்லாமல், புனைந்துரைப்பதும் படைப்புத் தொழிலைச் செய்ய உதவும் ஐந்து வடிவங்களில் ராதை ஒன்றெனப் பேசுகின்றனர். திருமாலின் மனச் சக்தியே

ராதை என்றொரு செய்தியைப், 'பஞ்சப் பிராணன்' எனும் நூலில் காண்கிறோம்.

'மகாபாரதம்' – வனபர்வத்தில் குறிக்கப் பெறுகிறாள் ஒரு ராதை. இவள் தேரோட்டியான அதிரதனின் மனைவி; வில்வீரனும் கொடை வள்ளலுமான கர்ணனின் வளர்ப்புத் தாய். மிகப் பலருக்கு ஒரே பெயர் இருப்பது, நெடுங்காலமாகவே வழக்கத்தில் உள்ளதுதான். எனவே, இந்த அதிரதனின் மனைவி, கிருஷ்ணனோடு இணைத்துப் பேசப்பெறும் ராதை என்று நாம் கொள்ள இடமில்லை.

கிறித்து சகம் 959இல், ஸோமதேவஸூரி என்பவரால் இயற்றப்பட்ட 'யசஸ்திலக சம்பூ' என்ற வடமொழி நூலில், ராதா எனும் பெயர் கொண்டவொரு கோபி அறிமுகமாகிறாள். இவ்விஷயமாகப் பின்பொரு உரிய இடத்தில் பார்ப்போம்.

பதினோறாம் நூற்றாண்டில், ஹம்ஸ மரபைச் சேர்ந்த நிம்பார்க்கர் என்பவர், 'யுகள உபாஸனா' (இரட்டையர் வழிபாடு) என்ற பெயரில் கிருஷ்ணனையும் ராதையையும் இணைத்துத் துதித்தல் என்றவொரு புதிய முறையினை அறிமுகம் செய்து, ராதாவெனும் பாத்திரத்தை ஒரு இறைவியின் நிலைக்கு உயர்த்தினார்.

பன்னிரண்டாம் நூற்றாண்டில் ஜயதேவரால் இயற்றப்பட்ட 'கீத கோவிந்தம்' எனும் காவியம், முற்றிலுமே, ராதா கிருஷ்ணன் இருவருடைய காதலை வருணிப்பதாக அமைந்துள்ளது. இதில் 'மேகைர் மதுரம்' எனத் தொடங்கும் முதல் பாடலில், ``அடர்ந்த மேகங்களில் வானம் நிறைந்துள்ளது. தமால மரங்கள் நிறைந்த இந்தக் காட்டுப் பகுதி முழுவதும் கறுத்துக் காணப்படுகின்றன. இந்தச் சிறுவன், கிருஷ்ணன் கடும் இருட்டின் தாக்கத்தால் பயந்திருக்கிறான். ராதா! இவனைப் பத்திரமாக வீட்டுக்கு அழைத்துப் போ''வென்று, யாதவனான நந்தன் கட்டளையிடவே, அவளும் அவ்வாறே கிருஷ்ணனோடு நடக்கையில், யமுனை நதிக்கரையில் கொடிப் பந்தர்களின்

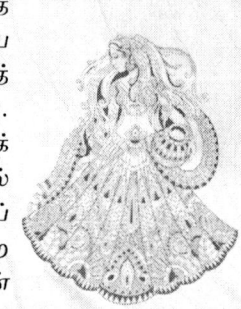

கீழே, இருவரும் தன் இன்ப லீலைகளைத் தொடங்கினர் என்று கூறப்பட்டுள்ளது. இதனின்றும் ராதை, நந்தகோபனுக்கு உறவினள் என்பதும், கிருஷ்ணனைவிட வயதில் மூத்தவள் என்பதும் அறியப்படுகிறது.

ராதா–கிருஷ்ணன் இருவரின் உறவை முன்னிலைப்படுத்திச் சைதன்ய மஹாப்பு (1486 – 1536) என்பவர் பரப்பிட, அது, அக்கதை வளருவதற்கான இயங்குவிசையாக அமைந்தது.

ராதையும் கிருஷ்ணனும் முக்கியப் பங்கு பெறும், 'ராஸலீலை' என்றதொரு ஆடல்வகையை மதுராவிலும் பிருந்தாவனத்திலும் பரவச் செய்தவர், ஸ்ரீமத் உத்தவகமந்த தேவாச்சார்யா (பதினைந்தாம் நூற்றண்டு).

முதன்முறையாகத் தெலுங்குமொழியில் ராதா என்றவொரு பாத்திரத்தை அறிமுகம் செய்வித்தவர், மஹாகவியான ஸ்ரீநாதர் (1370 – 1440) ஆவார். இவருடைய 'பீமேஸ்வர புராணமு' எனும் காவியத்தில் தோற்றுவாய், மூன்றாம் பத்தியத்தில் 'கப்புரவு வாஸன தோடி முகாரவிந்த தாம்பூலபு மோவி மோவிபை மோபுசு ராதகுன் இச்சு தூர்த்தகோபாலுடு' (பச்சைக் கற்பூரமுடைய தாம்பூலத்தைத் தன் வாயினின்று, ராதையின் வாயிலிட்ட குறும்புக்கார கோபாலன்) என்றவாறு ராதை அறிமுகமாகிறாள்.

விஜயநகரப் பேரரசர் கிருஷ்ணதேவராயரின் காலத்தில் (17.01.1471 – 17.10.1529) சிந்தலபல்லி எல்லம்ம என்பவர், 'ராதா – மாதவச்ருங்காரமு' எனும் தெலுங்குமொழி நூலை இயற்றி, 'ராதா மாதவ கவி' எனுஞ் சிறப்புப் பெயர் பெற்றார்.

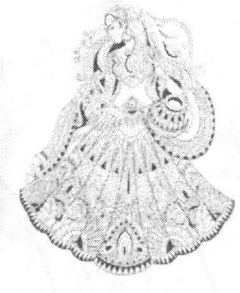

பதினேழாம் நூற்றாண்டில் வெலிதிண்ட்ல வெங்கடகவி என்பவர் 'ராதா மாதவ ஸம்வாதமு' (ராதா மாதவன் உரையாடல்) என்ற நூலை எழுதினார்.

அடுத்த நூற்றாண்டின் இறுதிப் பகுதியில் தர்மதேவதிம்மய்யா எனும் கவி, தன் 'தசாவதார சரித்ரமு' என்ற நூலில் ராதையைக் குறிப்பிட்டுள்ளார்.

வேறுசில குறிப்புகளின் வாயிலாக, ராதா நந்தகோபனின் தங்கை என்றும் சிறுபிராயக் கண்ணனை வளர்த்தவள் அவளே என்றும் அறிய முடிகிறது. இதனைப் பேரறிஞர், டாக்டர் ஆருத்ரா அவர்களும் உறுதி செய்துள்ளார்.

ராதா, திருமணம் ஆனவளாகயிருந்தும், தன் கணவனோடு வாழாமல் தன் சகோதரன் நந்தகோபன் மாளிகையிலேயே வசித்தவள்; அவள் தன் கணவனைவிட்டுப் பிரிந்ததற்கான காரணத்தை, இந்த, 'ராதிகா சாந்தமானாள்' என்கிற நூலின் நான்காம் அதிகாரத்தில் அவளே தன் வாயில் கூறுவதாகக் காணப்படுகிறது.

'ராதிகா சாந்தமானாள்' (தெலுங்கு மூலம்: ராதிகா ஸாந்த்வனமு) எனும் காவியத்தைப் படைத்தவர், தஞ்சை முத்துப்பழனி *(1739 – 1790)* என்ற பெண்மணி. தஞ்சை மராத்திய மன்னர் பிரதாபசிம்மரால் *(1730 –1763* ஆட்சியாண்டு) ஆதரவளிக்கப்பட்டிருந்தவர், இக்கவியரசி. அதே மன்னரின் ஆதரவு பெற்றிருந்த மற்றொரு நடனமணி, தஞ்சை நாயகி என்பாள். அவள், தனக்கும் மகப்பேறில்லாமையால், உறவினரான அய்யாவய்யா என்பரின் ஆண் மகவைத் தத்தெடுத்துக்கொண்டு, அக்குழந்தைக்கு முத்தியாலு எனும் பெயரிட்டுப் பாசத்தோடு வளர்க்கலானார். மற்றொரு ஆடலரசியும் செல்வச் செழிப்பும் மிக்க ராமாமணி என்பவர் முத்தியாலுவின் மனைவியானார். இவர்களுடைய மகளே முத்துப்பழனி. இசை, நடனம், கவித்துவம் ஆகியவற்றில் பெருஞ்சிறப்பு பெற்றிருந்த முத்துப்பழனி இயற்றிய காவியமே 'ராதிகா ஸாந்த்வனமு' என்பதாகும். *584* பத்தியங்களைப் (பாடல்களைக்) கொண்ட இக்காவியத்தின் பிரதியொன்றை, சென்னைக் கீழ்த்திசைச் சுவடிகள் நூலகத்துக்கு எடுத்துச் சென்று திரு சார்லஸ் ஃபிலிப் பிரௌன் என்ற ஐரோப்பியர் பாதுகாத்து வந்தார். தெலுங்கு – ஆங்கில மொழியகராதியை எழுதியவர் இவர்.

*1855*ஆம் ஆண்டில், திரு பிரௌன் தன் சொந்த நாட்டிற்குத் திரும்பும்போது, இச்சுவடியையும் வேறு சிலவற்றையும் தன் உடன் உழைப்பாளராயிருந்த பைடிபாடி வெங்கடநரஸு என்பவரிடம் ஒப்புவித்துச் சென்றார். இந்தக்

காவியத்தை அச்சிட்டு வெளியிடும் ஆர்வங்கொண்ட வெங்கட நரஸூ, 1887இல் அப்பணியில் முனைந்தார். இக்காவியத்தில் சிற்றின்பம் பற்றிய பல பாடல் களிருப்பதால் அவற்றையும் நூலாசிரியை எழுதியுள்ள பல பகுதிகளையும் நீக்கி, அச்சியற்றி வெளிக்கொணர்ந்தார். ஆனால், மக்களிடையே சிறிதும் வரவேற்பு பெறவில்லை.

அடுத்து, 1889ஆம் ஆண்டில் திருக்கடையூர் கிருஷ்ணராவ் என்பவர், இந்நூலை, நல்லம்பாக்கம் ராகவுலு நாயுடுவின் ஸ்ரீதாம அச்சுக்கூடத்தின் மூலமாக வெளியிட்டார். அப்போதும் இந்நூலுக்குப் பொதுமக்களின் வரவேற்பு கிடைக்கவில்லை.

சங்கீத சத்குரு ஸ்ரீதியாகராஜ சுவாமிகளிடம் அளவற்ற பக்தி கொண்ட வரும், திருவையாற்றில் இன்று காணப்படும் சத்குருவின் ஆலயத்தை எழுப்பித், தனது சொத்து முழுவதையும் அதற்கே எழுதி வைத்தவர், 'வித்யாசுந்தரி பெங்களூர் திருமதி நாகரத்தினம்மா (03.11.1878 – 19.05.1952) அவர்கள் ஆவார். 'ராதிகா ஸாந்த்வனமு' என்ற இந்நூலைப் பற்றி அறிந்து, சிரமப்பட்டு, அதன் அச்சுப்பிரதியொன்றைப் பெற்றார். அதில் பிழைகள் மலிந்து காணப்பட்டன. மூலச்சுவடியைப் பற்றிய தேடலில் முனைந்து ஒரு நண்பரின் உதவியால் அது கிடைக்கப் பெற்றார். பிழைகளைத் திருத்தி, விடுபட்டிருந்த பகுதிகளையும் இணைத்து, ஒரு செம்மையான அச்சுப் பிரதியை வெளியிடும் ஆர்வம் அவருக்கு மிகுந்தது. அவ்வாறே நூலைச் செம்மைப்படுத்திச், சென்னை வாவிள்ள ராமஸ்வாமி சாஸ்த்ருலுவின் ஸரஸ்வதி அச்சகத்தின் வாயிலாக 1910ஆம் ஆண்டில் வெளிக் கொணர்ந்தார். இம்முறை, இந்த வெளியீடு மக்களிடையே பரவி, அதேசமயம் பெரும் பரபரப்பையும், கிளர்ச்சியையும் உண்டாக்கியது.

முன்பே திருமணமாகியிருந்த ராதா, கிருஷ்ணனுடன் அணுக்க உறவினரா யிருந்தும் கள்ளத்தனமான உடலுறவு கொண்டது முறைகேடானதென்று, பலர் தம் வெறுப்புக் கருத்தை வெளியிட்டார்கள். ஒழுக்கக்கேடான ஒருவனுடன் நாற்பது வெவ்வேறு நிலைக்கோடல்களில் கூடினான் என்றால் அந்தக்

கிருஷ்ணனை எவ்வாறு கடவுளாக வழிபட முடியுமென்று சிலர் கூக்குரல் எழுப்பலாயினர். இந்நூலைக் கடுமையாக விமர்சித்தவர்களில் குறிப்பிடத் தக்கவர், திரு கந்துகூரி வீரேசலிங்கம் பந்துலு (16.04.1848 – 25.07.1919) ஆவார். ‘இந்நூல் ஒரு வேசியால் இயற்றப்பெற்று, இன்னொரு வேசியால் வெளியிடப் பட்டிருக்கிறது’ என்று தூற்றுமொழியை வீசிய அவருக்குப் பதிலடி தருவதாக நாகரத்தினம்மா ஒரு கடிதம் எழுதினார். ‘ஆம்! இந்த நூல் ஒரு தேவதாசியால் இயற்றப்பட்டு, இன்னொரு தேவதாசியால் பதிப்பிக்கப்பட்டதுதான். ஆனால், சிறந்த கல்விமானாகிய பந்துலு அவர்களுக்குத் தேவதாசிக்கும் வேசிக்குமுள்ள வேறுபாடுகூடத் தெரியாமற் போனது அதிசயமாயிருக்கிறது. ஆனால் சிறப்பாக விமரிசனம் செய்யப்பட்டும் வெளியிடுவதற்கான ஒப்புதலும் வழங்கப்பட்ட பைரங்கு திம்மய்யாவின் (கி.பி.1600) வைஜயந்தீ விலாஸமு’ எனும் நூலில் காணப்படுவதைவிட, நான் வெளிக்கொணர்ந்த இந்த நூலில் உள்ளதா என்பதைக் கூற அவர் முன்வருவாரா?’’ என்று எழுதினார்.

இப்படிப்பட்டவொரு குழப்ப நிலையைக் கண்ட அன்றைய ஆங்கிலேய அரசு, அரசு மொழிபெயர்ப்பாளராய் இருந்த கோதேடி கனகராஜு பந்துலு என்பவரிடம், இந்நூலைக் கவனமாகப் படித்துத், தன் கருத்துகளைத் தெரிவிக்கும் பணியைக் கொடுத்தது. அவரும், ஆழ்ந்து படித்துவிட்டு, இதனை இயற்றியவரும், பதிப்பாசிரியரும் வேசியரென்னும் நூலில் எழுதப்பட்டுள்ள பல செய்திகள், மிகவும் கீழ்த்தரமானதாக இருக்கின்ற தென்றும், தன் கருத்தை வெளியிட்டார். உடனடியாக, நூலை அச்சிட்ட வாவிள்ளவின் அலுவலகம் சூறையிடப்பட்டது.

காவல்துறை ஆணையர், கன்னிங்காம் என்பவரும் மாகாணத் தலைமை நீதிபதியும் சேர்ந்து, மிகவும் ஆபாசம் நிறைந்த நூலைப் பதிப்பித்து, வெளியிட்டதற்காக நாகரத்தினம்மாவைவும் வாவிள்ள சாஸ்த்ருலுவையுங் குற்றஞ்சாட்டினர். உடனே, இந்நூல் அரசாங்கத்தால் தடை செய்யப்பட்டது.

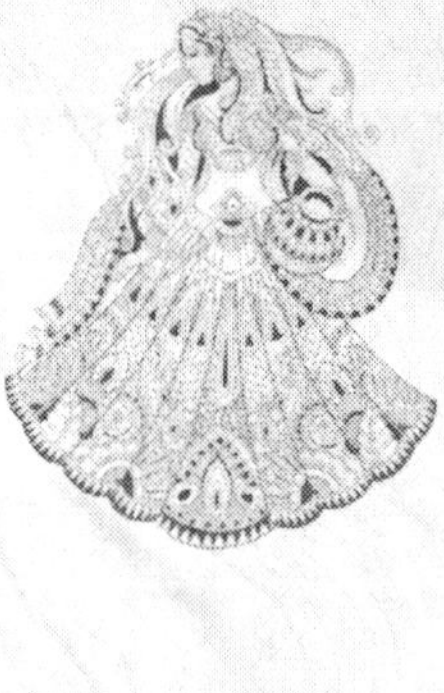

பின்னர், திரு டங்குடூரி பிரகாசம் அவர்கள் (23.08.1872 – 20.05.1957),

மதராஸ் மாகாணத்தின் முதலமைச்சராக ஆனபோது, இந்நூலுக்கு விதிக்கப்பட்டிருந்த தடையை நீக்கினார். 'தெலுங்கு மொழி இலக்கியத்தின் கழுத்தணிக்குச் சில நன்முத்துக்கள் மீட்டெடுக்கப்பட்டுள்ளன' என்றும் அவர் அறிவித்தார். தொடர்ந்து 1960இல் 'ராதிகா ஸாந்த்வனமு' என்ற தெலுங்கு மொழி மூலநூல், வாவிள்ள அலுவலகத்தால் சென்னை, ஸ்ரீராமா அச்சகத்தின் மூலமாக, மீண்டும் வெளியிடப்பட்டது. அதன்பின், எமெஸ்கோ புத்தக நிறுவனத்தார், சென்னை எம்.வேதாசலம் கம்பெனியின் வெளியீடாக, இந்தத் தெலுங்கு மூலநூலை, 1974இல் வெளியிட்டனர்.

இந்த 'ராதிகா சாந்தமானாள்' எனும் காவியத்திலுள்ள சுவையான செய்திகள் சிலவற்றைப் பார்ப்போம்.

ராதா, நந்தகோபனின் சகோதரி. ஆயினும், ஸ்ரீமத் பாகவதத்தில் இவளது பெயர் காணப்படவில்லை. முன்பே திருமணமாகியிருந்தும், கணவனை விட்டுப் பிரிந்து, சகோதரனின் வீட்டிலேயே வாழ்ந்து, சிறுவனாகிய கிருஷ்ணனை வளர்த்தவளாய் இருந்தும், அவனுடனேயே உறவு கொண்டிருப் பவள். யசோதையின் சகோதரன் (நந்தகோபனின் மைத்துனன்) கும்பகன். அவனுடைய மகள் இளாதேவியையும் வளர்த்தவள் ராதையே. இளாதேவி யைக் கிருஷ்ணனுக்குத் திருமணம் செய்விக்கும் நிகழ்வில் முன்னிற்கின்ற ராதை, இளாதேவியுடன் கிருஷ்ணனைவிட்டுச் சென்ற சிறிது நேரத்தில் அவர்களிருந்த அறை கதவைத் தட்டுகிறாள்; கதவு திறந்தும் இளாவின்மீது அக்கறை மிகுந்தவள் போல் நடித்து, அவளை வெளியே அனுப்பிவிட்டு, அங்கேயே ராதா, கிருஷ்ணனுடன் கூடுகிறாள். பிறகு, தன் வீட்டுக்குத் திரும்பும் ராதை, கிருஷ்ணனின் பிரிவைத் தாங்கவொண்ணாது, அவனை அழைத்து வரத், தன் கிளியை அனுப்பி வைக்கிறாள்.

நெடுநேரங்கழித்துக் கிருஷ்ணன் இல்லாமல் தனித்துத் திரும்பிய கிளி,

இளாதேவியும் கிருஷ்ணனும் புரிந்த காமலீலைக் காட்சிகளை வருணித்ததும் ராதைக்குக் கோபமெழுகின்றது.

மனிதக் கூடல் பற்றிய விவரங்கள் எல்லாம், அந்தக் கிளிக்குக்கூட நன்றாகவே தெரிந்திருக்கிறது!

ராதையோ, இளாதேவியைத் தன் பாதங்களில் தள்ளி நசுக்குவதாகச் சூளுரைக்கிறாள். நாட்கள் நகருகின்றன.

ராதாவின் நினைவெழுந்த கிருஷ்ணன், அவளுடைய வீட்டுக்குக் கிளம்புகிறான். அப்போது, இளாதேவியின் சகோதரனான ஸ்ரீதாமன் அங்கே வருகிறான். வயதில் மூத்தவளும் தன் அத்தையுமான ராதையோடு கிருஷ்ணன் உறவுகொள்ளுதல் ஏற்புடையதாவென வினவுகிறான். அதற்குக் கிருஷ்ணன், ‘‘தன்னால் படைக்கப்பட்ட மகளையே பிரம்மன் மணந்தான்; சந்திரன் தன் குருவின் மனைவியான தாராவை அபகரித்தான்; தன் நண்பனின் மனைவியோடு உறவு கொண்டான் சூரியன்; சமுத்திர அரசன் தன் பேத்தியான கங்கையைக் கூடினான்; வியாசன் தன் மைத்துனியுடன் களியாட்டம் புரிந்தான்; ஸ்ரீதேவி திருமாலின் அத்தை; அகலிகை இந்திரனின் அத்தை; ராமனைவிடச் சீதையும் பலராமனைவிட ரேவதியும் வயதில் மூத்தவர்கள்; ரதிதேவிகூட மன்மதனைவிட மூத்தவள்தான்’’ என்றெல்லாம் பலவாறு சமாதானம் கூறுகிறான்.

முன்பு குறிப்பிடப்பட்டுள்ள, ‘யசஸ்திலக சம்பூ’வென்ற நூலில் ஒரு கதை. யசோதரன் எனும் மன்னனை மணக்கும் அம்ருதவதி என்பவளுக்கு அந்தத் திருமண வாழ்க்கையில் சிறிதும் விருப்பமில்லை. ஒரு தாழ்ந்த குலத்தவனோடு கள்ளத்தனமான உறவு கொண்டிருந்த அவள், அந்த உறவைத் தொடர்ந்திருக்கிறாள். இதை அறிய நேர்ந்த மன்னன், அவளை விசாரிக்கையில், ‘‘சிவனுடன் கங்கை, கிருஷ்ணனுடன் ராதை, சந்திரனுடன் பிருஹஸ்பதியின் மனைவி தாரா; வாலியுடன் சுக்ரீவன் மனைவி தாரா கொண்ட கள்ள உறவைப் பற்றியெல்லாம் விமரிசிக்கிறாள். தம்

மனைவியிடமே இன்பம் கிடைக்குமானால் லக்ஷ்மிதேவியின் கணவன் திருமால், கோகுலத்து இடையர் குலப்பெண்ணான ராதையுடன் ஏன் உறவு நாட வேண்டும் என்றெல்லாமும் கேட்கிறாள்.

''ராதிகா சாந்தமானாள்' நூலைக் காண்போம். திருமணம் செய்துகொண்ட மனைவி இளாதேவியைப் பிரிந்து, ராதையை நாடிவரும் கிருஷ்ணன், பல்வேறு இடர்ப்பாடுகளைச் சந்தித்தபின், ராதையிடம் தன்னை ஏற்குமாறு மன்றாடுகிறான். அவள், கோபத்தோடு அவனை உதைத்துத் தள்ளுகிறாள். கிருஷ்ணனின் மன்றாடல் தொடரவே, ராதை சாந்தமாகி, அவனுடைய காம உறவைப் புதுப்பித்துக் கொள்ளுகிறாள்.

ஸ்ரீமத் பாகவதத்திலோ, ஆழ்வார்களின் திவ்வியப் பிரபந்தத்திலோ காணப்படாத ராதா முன்பே திருமணமாகிக் கணவனைவிட்டுப் பிரிந்துள்ளவளும், வயதில் கிருஷ்ணனைவிட மூத்தவளுமான ராதைக்கும், கிருஷ்ணனுக்கும் திருமணம் செய்விப்பதாக, 'ராதா கல்யாணம்' என்ற பெயரோடு பல பாகவதோத்தமர்கள் வைபவங்களை இந்நாளில் நடத்தி வருவதைக் காணும்போது, அவை சற்று விநோதமாகவே தோன்றுகின்றன. ஒருவரையொருவர் சந்திக்கும்போது பலர் 'ராதே கிருஷ்ணா' என்று முகமன் கூறுவதும் சகஜமாக உள்ளது. கிருஷ்ணனுடைய ஒப்பற்ற பக்தை ராதை என்றால் அதை ஏற்கலாமேயன்றி, அவளைக் கிருஷ்ணனுடன் திருமணம் செய்விப்பது என்ன முறை, என்ன நியாயமென்பது புரியாத புதிராகவே இருக்கின்றது.

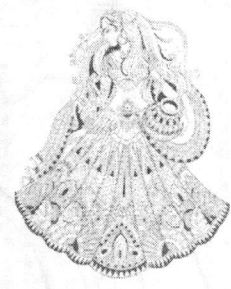

முத்துப்பழனி என்ற கவியரசியால், தெலுங்கு மொழியில் இயற்றப் பெற்ற 'ராதிகா ஸாந்த்வனமு' என்ற அரும்பெரும் காவியம், இதுகாறும் ஆங்கிலம் தவிர (அதுவும் முழுமையாகவில்லாமல்) வேறு மொழிகளில் வந்ததாகத் தெரியவில்லை. பல ஆண்டுகளுக்குப்பின், இப்போது, முதன்முறையாகத் தமிழில் என்னால் மொழிமாற்றம் செய்யப்பட்டு, 'ராதிகா சாந்தமானாள்' எனும் தலைப்புடன் வெளிவருகின்றது. இதனை வெளியிட முன்வந்து சிறப்புப் பெறும் அகநி வெளியீட்டாருக்கும் குறிப்பாக எழுத்தாளர் திருமதி

அ.வெண்ணிலா அவர்களுக்கும் என் உளமார்ந்த நன்றியை உரிமையாக்கு கிறேன். நான் எடுத்துக்கொண்ட பணியில் எனக்கு ஆங்காங்கே எழுந்த ஐயப்பாடுகளுக்கு உரிய விளக்கங்கள் கொடுத்து, என்னை ஊக்குவித்த என் அன்புச் சகோதரர் டாக்டர் பப்பு வேணுகோபால ராவ் அவர்களுக்கும் என் நன்றி.

◉

ஸ்ரீரஸ்து

ஸ்ரீமத் சின்னிக் கிருஷ்ணனின் கருணை நிறைந்த பார்வையால் அருளப்பெற்றவரும், சிருங்காரச் சுவையை வருணிப்பதான கவிதை புனைந்தவரும், முத்யாலுவின் கர்ப்பத்தில் ஒரு முத்தைப்போன்று பிறந்தவரும் ஸ்ரீமத் திருமல தாதாச்சாரியாரின் அருள் பெற்றவருமான முத்துப்பழனியால் இயற்றப்பெற்ற ராதிகா ஸாந்த்வனம் எனும் சிருங்காரக் காவியம் இது....

திருக்கடையூர் கிருஷ்ணராவ் அவர்களால் நல்லம்பாகம் ராகவுலு நாயக்கரின் சொந்தமான ஸ்ரீதாம அச்சகத்தில் அச்சியற்றுப் பெற்று வெளியிடப் பெற்றது. 1889ஆம் ஆண்டு.

⊙

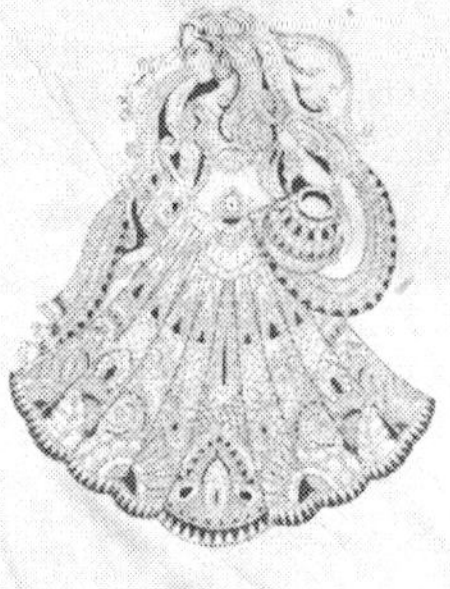

தோற்றுவாய்

ஒளிர் விடுகின்ற ராதிகாவை நோக்கிப் "பிரியமானவளே! எப்போது என்னை மகிழ்விப்பாய்?" என்று சின்னக் கண்ணனாகிய கோபாலனைக் கேட்க, அப்பெண் அவனை அணைத்து நிற்க, வேண்டியன யாவும் பெறும் பொருட்டு, அந்த இறைவனை வணங்குகிறேன்.

அன்னமென அசைந்து, ஆமைபோல நடையிடுபவளும், தன் முழுமையான மார்பகங்களையும், மெல்லிடையையும், ஒரு பெண் சிங்கம் போன்று வலுமிக்க தோள்களையும், அனைவரையும் கவர்ந்திழுக்கும் இடைதனிலுள்ள முக்கோடுகளையும், பிரகாசமான முகத்தையும், சைகையினால் வசீகரிப்பதான கண்களையும் கொண்ட தத்தை மொழியாளான அழகிய ருக்மிணியை வளம் கொழிக்க வேண்டி வணங்குகிறேன்.

யானையைப்போல, அழகுற அசைந்து நடப்பவளும், ஆதிசேடனைப் போல் சுருண்ட கருங்குழலும், உயர்ந்த மலைபோன்ற கொங்கைகளும் கொண்டவளான அழகிய சத்தியபாமாவை என்னை எப்போதும் காத்திடும்பொருட்டு வணங்குகிறேன்.

ஸ்ரீநிவாஸன், எவர்மீது ஒய்வு கொள்ளுகிறாரோ, அந்த ஆதிசேடனை வணங்குகிறேன்.

அவருடைய ஊர்தியான உரங்கொண்ட தேகமுடைய கருடனைப் போற்றுகின்றேன்; ஹரியின் தளபதிக்கு எல்லாப் புகழும் இருப்பதாக; அனைத்துக் கடவுளரையும், பெரும் அறிஞர்களையும் பணிகின்றேன்.

வால்மீகி, பராசரரின் அன்புக்குமாரர், காளிதாசர் போன்ற வடமொழி இலக்கிய மேதைகளையும், நன்னய்ய திக்கன்னா, நாசன ஸோமண்ண, ஸ்ரீநாதர், பாஸ்கரர், பீமகவி போன்ற தெலுங்கு மொழிப் பெருங்கவிஞர் களையும் வணங்கி, என் கவிதையை முன்வைக்கிறேன்.

திறனற்ற கவிஞர்களும், விமரிசகர்களும், சாத்திர உத்திகளை முன்வைத்து, ஆட்சேபங்களைக் கூறமுற்படுவோர், வெறும் அவதூறு பேசுவோர் ஆவர்; அவர்கள் எவ்வித நன்மை செய்வோரும் அன்று. 'முன்னமேயே பல நல்ல கவிஞர்கள் இயற்றியவை ஏராளமாயிருக்க, மற்றொரு காவியத்தால் என்ன பயன்?' என அவர்கள் கூறுவர். ஆனால், தாமரை மலரை நுகர்ந்து அனுபவிக்கும் வண்டானது. சாதாரண மலர்களின் மகரந்தத்தையும் சுவைத்து மகிழ்கின்றதல்லவா?

எனவே, இஷ்டதெய்வங்களை நமஸ்கரித்துப், போலிக் கவிஞர்களை ஒதுக்கித்தள்ளி, ஒரு சிங்காரக் காவியத்தை இயற்ற எண்ணினேன். இடையில் கட்டியுள்ள பீதாம்பரமும், மின்னுகின்ற முத்தினாலான மூக்கு அணியின் ஒளியுடனும், நெற்றியில் தீட்டப்பட்டுள்ள கஸ்தூரி திலகத்துடனும், கருணையை வெளிப்படுத்தும் இரக்கம்மிக்க கண்களோடும், மயிற்பீலியுடன் நிறைவான மலர்களும், ரவியும் மதியும் அணிகலன்களாகப் பிரகாசிக்கத், திவ்வியமான ரூபத்துடன் அழகு வெளிப்பட, ராதிகா என்னும் மலர்கொண்டு, சின்னக்கண்ணன் என் கனவில் தோன்றினான்.

என் முன்னே, இவ்விதமாக அவன் காட்சி தரவே, நான் எழுந்து, நெடுஞ்சாண்கிடையாக நமஸ்கரிக்க, சௌரி என்னை நோக்கிக் கனிவோடும், கம்பீரமாகவும் கூறினான்;

"முத்துப்பழனி! நற்குணங்கள் நிறைந்த பெண்ணே! என் மனத்துக்குப் பெருமகிழ்ச்சியூட்டும், ராதிகா சாந்தமடைந்த நிகழ்வினை, என் ஆசிகளோடு ஒரு காவியமாக ஆக்குவாயாக" என்று கட்டளையிட்டுவிட்டு, அவன் மறைந்துவிட்டான். நான் உறக்கம் கலைந்து, விழித்தெழுந்து, இந்த நற்கனவு பற்றி எவரிடம் விண்ணப்பம் செய்வதென்று சிந்தித்து, உபய வேதாந்த மரபினை நிலைநிறுத்தியவரும், உதார குணத்தில் இணையற்றவரும், தன் ஆழ்ந்த அறிவாற்றலால், அறிவிலிகளையும், இறைநம்பிக்கை இல்லாதாரையும் ஒருசேர வீழ்த்தியவரும், பக்தர்களால் சூழப்பட்டவருமான, திருமல

தாத்தாச்சாரியாரின் மரபுவழி வந்தவரும், என் முன்ஜென்மத் தவத்தின் பலனாகக் கிடைத்தவருமான வீரராகவ சுவாமிகளின் முன்பாகச் சென்று, நெடுஞ்சாண்கிடையாக என் வந்தனங்களை அர்ப்பணித்து, அவருடைய அருட்பார்வையைக் கோரி இந்த நற்கனவு பற்றித் தெரிவித்தேன். அப்போது, அங்கு நிறைந்திருந்த பேரறிஞர்களும், கலைவல்லோரும் என்னைப் பார்த்து, “ஸ்ரீமன் நாராயணனின் மறுஅவதாரமாகிய சுவாமிகளின் சரணங்களை நாடித், துதித்ததன் பயனாகவே, கிருஷ்ண சுவாமியின் தரிசனம் கிட்டியதென்றும், அதனால் எனக்கு நிறைவான நற்பயன்கள் கிடைக்குமென்றும் கூறினர். இந்தக் குவலயம் முழுவதையும் ரமிக்கச் செய்து, உலகத்துக்கே உற்றவனாகவும், அரக்கர்களின் கர்வத்தை ஒடுக்கத், தன் சக்கிராயுதத்தை ஏவியனுமான அந்த இறைவனின் தனிப்பெருங்கருணையே இது.

போசல குலமென்னும் பேராழியில் சந்திரனாக விளங்கும் ஸ்ரீதுளஜேந்திர மன்னரின் குமாரர், ஸ்ரீ பிரதாபசிம்ம மன்னர், தன் தந்தையின் பெரும் உதாரகுணத்தைப் பெற்றவரும், ராம பக்தியில் நிறைந்து திளைப்பவரும், மனத்தூய்மை உள்ளவரும், அறிவில் மேன்மை கொண்டவரும் புகழாகிய பெருங்கடலில் தோய்ந்தவரும், வடமலை முதலாக ராமேசுவரம் வரையிலான பிரதேசத்தில் அளவற்ற கீர்த்தியுடையவரும், போசலதுளஜா மன்னரின் குமாரருமான பிரதாபசிம்மர், மாண்பமைதியில் உயர்ந்து நிற்பவராவார்.

அத்தகு பேரரசரின் கிருபையைப் பெற்றுள்ள உனக்கு, இப்படியொரு பாக்கியம் கிடைத்ததில், அதிசயம் இருக்க முடியுமா? ஸ்ரீரமணியின் மார்பகங்களில் திளைப்பவரும் சிவன், பிரம்மா போன்றோரால் துதிக்கப்படுபவருமான அந்த இறைவனின் செய்கைகளைப் பலரும் அறியுமாறு செய்ய வேண்டுமென்பது, அவனுடைய கருணையே அன்றி வேறில்லை” என்றனர்.

ஈடு கூறமுடியாத அழகு, சிறப்பான கண்கள், நன்கு விளங்கும் தேகம். ரேபள்ளியிலிருந்த அனைத்துப் பெண்மணிகளும் அவனுடைய அழகில் மயங்கினர். அப்படிப்பவனைக் கண்டு மயங்குதல், விதிமுறை வழுவாத

பெண்களுக்கும், துறவியரான பெண்மணிகளுக்கும் இயற்கை அன்றோ!

அத்தகு பெருமானின் பாதத் தாமரையை வணங்கிக் கூற முற்படுகிறேன்.

தானத்தில் கர்ணனுக்கொப்பான அய்யாவய்யா என்பவர், சூத்திர ஜாதியில் தோன்றியவர்; அவருடைய மனைவி, செங்காவி என்பாள்; அவர்களுடைய மகனான முத்தியாலு என்பவரை, முத்து தஞ்ஜநாயகி எனும் அம்மையார் தத்தெடுத்துக் கொண்டார்.

தஞ்ஜநாயகியின் சிறப்புகளை எண்ணிப் பார்ப்பது, அரிதான காரியம். வீணை இசைப்பதா? அற்புதமான சிலைகள் கூடத் தலை அசைப்பன; ஆடலா? தேவலோகத்து ரம்பைகூட வெட்கித் தலைகுனிவாள்; பாட்டிசைத்தலா? பெரும் மலையே உருகிவிடும்;

பெரும் அரச மூதாட்டியரே வியக்குமாறு சிறப்புப் பெற்றவர்; ஈடுகூற முடியாத திறமைமிக்கவர், அழகு மிகுந்த தஞ்ஜநாயகி.

அனைத்து வித்தைகளிலும் பெருந்திறமை பெற்று, எல்லோருடைய மதிப்புக்கும் பாத்திரமாயிருந்தவர், தஞ்ஜநாயகி.

அவர், ஒரு சமயம் பேரழகும், நற்குணங்களும் நிறைந்த ராமாமணி என்ற பெண்ணைச் சந்திக்க நேர்ந்தது.

ராமாம்பாபுரம் என்ற அந்தணர் குடியிருப்புடன், பெரியதொரு சிவாலயம் கட்டிச், சிவலிங்கப் பிரதிட்டை செய்து, நந்தவனம் அமைத்து, நறுமண மலர்களைக் கொண்ட பூந்தோட்டங்கள், பெரிய தடாகங்கள் அமைத்து, ராமேசுவரம் செல்லும் யாத்திரிகர்களுக்காகத் தினந்தோறும் அன்னம் பாலிக்க வேண்டிக், கந்தர்வக் கோட்டையில் சத்திரமொன்றை நிறுவிச், சிவபெருமானுக்கு நாள்தோறும் குறைவிலாது பூஜைகள் நடக்குமாறு ஏற்பாடுகளைச் செய்திருந்தவர், அந்த ராமாமணி.

அழகிய முகமும், பேரரசனைப் போன்ற வனப்பும், தனக்கு ஒப்பான உடல்வாகு வேறெவருக்குமில்லாதவாறும், வசீகரிக்கும் கொங்கைகளைக் கொண்டும், நாபியின் பகுதியில் கருமை நிறைந்துமிருந்தார் அப்பெண்மணி.

குலுக்கு, தளுக்குகளுடனும், திருமாலின் திருப்பெயரை எந்நேரமும் ஜபிக்கும் நாரதனைப் போன்ற பக்தியும், ராமபிரானின் தயவை இறைஞ்சும் புத்தி, உதாரகுணம், மதிபோன்ற நிறைவானகளை பீமவிக்கிரமனைப் போன்ற மேன்மை, கலைகளில் போஜ மன்னனைப் போன்று, பரதநாட்டியச் செம்மல்களின் குலத்துதித்தவராயுமிருந்தார், ராமாமணி.

பிரம்ம வித்தையில் பெரும் புலமையுள்ள திருமல தாத்தாச்சாரியாரின் பாத தீர்த்தத்தைப் பருகியவராயும், அண்டினாரை உதவிசெய்து காப்பவருமாக விளங்குபவர், முத்தியாலு.

தான் கண்ட அப்பெண்ணைப் போன்றவளே, தனக்குப் பேருதவியாய் இருப்பாளென்று கருதிய முத்தியாலு, அவளையே தன் மனைவியாக்கிக் கொள்ள எண்ணினார். ஸ்திரீலக்ஷணங்கள் பொருந்தியவளாய், இலக்குமிக் கொப்பாகவும், பிரகாசத்தில் தன் அன்னையை விஞ்சுபவளாகவுமுள்ள இந்த மதிவதனி மூலம் சிறந்த மகப்பேற்றினைப் பெறலாமென்றும் அவர் கருதினார்.

உவமை கூறவியலாத குணங்களைப் பெற்றிருந்த அப்பெண்ணுக்கு, ஏராளமான உறவினர்களின் போற்றுதலோடு முத்தியாலுவுடன் திருமணம் நடந்தேறியது. அதன் பயனாகத் திருமாலின் கிருபை நிறைந்தவளாயும் அழகுமிக்கவளாயும் ஒரு பெண் மகவு பிறந்தது.

ஸாஹித்திய வித்தையில் பெரும் புலமையுள்ளவளாகச் சாரதா தேவியின் திருவருளால் பிறந்தவள் முத்துப்பழனி.

பரதக்கலையிலும், பாவ, அபிநயங்களிலும் வல்லவராக விளங்கிய வேலாயுதம் என்பவரின் குமாரரான முத்துக் குமரன் என்பவரிடம் நடனக் கலை கற்றுத்தேர்ந்த அந்த முத்துலட்சுமி ரதிதேவியை ஒத்து விளங்கினாள்.

சந்திரனின் ரேகையைப்போல் வளர்ந்த முத்துப்பழனி, லலித கலைகள் அனைத்திலுமே பெருந்தேர்ச்சி பெற்றாள்.

முத்துப்பழனி! ராம நாமத்தைக் கோடி முறை எழுதியவள், உன்னையன்றி வேறு யாராய் இருக்க முடியும்? வேறெந்தப் பெண்மணிக்குக் காப்பியங்கள் அர்ப்பணிக்கப்பட்டுள்ளன? பேரறிஞர்களால் பாராட்டுகளும், செல்வமும் வேறு எவள் அளிக்கப்பட்டிருக்கிறாள்? இத்தனை புகழ்பெற்றவளாக, வேறெந்தப் பெண்மணி இருக்க முடியும்?

"பெரியவரான தாத்தாச்சாரியாரைத் துதிப்பதாக வேறெந்தப் பெண் எழுதியிருக்கிறாள்? ரம்பையைப்போலப், பிரதாப சிம்மேந்திரரைச் சேர்ந்தது எதனால்? முத்தியாலுவின் அன்பு மகளான உனக்கு நிகராய் வேறு யார் இருக்க முடியும்? நற்குண ரத்தினமான முத்தியாலுவின் பெண் ஆனது எதனால்?"

என்று பல்லோரால் பாராட்டப் பெற்ற முத்துப்பழனி, எல்லாக் கலைகளிலுமே வல்லவளாக ஆனாள்.

பௌர்ணமி நிலவென்று கூறத்தக்க முகமும், வாக்கு வன்மையும், பெருந்தயையும், அழகான மெல்லிடையும், ஆபரணங்கள் நிறைந்த தேகமும் கொண்டு, எல்லாராலும் மெச்சப்படுபவள், முத்துலட்சுமி.

அழகு முகத்துக்கேற்ற இனிய சொற்களும், சொற்களுக்கேற்ற கருணையுள்ளமும், அதற்கேற்றவாறு கழிவிரக்கம் கொண்ட பார்வை, அதற்கேற்ற மெல்லிய இடை; மன்னர்களால் விரும்பப்படுவதற்கான இவ்வித ஆபரணங்கள் அவளை அலங்கரித்தன.

"முத்துப்பழனி! யுக்தி உனதே; சக்தியும் உனதே; முற்றிலும் உரியவாறு, ராதிகா சாந்தமானாள் எனும் காவியத்தை இயற்றித் திருமாலுக்கு அர்ப்பணம் செய்!'

இவ்வாறு கட்டளையிடப்பட்ட நான், இந்தப் பிரபந்தத்தை இயற்ற முற்பட்டேன்.

ஸ்ரீகிருஷ்ணனுக்குக் கருணையின் உருவாயிருப்பவனுக்குக், கோகுலத்தில் பிறந்தவனுக்கு, மன்மதனைப் பெற்றவனுக்கு, மார்பினில் கௌஸ்துபம் அணிந்திருப்பவனுக்குப், பக்தர்களை ரட்சிப்பவனுக்குத், தலையாய வேதங்களை இருப்பிடமாகக் கொண்டவனுக்கு, சௌரிக்குப், பக்தஜனங் களின் விருப்பங்களை வழங்குபவனுக்குப்; பாண்டவ குலத்தாருக்கு உதவி செய்தவனுக்கு; மலையைத் தூக்கியவனுக்குக், கலியின் தீமைகளை அழிப்பவனுக்குக்; களிற்றினைக் காத்தவனுக்குக்; கருணை பெருக்குபவனுக் குத்; தவச்சீலர்களின் இதயங்களில் வசிப்பவனுக்குத்; திருமாலுக்கு; ஸ்ரீகிருஷ்ணனுக்கு இக்காவியத்தை அர்ப்பணமாக்குகிறேன்."

●

முதலாம் அதிகாரம்

'**ரா**திகா சாந்தமானாள்' எனும் சிங்காரப் பிரபந்தத்தின் கதைக் கிரமம் என்னவெனில்,

புகழ் என்னும் வெண்ணிறக் கடலில் முழு நிலவாகவுள்ள சுக மகரிஷியைக் கண்டு, வணங்கி, ஜனக மன்னன் பக்தியுடன் கேட்டார்;

"முனி சிரேஷ்டரே! திருமாலைப் பற்றிய கதைகளை, முன்னமே நான் மகிழ்ச்சியோடு கேட்டிருக்கிறேன். நந்தகுமாரனாக இருந்தவன் கண்ண பிரான். குழந்தை பருவம் முதல், இளாதேவியை வளர்த்தவளான ராதை கோபாலனிடம் கோபமுறக் காரணமென்ன? தேவகி மைந்தன், அவளை எவ்வாறு சமாதானப்படுத்தினான்? தயைகூர்ந்து விளக்குமாறு வேண்டு கிறேன். அதைக்கேட்டு நான் அருள் பெற்றவனாக ஆவேன்."

இதைக் கேட்டுச், சுக முனிவர், தாமரைக்கண்ணனின் இரு பாதங்களையும் மனத்திலே தியானித்து, ஆனந்தக் கண்ணீர்ப் பெருகக் கூறலானார்;

அழகான கோபியரின் இனிமையான இசையை நீ கேட்கும்போது, திங்கள் முகப்பெண்டிர் இயக்கும் வல்லகீ வீணை இசைக்கப்படும்போது, களிற்றினையொத்த நடைகொண்ட பெண்களின் இசையும், இலக்கியமும் சங்கமிப்பதை நீ கண்ணுறும்போது, பரதசாத்திரத்திற் கூறப்பட்டுள்ள பாவ, அபிநயங்களை அழகியரிடம் நீ காணும்போது, எங்கு நோக்கினாலும், மதன கோபாலனின் நற்கதைகளைக் கோபியர், குழுவாகப் பாடிப் புகழ்வதை நீ கேட்கும்போது, ரேபள்ளி பிரகாசிப்பதைக் காண முடியும்.

எல்லோருடைய இதயங்களைத் திருடியவனாக, அரக்கர்களை அழித்த வனாகக், கௌஸ்துபமணி அணிந்தவனாக, மதன கோபாலன் நந்தகோபன் இல்லத்தில் வீற்றிருக்கிறான்.

தீயினைப்போல, நாடெங்கும் புகழ்பரப்பிய அவன் சந்திரனே என்பதில் நமக்கு ஐயமிருக்க முடியுமா! தன் கதிர்வீச்சால் தாமரை மொட்டுகளை மலரச் செய்யும் கதிரவனே அவன் என்று கூற நமக்குத் தயக்கமிருக்குமா? அரக்கர்தமை அழித்த அவனைக் கடவுளருக்கெல்லாம் மேலானவன் என்று கூற நமக்குச் சலனம் ஏற்படுமா? அன்னப் பட்சியையே கவரும்படியான மேனிகொண்ட அவனை, ஆழிக்கடவு ளென்று குறிப்பிட நமக்குத் தயக்கம் இருக்குமா? உதிக்கின்ற கதிரவனைப் போல ஒளிரும் அவனுடைய திருவடிகள் தாமரை மலருக்கு ஒப்பானவை யன்றோ!

நீண்டு, நுனியில் சுருளாக அமைந்த பளபளக்கும் கேசம், முழு நிலவைப்போல் ஒளிபரப்பும் முகம், மின்னுகின்ற கண்களின் மேற்பகுதியில் வளைந்து காணப்படும் புருவங்களைக் கொண்ட, ரேபள்ளி வாழ் அழகியர், ஹரியின் கபடமான குறும்புச் செயல்களில் மோகித்திருப்பதை விவரிக்க இயலுமா? இப்பேர்ப்பட்டவன், காதல் பாட்டையில் புறப்படும்போது, எவளால் இணங்காதிருக்க முடியும்?

அவர்களுடைய தனங்கள், உயர்ந்த குன்றுகளைப்போல் இல்லாதிருப்பின், அவை, கிருஷ்ணனுடைய கரத்தாக்குதலை எவ்வாறு தாங்க முடியும்? கண்கள், கருங்குவளைபோல இல்லாதிருப்பின், ஹரியின் பார்வையொன்றால் மிளிர முடியுமா? தேகம், மின்னலைப்போல் சிலிர்ப்பூட்டாதிருப்பின், அது, கிருஷ்ணனுடைய கருமைத் தேகத்தில் ஒன்றிணைவது சாத்தியமாகுமா? பாதங்கள், புது மொட்டுகளாக இல்லாதிருப்பின், அவை, கிருஷ்ணனின் ஸ்பரிசம் பட்டதும் மலருமா?

இவ்விதம் அறிவுடையோரால் புகழப்படுபவளும், அனைவரினும் அழகானவளும், நீண்டுவிழும் குழற்கற்றைகளைக் கொண்டவளாயும் இருப்பவள், நந்தகோபனின் தங்கையான தத்தை மொழி ராதிகா. கடவுளின் காதலியாக இருப்பதில், அவளுக்கு மனநிறைவு இருந்திருக்க வேண்டும்.

தொங்கும் நீண்ட கருங்கூந்தல், நாணமுறும் மான்விழிகள், நெடிதுயர்ந்த மென்மையான மார்பகங்கள், இளமை கொண்ட துடைகள்,

அலைகள் நெகிழ்வதைப் போன்ற நடை, சிவந்த கன்னங்கள் ஆகியவை கொண்டு, பிரகாசிக்கும் முகமுடையாள், இளாதேவி; ராஜகோபாலனின் பட்டத்தரசி ஆகப் போகிறவள்.

நந்தனும், யசோதையும் இவளைச் சீரும் சிறப்புமாக, அதிக பாசத்தோடு வளர்த்து வந்தனர். அவளுக்குத் தேவையானவை அனைத்தையும் கவனித்து வர இளாதேவி, ராதையிடம் பயிற்சி பெறலானாள்.

ராஜகோபாலன், எல்லோரையும் வசப்படுத்திவிடும் மெல்லிய இடை, கவர்ந்துவிடும் கண்கள், ஒரேயொரு புன்னகையால் பலரை ஏமாறச் செய்யும் வட்டமுகம் கொண்டவன். முதிர்ந்த பெண்கள், நறுமணம் பூசப்பெற்ற கொங்கைகளால் கவருவார்கள்; நடுத்தர வயதுப் பெண்கள், அறத்தை விடுத்துக், கண்களின் சுழற்சியால் தம்பால் இழுக்க வல்லவர்கள். இத்தகையோரைப் பால்நிலவினைப் போலத் திருப்தி செய்வித்து, இதயங்களைப் பிழியும் மன்மதனாக விளங்குபவன், பெருமை மிக்க ராஜகோபாலன்.

அரக்கரையழித்த அவனுக்குத் தன் வளமான மார்பகங்களை ராதா தரும்போது, 'அவை எனக்கில்லையே' என்று இளா தாபமுறுவாள்; தன் செக்கச் சிவந்த உதடுகளை, ராதா அவனுக்குத் தரும்போது, 'என்னுடையவை சுவைக்கும்படி இல்லையே' என்று இளா வருந்துவாள்; அவனுக்கு மயிற்பீலியொன்றை ராதா கொடுக்கும்போது, என்னிடம் கொடுக்க ஒன்றுமில்லையே எனத் துயரமுறுவாள் இளா. தன் பிரகாசமான பற்களை ராதிகா வெளிக்காட்டுகையில் என்னுடையவை அவ்வளவு பளிச்சென்று இல்லையே, என ஏங்குவாள் இளா. ராதா, சயன அறைக்கு வருமாறு கிருஷ்ணனை அழைக்கையில், இளாதேவி, 'எனக்காகவும் காத்திரு' என்று மனதிற்குள் சொல்லிக் கொள்ளுவாள்.

கண்ணாமூச்சி விளையாடுகையில் தன் கண்களை மூடுமாறு இளா, முராரியைக் கேட்பாள். தொட்டுவிட்டு ஓடி, அவன் பதுங்கிக்கொள்ள, சுற்றியோடி அவனை இளா பிடிப்பாள். மணற்குன்று செய்து விளையாடும்போது, அவள், தன் மூக்கினால் கிளறுவாள். அவனுடைய அருகாமையை ஒருபோதும் விடாமல், அவனைத் தொடும் வாய்ப்பினை

அவள், தவறவிடுவதேயில்லை. சிறுமி இளா, தன் பிரியமான கிருஷ்ணனை, இவ்விதம் வணங்குவாள். அவளுடைய தோழிமார், "கடவுளே! இந்தப் பெண் குறும்புக்காரி என்பது நிச்சயம்" என்று அதிசயிப்பார்கள்.

ராகங்கள், வீணையிசைத்தல், பரதநாட்டியம், நடனத்துக்கான முத்திரைகள், காவியங்களின் சாரமான 'ரஸம்', சந்தங்கள், எழுதும் கலை, செய்முறையில் தனித்தன்மை, குதர்க்கவாதம், நளினம், வேட்கை முதலியவற்றைப் பொறுமையாகவும், மெதுவாகவும் ராதா இளாவுக்குக் கற்பித்தாள். கடவுளரை வேண்டிக்கொண்டு ராதா, இளாவின் நீண்ட கை கால்கள், வலுவான மார்பகப் பகுதிகள் ஆகியவற்றை வாசனைத் தைலங்களைக் கொண்டு உருவிவிடுவாள். பளபளப்பான கூந்தல் கற்றைகளில், மூலிகைகளாலான தைலங்களைத் தேய்ப்பாள். "இறைவா! இவள் விரைவில் பூப்பெய்தட்டும்' என வேண்டுவாள்.

இளாவை உணவளிப்பதிலும் வளர்ப்பதிலும் ராதா, மிகக் கவனமாக இருந்தாள். தன்னிடம் வளர்ந்து வருபவளின் இளமையோடு அதிகரிக்கும் அழகு ஆகியவற்றைக் கண்டு வியந்த ராதா, இளாவிடம் நகைச் சுவையோடு, "ஆஹா, நீ போட்டியாக வருகிறாயா?" என்பாள்.

அதேசமயம் அவளுடைய கன்னங்களைத் திரும்பத் திரும்ப அணைத்து முத்தமிடுவாள். இவ்விதமாகக் கண்ணேறு, தீயசகுனங்கள் முதலிய வற்றைத் தடுத்துக், காதற்கடவுளாம் காமதேவனின் தோட்டத்தில் அருமையாகவும், செழுமையாகவும் வளரும் செடியான இளாவுக்கு, விரும்பத்தகாத எதுவும் ஏற்படாதவாறு ராதா கவனித்துக்கொண்டாள்.

வெகுளித்தனத்தையும் சாத்துவிகத்தன்மையையும் துயில் எழுப்புவ தாகப், பூப்புநிலை, அத்தனை விரைவாக ஏற்படவில்லை. காலப் போக்கில் இளாவின் விரல்நுனிகள் சிவப்படையலாயின; தேகத்திலொரு நறுமணம்; பறவையின் இசை போன்ற கனிவான பேச்சு ஆகியவை தோன்றின; உரையாடும் கிளிகளோ, அவளுடைய சிவந்த உதடுகளைப், பழுத்த கனிகள் எனத் தவறாக எண்ணிக் கொத்தின. நிலவையொத்த அவளுடைய முகத்தைச் சுற்றி, ராகு எனும் பாம்பினைப் போன்ற

கருமையான சடை; சுரபுன்னை மலர்களை நோக்கி வரிசையாக விரையும் வண்டுகளைப் போன்ற உரோம வரிசை; அன்னங்களைப் போன்ற பாதங்கள்; ஊசலைப் போன்ற நேர்த்தியான நடை; அவளுடைய காதுகளோடு ரகசியங்களைப் பகிர்ந்து கொள்ளுவது போன்று புன்னகைக்கும் கண்கள்; இவ்விதமாக இச்சிறுமி, தன்னிடம் சில மாற்றங்கள் ஏற்படுவதை உணரலானாள். விரைவில், ஒரு பெண் தன்மையுடைய வளாக அவள் மலர்ந்தாள்.

உயர்ந்த குன்றுகளை வெட்கச் செய்யும்விதமாக, மானஸரோவரில் இரட்டைப் பொன்னிற மொட்டுகள் எழுந்தாற்போல, அவளுடைய மார்பகங்கள் வளர்ச்சியுற்றன.

கிருஷ்ணனின் முகம், நிலவைப்போல் மின்ன, அவளுடைய முகமோ, தாமரை மலர்போல மென்மையாயிற்று. கிருஷ்ணனின் கேசம் இருள் ஒன்றியதாயிருக்க, அவளுடைய முகமோ, தாரகைகளைக் கடந்தவிதமாக ஒளிர்ந்தது; கிருஷ்ணனின் மார்பு ஆண்மையுடன் விரிந்தபோது, அவளுடைய கொங்கைகள், எதிர்பார்ப்புடன் எழுந்தன.

கிருஷ்ணனின் தோள்கள் பரந்ததாக ஆக, அவளுடைய கரங்கள் அழகுடன் நீண்டன. கிருஷ்ணனின் இளமை அழகு வளர, அவளுடைய குரல் வானம்பாடியின் இனிமையை எடுத்துக்கொண்டது. காமதேவனே, 'இவ்வளவு பொருத்தமான ஜோடியா! அரிதான விஷயம்' என்று தனக்குள் எண்ணினான்.

பட்டை தீட்டப்பெற்ற மாணிக்கக் கல்லைபோலத், தொங்கிக்கிடந்த கொடி வலுவுற்று நிமிர்வதைப்போல, மெருகூட்டப்பெற்ற தங்கச்சிலை யென இந்த யுவதி, இளமைப் பொலிவோடு திகழ்ந்தாள்.

பிறகு, இளா பருவமடைந்ததை அறிவிக்கும் மங்களகரமான நாளும் வந்தது. புத்தாடை உடுத்தி, அலங்கரிக்கப்பட்ட அவளிடம் இளம் பெண்கள் சிரித்துப் பேசினர்; ஆடம்பரமான விருந்துகளும் நடைபெற்றன.

'யசோதைக்கு நாம் இச்செய்தியைத் தெரிவிப்போம்; அவள் பரிசுகள்

வழங்குவாள்' எனச் சிலர்; ரோஹிணிக்கு நாம் தெரிவித்து, இவள் பருவமடைந்ததற்கான சகுனங்கள் பற்றிக் கேட்டோம் என்று சிலர்; 'குடும்பத்தினரையும் தோழிகளையும் கூட்டுவோம்; அவளுடைய மாமன்மாருக்குத் தெரிவித்து, ஒரு சுபதினத்தைக் குறிப்போம் என்று வேறு சிலர்; 'இந்தச் சிறுமொட்டு மலர்ந்துவிட்டதென்பதைக், கர்க்க முனிவருக் குத் தெரிவிப்போம், மலர்களாலும், வாசனைத் திரவியங்களைப் பூசியும், பேரீச்சம்பழத்தையும், மூலிகையான மருந்தையும் கொடுப்போம்' என்றனர் சிலர்.

இவ்வாறு முணுமுணுக்கப்பட்ட வார்த்தைகளைச் செவியுற்ற இளாவின் விழிகளைக் கண்ணீர் நிரப்பியது. அத்தனை வெட்கம்! இதனைக் கவனித்த ராதா, மற்ற பெண்களிடம், 'இந்தச் சிறு பெண்ணைப் பற்றி ஏன் இவ்வாறு தேவையில்லாமல் பேசுகிறீர்கள்?' என்று கண்டித்தாள்.

ஒருவள், இளாவின் கூந்தலைக் கோதினாள்; இன்னொருவள் அவளது முடியை உயர்த்திச் சீர் செய்தாள்; நெற்றி வகிட்டில் ஒருவள் சிந்தூரம் இட்டாள்; இன்னொருவள், வாசனைத் திரவியத்தைத் தெளித்தாள்; அவளுடைய பட்டுப் பாவாடையைச், சிற்றிடையில் முடிந்தாள் வேறொருவள்; மற்றொருவள், அவளுடைய ரவிக்கையை முடிச்சிட்டாள், இளாவின் காதுகளிலும் கழுத்திலும் அணிகலன்கள் பிரகாசித்தன. அந்த அறை முழுவதும் வாசனைத் திரவியங்களின் துகள்கள் பரவின. ராதாவின் கண்காணிப்பில் மகிழ்ந்திருந்த இளா, ஆடைகள் அணிவிக்கப்பட்டாள். காமனோடு போரிட, இப்போது அவள் தயார்.

அலங்கரிக்கப்பட்டதொரு சிறுமர இருக்கையில் அமர்ந்து, திருமணமான பெண்மணிகள், குமரிப் பெண்கள், இசைக்கலைஞர்கள் சூழ்ந்திருக்க, அவளுடைய மென்மையான தேகத்தில் சந்தனக் குழம்பு பூசப்பட்டது; நறுமணமுடைய குளிர்ந்த தண்ணீரில் நீராட்டப்பட்டு, அவளது நீண்ட கூந்தல், வெய்யிலில் உலர்த்தப்பட்டு சடையிடப்பட்டுச், சிறிது சலசலக்கும் பட்டுப் பாவாடையும் செஞ்சிவப்பு நிறப்புடவையும் உடுத்தப்பட்டுப், பலவிதமான அணிகலன்கள் பூட்டப்பெற்று, மல்லிகை மலர்கள் சூட்டப்பட்டுப் பாலைப் பருகிப், பழங்களையும், வெல்லத்தையும், இனிப்புப் பண்டத்தையும் சிறிதே கடித்தவளாக இளா அமர்ந்திருந்தாள்.

குழற்கருவிகளின் ஒலி உயர்வதும், தாழ்வதுமாக, அந்த இசையின் இன்னொலி காற்றை நிறைத்தது. வயது முதிர்ந்த பெண்மணிகள் கூட வரச், சடங்குகளை ராதா நடத்தினாள். இளாவின் புதிய புடவையின் மூலைகளில் புனித மஞ்சள் அட்சதையை வைத்து, இந்தச் சடங்கினைக் காண வந்திருந்த குடும்பத்தாருக்கும், நட்புக் குழாத்துக்கும் கஸ்தூரி, குங்குமம் முதலியவற்றைக் கொடுத்தாள்.

இந்தவிதமாக ஐந்து நாட்கள் தொடர்ந்து நடைபெற்றது. குமரிப் பெண்ணான இளா, மல்லிகை மலர்கள், வேப்பிலைகள் பரப்பப்பட்டிருந்த மஞ்சத்தில் கிடந்தாள். தீய ஆவிகளை விரட்டும் பொருட்டு, இளம் பெண்கள், கைகளில் கம்புகளோடும், கூர்மையான பார்வையோடும் நின்றனர்.

மந்திர, தந்திரங்களோடு, விபூதியையும், புனித நீரையும் தெளித்த புரோகிதர்கள், அந்த இல்லத்துக்குப் பாதுகாப்பு தந்தனர். அவர்கள், மந்திர நீரைக்கொண்டு இளாவுக்குக் கண்ணேறு கழித்தனர்.

மறுநாள் காலை, வழக்கமான முறைப்படி, ராதா, ஊரிலுள்ள பிரமுகர்களுக்குப் 'புட்டு' என்ற இனிப்புப் பண்டத்தையும், பல்வேறு வெகுமதிகளையும் வாகனங்களில் ஏற்றிச்சென்று வழங்கினாள். சடங்கின் நிறைவு நாளாம், ஐந்தாவது தினத்தில், இளா தேவியை ஓர் உயரமான நடை மேடையில் அமர்வித்துப், புனித மஞ்சள் அட்சதை, குங்குமம், தேங்காய் முதலியவற்றை, அங்கு கூடியிருந்த அனைவருக்கும் ராதா வழங்கினாள்.

பெண்கள் சிரித்துக் கொண்டே இளாதேவியைச் சம்பங்கி தைலத்தில் நீராட்டினர். மல்லிகை மணத்துடன், மென்மையாகச் சிறிதே அசையும் இலைபோல, மன்மதனின் கரங்களில் அவள் அமர்ந்தாள்.

நறுமணமுடைய தைலத்தில் அவளுடைய கைகளை ஒருவள் அமிழ்த்த, மற்றொருவள் இளாவின் முடியிலிருந்து விழும் சொட்டுகளை உலர்த்த, இன்னொருவள் அதைச் சீரமைத்தாள்; ஒருவள் கஸ்தூரியை அவள்மீது பூச, இன்னொருவள், அவள் தேகத்தின்மீது வாசனைத் தூளைச் சொரிந்தாள்; மற்றொருவள் சிவப்பு நிறப் பாவாடையைக் கட்டினாள்; வேறெருவள்,

ராதிகா சாந்தமானாள் | தெலுங்கு மூலம்: முத்துப்பழனி | 43

ரவிக்கை அணிவித்தாள்; ஒருவள் மின்னும் தங்கத்தினாலான புடவையைப் போர்த்தினாள்; அவளுக்குத் தங்க நகைகளை இன்னொருவள் அணிவித்தாள்.

தன்னைப் பார்த்துக் கொள்ளுமாறு ஒருவள் ஆலவட்டம் காட்ட, சந்தனக் குழம்பை இன்னொருவள் பூசினாள். இவ்விதமாக, ராதா மகிழ்ச்சியோடு விழாவை நடத்தினாள்.

மல்லிகை மணத்தின் பொழிவினைப்போல அழகுமிக்கவளாய் அலங்கரிக்கப்பட்ட இளாவதியை, அவளுடைய தோழியர் அனுசூயா போன்ற பழமைப் பெண்கள் அமர்ந்திருந்ததும், அணிகள் அமைந்தும், மெத்தை இருக்கையைக் கொண்டதுமான தங்க நாற்காலிக்குப், பாடல்களைப் பாடிக்கொண்டும், சங்குகளில் ஒலியெழுப்பிக் கொண்டும், மாதவனோடு இளாவுக்கான திருமணத்தைக் குறிக்கும்விதமாக அழைத்து வந்தனர்.

எதிர்வரவிருக்கும் விழாவின் பொருட்டுத், தன் காதலன் கிருஷ்ணனைத் தயார் செய்வதில் ராதா, அன்போடும் ஊக்கத்தோடும் முனைந்தாள்.

சிவந்த முகத்தில் வியர்வை அரும்ப, இலவங்கப்பட்டையைக் கொண்டு தயாரிக்கப்படும் செந்நிறத்துகளும், கஸ்தூரியும் கோடிட்ட நெற்றி, கைவளைகளின் ஒலி, கவனமான கண்ணசைவு, மெல்லிடையிலுள்ள கச்சை அவிழல், நீண்ட குழற்கற்றைகள் கீழ்நோக்கிப் புட்டங்களில் மோத, மெதுவான பெருமூச்சு ஆகியவற்றோடு, ராதா தன் காதலனான கிருஷ்ணன்மீது சம்பகத் தைலத்தைத் தேய்த்து வருடினாள்.

சிதறும் முலாம்பழத்தைப்போல ஊசலாடும் கொங்கைகள் அவன்மீது உரசிடக், கன்னியர், கேசவனின் சுருட்டையான சிக்குண்ட குழற்கற்றையை வாரிச், சரி செய்தனர்.

தன் உள்ளத்தின் காதல் மேலெழுவதைப்போல ஒருவள் கிருஷ்ணனின் தேகத்தில் மஞ்சளைப் பூசினாள்.

வேறுசில அழகியர் சந்தனப்பசையை எடுத்துக் கொடுக்கக் களிற்றினை

யொத்த நடைகொண்ட ஒருவள், அதைக் கவனமாகப் பூசினாள்.

மணம் வீசும் தண்ணீரைப் பெரிய கோப்பைகளைக் கொண்டு, ராதா அவனை நீராட்டினாள். இது காமதேவனின் முடிசூட்டு விழாவைப் போன்ற நிகழ்ச்சியாக இருந்தது.

வாசனை வத்திகளின் புகையால், அவனுடைய முடியை ஒருவள் உலர்த்த, இன்னொருவள், அவனது சிக்குண்ட முடியைச் சீர்செய்ய, வேறொருவள், அக்குழற்கற்றையை முடிச்சிட்டாள். வாசனைத் திரவியத்தில் முழுக்கப்பட்ட மலர்களை ஒருவள் சூட்டினாள். இன்னொருவள், அவன் தன் வேஷ்டியை அணிவதில் உதவினாள்.

மற்றொருவள் அதன் மடிப்புகளைச் சரிசெய்யக் குனிந்தாள், அவனுடைய நெற்றியில் கஸ்தூரி திலகமிட்டு, ஆபரணங்களை வேறொருவள் பூட்டினாள். ஒருவள், அவனுடைய கழுத்தில் சந்தனத்தைத் தேய்த்தாள். இவ்விதமாக, ஒவ்வொருவளும், தம் இறைவனை அலங்கரித்து, வணங்கிப் பணியாற்றினர்.

எண்திசைக் காவலர்களின் வெகுமதிகளைப் போலப் பிரகாசமாக ஒளியூட்டும் காதணிகள், அவனுடைய காதுகளில் மிளிர்ந்தன.

கிருஷ்ணனின் முழுமையான பிரகாசத்தில், பெருநிறைவுற்ற சந்திரன், அதன் பளபளப்புக்கு அடிபணிந்தவனாக, அவனுடைய பாதங்களில் அமைந்தான்.

இரட்டைக்கிளி பதிக்கப்பெற்ற மரகதப் பதக்கம், கிருஷ்ணனின் மார்பினில் ஒளிகூட்டுவது, மன்மதனையே பிரமிக்க வைத்தது; அவனுடைய மார்பினில் பிரகாசித்த வைரம், விண்மீன்களைப் போல கதிர் பரப்பியது.

நீலநிறக் கௌஸ்துப மணியும், தங்கத்தின் சாயையைக் கொண்ட பீதாம்பரமும், மங்களம் பொருந்திய கருநிறக் கடவுளின் தேகத்தில், அவனுடைய எப்போதுமான பிரகாசத்தை மேலும் கூட்டியது.

கிருஷ்ணனை மகிழ்வுறச் செய்யும் முயற்சியில், அவனை எப்போதும் தன் விருப்பத்துக்கு வளைக்கத், தன்னையே ராதா, பயன்படுத்திக் கொள்ளுவாள் என்பதை அழகியர், எப்போதும் உதாரணம் காட்டுவார்கள்.

தன் சிவப்புக் கற்களைப் பலவாறு அணியும் ராதா, தன் கழுத்தணியை வைத்துத், தன் நகங்களை இறுக்குவது போலவே, நீங்களும் செய்ய வேண்டும், என்று அவனைச் சுற்றி நின்று, கண்ணேறு படாமல் காக்கும் பெண்கள், இவ்வாறு களிப்புடன் பேசினர்.

இவ்விதமாக உடையுடுத்தி, ஆபரணங்கள் அணிந்து, இரவுக்கு ஒளி கூட்டும் சந்திரனையும், தாரகைகளையும் போலத், தன் காதலியாம் இளாவைச் சந்திக்க அவன் ஆயத்தமானான்.

பின்பு, அவன் ராதையின் கையைப் பிடித்தவாறு, தன்முன்பாக வைக்கப்பட்ட காலணிகளில், தன் பாதங்களை வைத்து, அவற்றைச் சரியாகப் பொருத்திக் கொண்டான். மணம் பரப்பும் மலர்களைக் கொண்டதொரு உயரமான இருக்கையில் அவன் அமர்ந்தான்.

உரிய வேளை வந்தது. உற்சாகமுற்ற பெண்கள், இளாவின் நாயகன் காத்திருப்பதால், அவளை அங்கே செல்லுமாறு வற்புறுத்தவே, அவளும் நாணத்தோடு தலைகுனிந்தவாறு வெளிவந்தாள்.

சுழலும் பாவாடை, சலசலத்து ஒளிகூட்டும் புடவை மற்றும் ரவிக்கையின் மடிப்புகள், அவளுடைய முழுமையான மார்பகங்களின் உறுதியைத் தாங்கிடத், தங்கச் சதங்கைகள் ஒலியெழுப்பத், தாமரைக் கண்ணியான அவள், யதுகுலத்து அரசனின் முன்பாக வந்தாள்.

நல்ல நேரம் வந்ததும், கர்க்கரும் ஏனைய ரிஷிகளும் திருமணச் சடங்கை நடத்தி வைக்கக் கிளம்பினர். மறைமுழக்கம் எழுந்தது. முழவுகள் உரத்து ஒலித்தன. பெருமகிழ்ச்சியோடு வானவர், விண்ணுலகிலிருந்து மலர்களை யும் ரோஜா இதழ்களையும் பொழிந்தனர்; கூடியிருந்த விருந்தினர், கவர்ந்திழுக்கப்பட்டவர்களாக, அனைத்தையும் கண்டுகொண் டிருந்தனர்.

சடங்குகள் முடியவே, ஹரியும் இளாவும், கணவன்–மனைவியாக

நின்றார்கள்; கூடியிருந்த உறவினரும், நண்பர்களும் திருமண விருந்தில் பங்கு கொண்டார்கள்.

மகிழ்ச்சியோடும் பெருமிதத்தோடும், நந்தகோபன், ஒருபுறம் அன்பான வார்த்தைகளும், இன்னொருபுறம் புன்னகையுமாக, எல்லோருக்கும் வெகுமதிகள் வழங்கி, விருந்தினர் அனைவருக்கும் நன்றி தெரிவித்தார்.

கிருஷ்ணன், குதூகலமாகப் பாயஸத்தையும் தாம்பூலத்தையும் பெற்றுத், தன் புது மனையாட்டி அளித்த, நவமணிகள் பதிப்பிக்கப்பட்ட காலணிகளை அணிந்தான்.

ஓய்வெடுக்கும் பொருட்டுத், திருமண மண்டபத்திலிருந்து அகன்ற அவன், நறுமணம் வீசும் புத்தம்புது மலர்களைக் கொண்ட விசாலமான படுக்கையைக் கண்டான். இன்னிய ஒலி மென்மையாக இருந்தது. சரிகைகளைக் கொண்ட திரைச்சீலைகள் அங்குமிங்குமாய் ஆடின. மென்மையான தலையணைகள், அந்தப் படுக்கையில் வைக்கப்பட்டிருந்தன. மிகப்பெரிய நிலைக்கண்ணாடிகளும் அந்த அறையில் இருந்தன. உள்ளே பிரவேசித்தான் கிருஷ்ணன்.

மங்கலம் தரும் செம்மஞ்சள் நிறத்தில் அலங்கரிக்கப்பட்டுச் செம்பழுப்பு நிறத்தில் உடுத்தப் பெற்றுச், சந்தனம் பூசப்பட்டு, நீண்ட கூந்தல் சடையாகப் பின்னப்பட்டு, அதில் அணிகலன்கள் பொருத்தப் பெற்று, நெற்றியில் கஸ்தூரி திலகமிடப்பட்டு, மல்லிகை மற்றும் ஜவ்வாதைக் கொண்டு மணமூட்டப் பெற்று, மானினையொத்த விழிகளில் கருமையான மைதீட்டப் பெற்று, ராதையால் புத்தாடை உடுத்தப் பெற்றவளாய் இருந்தாள் இளாவதி.

கடவுளின் அழகான படைப்புகளில் ஒன்றாகவும், கடல் மட்டத்துக்கு மேலே வந்த இலக்குமியைப் போலவும் ஆலவட்டம் பிரதிபலித்தது.

கைடபன் எனும் அசுரனைக் கொன்றவனே! உன் முத்தங்களை இந்த இளம்பெண்ணின் உதடுகளால் தாங்க முடியுமா? இடையர்களில் சிங்கம் போன்றவனே! இவளுடைய இளமுலைகள், உன் கீறல்களைத் தாங்க

முடியுமா? சாணுரனுடன் போரிட்டவனே! இவளுடைய துடைகளின் இடையே உள்ள உறுப்பு, உன் வீரியத்தைத் தாங்குமா? மதகரியைக் கொன்றவனே! இவளுடைய மென்மையான தேகம் பிழைத்திருக்குமா?

சங்கடத்தோடு நாணி முகஞ்சிவந்து தலைகுனிந்து, வெட்கம் மேலிட்ட இளாவைக், கிண்டலும் கேலியுமாகப் பெண்கள் சூழ்ந்திருக்கச் சம்பந்தப் பட்ட ராதிகா, அவளைத் தனக்கு நெருக்கமாக இழுத்து, அவளுக்கு ஆறுதலும், ஆலோசனையும் கூறினாள்.

"உன் மணவாளன் உன்னைத் தழுவும்போது, அவனை உன் மார்புக்கு எதிராக வைத்து, மெதுவாக அழுத்து; உன் கன்னத்தில் அவன் முத்தமிடுகையில், நாணத்துடன் திரும்பிக் கொள்; உன் உதடுகளால் அவனுடைய வாயிதழ்களை மென்மையாகத் தொடு; உன்னுள்ளே அவன் நுழைக்கும்போது, அவனுக்கெதிராகவும், வன்மையாகவும் அசைந்து, அவனை எழுப்பு; காமக்கிரீடை செய்யும்போது, அவன் சோர்வுற்றா னாகில், அவன்மீது நீ படுத்துக்கொண்டு, பொறுப்பை விரைவாக மாற்றிக் கொள்; ஊக்கமளித்து அவனை மெதுவாக இணக்குவி; இதை, அதாவது அவனே உன் இறுதியான காதலன் என்பதை ஒருபோதும் மறவாதே; எனவே, அவனை உண்மையுடன் நேசி, கனிவோடு காதலி, அவனும் உன்னைக் காதலிக்குமாறு செய், இது என் அறிவுரை, ஆனால் உனக்கே இவையெல்லாம் நன்கு தெரியும். உண்மைக் காதலுக்கு எல்லையோ, விதிமுறைகளோ கிடையாது."

இவ்வாறு யுவதியான இளாவுக்குக், காம சாத்திரத்திலிருந்து மேற்கொள் களைக் காட்டி விவரித்தாள் ராதா.

"மங்கலகரமான வேளை வந்துவிட்டது, விரைந்து சென்று
காமலீலைக்குத் தயாராகு, மேலும் தாமதியாதே."

கனிவோடு ஒரு யானையை இட்டுச் செல்வதுபோல், இளாவைக் காத்திருக்கும் கிருஷ்ணனிடம் அழைத்துச் சென்ற ராதா, அவனிடம் கூறினாள்.

“ஆண்டவனே! யானையின் கால்களில் ஒலிப்பதுபோல,
இவளுடைய காற்சிலம்புகள் ஒலிக்கின்றன;
இவளுடைய இடைக்கச்சைகளின் மணிகள்,
பசுவின் கழுத்திலுள்ள மணிகளைப்போலச் சத்தமிடுகின்றன;
இவளுடைய வயிற்றின் அடிப்பாகத்தில் சந்தனம் பாய்கின்றது;
இவளுடைய உருண்டையானதும், வலுவானதுமான முலைகள்,
திருப்பி வைக்கப்பட்ட பானைகளைப்போல் உள்ளன;
கிருஷ்ணா! இதோ, உன் மணப்பெண் உன்னிடம் வருகிறாள்:
அவளுடைய பளிச்சிடும் அழகானது, உன் பார்வையை
எதிர்நோக்கி, ஆவலுடன் காத்திருக்கின்றது; இவளுடைய
மார்பகங்கள் என்னுடையவை போலில்லாமல்,
மலரவிருக்கின்ற மொட்டுகளைப் போன்று, உணர்திறம் உள்ளவை;
அவை, உன்
கீறல்களைத் தாங்கமாட்டா; இவளுடைய வாயிதழ்கள்,
என்னுடையவை போலில்லாது, இளநிலை இலைகளைப் போல்
பச்சையாகவும்,
முதிர்ந்த பவளங்களைப் போன்றுமிருப்பவை;
அவற்றை அழுத்தமாகக் கடிக்காதே; இவளுடைய துடைகள்,
இறுகப் பற்றிய என்னுடையவை போல இல்லாது, வாழைத்
தண்டுகளைப் போல் மென்மையானவை; தேகமோ
என்னுடையதைப் போன்றில்லாமல்,
கொடிமுந்திரிச் செடியைப் போன்றது;
தங்கத்தைப்போலக் கட்டுரைப்புள்ளது. இவள் நான் அன்று;
நானும் இவளன்று; விளையாட்டுக்குப் புதிதான, அனுபவமில்லாத
வொரு குழந்தை இவள்; காமலீலையில் உனக்கு எவ்விதத்திலும்
இணையானவள் அல்ல;
உனக்கு அது தெரியும்;
பெண்களைக் கையாளுவதில் உனக்கு நான் சொல்லித்தர வேண்டுமா,
என்ன?
அதிலே பெருந்திறமை கொண்ட உண்மையான நாயகன்
அல்லவா நீ?

ராதிகா சாந்தமானாள் | தெலுங்கு மூலம்: முத்துப்பழனி | 49

"இவளுடைய மென்மையான தேகத்தைத் தொடு; கசக்காதே!

இவளுடைய உதடுகளின்மேல் நாக்கினால் தொடு; கடித்துவிடாதே! இவளுடைய கன்னங்களைத், தொட்டும் தொடாததுபோல் வருட மட்டுமே செய்; கீறல் ஏற்படுத்திவிடாதே; உன் விரல் நுனிகளால், இவளுடைய முலைக்காம்புகளைத் தடவிக்கொடு; கசக்கிப் பிழியாதே! இவளை மெதுவாகத் தாங்கிப்பிடி; இறுக்காதே; இனிமையாகவும், கவனமாகவும் நெருங்கு; முரட்டுத்தனமாக இருக்காதே, காதல் செய்வதில் நீ பெருந் திறமையுடையவன்; காதலுக்கு விதிமுறைகள் இல்லையென்பது உனக்குத் தெரியுமென்பதை நான் அறிவேன்; நீங்களிருவரும் ஒருவரோ டொருவர் இணைந்து, இன்பத்தில் திளைக்கவிருக்கையில், என் அறிவுரை யைக் கேட்பாயா, என்ன?"

இவ்வார்த்தைகளோடு ராதா ஹரியினிடத்தில் அவனுடைய புதுமணப் பெண்ணை ஒப்புவித்தாள். ராதையை இறுகப் பிடித்துக் கொண்டிருந்தாள், இளா. அப்பிடியிலிருந்து தன்னை விடுவித்துக்கொண்டு. 'நான் விரைவில் திரும்பி வருவேன்' என்று ராதா சொல்லிப் போனாள். அவளுடைய கொங்கைகள் காதலை விரும்புவதாக உயர்ந்து, அவளது உள்ளத்தில் மகிழ்ச்சியும் சோகமும் கலந்ததான குழப்பம் உண்டாயிற்று.

தான், தனித்து விடப்பட்டவளாயும், எதையோ இழந்துவிட்டவள் போலவும் தவிப்புற்றுத் தன் தோழியர்மீது சாய்ந்தவாறு, தனக்கே உரியவனான வாசுதேவனை விட்டுச் செல்வதில் துயருற்றாள் ராதா.

கிருஷ்ணனின் சயன அறைக்கதவு மூடப்பட்டதை, மீண்டும் மீண்டும் பார்த்து, நம்பிக்கையிழப்பை உணர்ந்தாலும், தன் கௌரவத்தைக் காத்துக் கொள்ள முயன்றாள் அவள். கனத்த இதயமும், கண்களில் நீருமாக, நழுவுகின்ற கைவளைகளையும், மணக்கும் மலர்களையும் பார்த்தாள், மின்னுகின்ற தன் கூந்தலைப் பின்னலிடுவதும். பின்பு அதை அகற்றுவது மாகவிருந்தாள். கழுத்தணி சரிந்தபோது, அதைத் தன் புடவைத் தலைப்பைப் கொண்டு சரிசெய்தாள்; மன அழுத்தத்தைச் சமனப்படுத்த இயலாதவாறு, அவள் தன் சயன அறைக்குள் நுழைந்தாள். மலர்களின் நறுமணம், சாம்பிராணியின் நெடி சூழ அழகாக அலங்கரிக்கப்பட்டிருந்த

படுக்கையின்மீது கிடந்த பட்டுத்திண்டுகளின் குவியல்மீது, தன் முதுகைச் சாய்த்தவாறு கிடக்கலானாள். அவளுடைய மனத்தளர்வை நீக்கப் பணிப் பெண் ஒருவள் ஒத்தடம் கொடுத்தாள்.

படுக்கையில் கிடந்த ராதா எண்ணலானாள். 'விலை மதிப்பில்லாத ஆபரணங்களை ஒருவர் கொடுத்துவிடலாம்; உறவுகளைக்கூட விட்டுக் கொடுக்கலாம்; ஏன், மதிப்புமிக்க உயிரைக்கூடக் கொடுத்து விடலாம்; ஆனால், தனக்கே உரிய சொந்தக் காதலனை இன்னொருவருக்கு விட்டுக் கொடுப்பதென்பது மனிதத்தன்மை கொண்ட ஒருவருக்குச் சாத்தியமான காரியமா? எந்தப் பெண் தான் அவ்விதம் செய்வாள்?'

'அநேகமாக இந்நேரம், புறவொலியை எழுப்பும்விதமாக, அவள்மீது அவன் படுத்தவாறு லீலையில் இறங்கியிருப்பான். அவளும் மோதிக் கொண்டிருப்பாள்; அவளுக்குச் சிறிது திறமை முன்பே உண்டு; கொஞ்சம் வெட்கமும், நம்பிக்கையின்மையும் இருக்கக்கூடும்; ஆயினும், இந்நேரம், அவளை வெட்கத்திலிருந்து விடுபடச் செய்து, தன் வழிக்கு அவளைக் கொண்டு வந்திருப்பான் அவன்; அநேகமாக, எதையேனும் கிசுகிசுத்த வாறே அவளைத் தழுவியிருப்பான்; இந்நேரம் அவளை நெருக்கமாக வைத்துக் கொண்டு, அவன் எல்லாவற்றையும் தொட்டிருப்பான்; அவளுக்கு அனைத்தையும் கற்பித்தும் இருப்பான்.'

ராதையின் இதயம் கனத்தது; மனம் அமைதியிழந்து, விரஹ வேதனையுடன், காமனின் நயவஞ்சகம் உள்ளுக்குள் எரியத் தொடங்கித் துயரத்தால் ஆட்கொள்ளப் பெற்றுப், புலம்பலுடன், இரவு முழுவதும் கண்ணிமைகள் மூடாது, உறக்கமிழந்திருந்தாள் அவள்.

அங்கே, கிருஷ்ணன், தன் புதுமனைவியோடு காமலீலையில் மும்முரமாக ஈடுபட்டிருந்தபடியால், அவர்களும் உறங்கவில்லை. அல்லிசைப் பறவையின் குரல் கொண்ட இளாவிடம், "ராதிகாவின் வார்த்தைகளை நீ கேட்டாயா?" என்று வினவினான் கிருஷ்ணன்.

நாணத்தோடு தலைகுனிந்து அவள் பேசாமலிருந்ததும், அவனுக்கு அவளிடம் இரக்கம் பிறந்தது. "இன்குரல் கொண்டவளே; நாமிருவரும்

ராதிகா சாந்தமானாள் | தெலுங்கு மூலம்: முத்துப்பழனி | 51

குழந்தை பருவத்திலிருந்து நட்பு கொண்டவர்கள். அப்படியிருக்க நீ ஏன் வெட்கமுறுகிறாய்?. நிலவையொத்த முகமுடையவளே! முன்பே நாம் உரையாடுவது உண்டல்லவா? பின் நீ ஏன் இப்போது மௌனமாயிருக் கிறாய்? நாள் எல்லாம் நாம் சேர்ந்து விளையாடியிருக்கிறோமே, தாமரைக் கண்ணியே! பின் ஏனிந்தப் பேசாநிலை? அழகியே, ஏனிந்தக் குழப்பம்? உன் முகத்தைச் சற்று காட்டு, என் இன்முகக் காதலியே! முத்தங்களைப் பொழிந்திடு, ஏன் என்னிடமிருந்து மறைந்து நிற்கிறாய்?

ராதையால் நிச்சயிக்கப்பட்டவாறு, இன்றிரவு நாம் காம விளை யாட்டை நடத்த வேண்டும், அவ்வாறு செய்யாவிடில் மன்மதன் உள்ளத்தில் கோபந்தான் எழும். ஆகையால், அன்பே! என்னருகே விரைந்து வா.

“மௌனம் இங்கே நற்பண்பாய் இராது. காமதேவன் வந்தானென்றால், நாம் எங்கே ஒளிவது? அப்படியொரு நிலையை உன் வெட்கத்தால் கையாள முடியுமா?”

இதைக் கேட்டபின், இளா, ஒரு வெற்றிலையில் பச்சைக் கற்பூரமும் சிறிது சுண்ணாம்பும் தடவி அதை அன்போடு ஹரியிடம் கொடுக்க, அவனும் அதை அன்போடு ஏற்றுக்கொண்டான்.

பின்னர், அவன் அவளுடைய கொங்கைகளைப் பற்றிட, அவனுடைய நகங்கள் அவற்றில் கீறலிட அவள் வலியால் வேதனையுற்றாள். கூச்சப்பட்ட அவள் தன் முகத்தை மூட, அவன் அவளுடைய ரவிக்கையின் முடிச்சுகளை இழுக்கவே, அவள் ஓட முயற்சித்தாள். அவன் ஏளனமாகச் சிரித்ததும், அவள் கோபங்கொண்டதைப் போலப் பாசாங்கு காட்டித் திரும்பினாள். அவளுடைய கண்களை அவன் மூடிட, அவள் தன் காதுகளைப் பொத்திக்கொண்டாள். அத்தனை பேதைமை! இளா, கிருஷ்ணனிடம் வேடிக்கை காட்டினாள்.

அவள்மீது மென்மையான முத்தங்களைப் பதித்து, அவளுடைய முகத்தைப் பிடித்து நேயமான வார்த்தைகளைக் கிசுகிசுத்துத், தன் முகத்தை அவளுடைய முகத்தோடு நெருக்கமாக வைத்து, முராரி, அன்போடு அவளைத் தொட்டு, அவளுடைய வெட்கத்தைப் போக்க முயன்றான்.

நாணமும் காமமும் ஆட்சி செய்யப் போரிட்டன. இளா அடக்கத்தோடு தன் முகத்தை மூடிக்கொண்டாள். ஆனால், அவளுடைய தலைவனோ, காமலீலைக்கான எல்லாப் பகுதிகளையும் விரிந்த கண்களோடு பார்த்தான்.

எளிதில் மருளும் சுபாவமுடைய அவள், துணிச்சலும் தைரியமுங் கொண்டு, ஏதோ சொல்லிவிட்டு அமைதியானாள். பற்களின் நறநற வென்ற ஒலியோடு, அவனையொரு முறை உற்று நோக்கிவிட்டுத், தன் கண்களை மூடிக் கொண்டாள். அவனுடைய தேகத்தில் ஒரு படபடப்பு. உடலின்பத்தை எதிர்நோக்கியிருக்கும் இப்பெண், எதிர்மறைக் குவிய லெனக் காட்சி தந்தாள்.

தன் முகத்தை அவனுடைய மார்பில் இறுக்கமாக வைத்து, தாமரைக் கரத்தழுவுதலை எதிர்நோக்கித் தன் மார்பகங்களை அவன்மீது நெருக்கமாக வைத்து, அசைக்க முடியாதவாறு அவள் நின்றாள். அவனோடு கூடுவதற்குத் தீர்மானித்தபோதும், அவள் ஏனோ தயங்கி நின்றாள்.

அவனை முத்தமிட முயன்று தடுமாறினாள்; பேச முயன்றபோது குரல் தழுதழுத்தது; ஒரு வெற்றிலைச் சுருளை அவன் கொடுத்தபோது அரை வெற்றிலையை மட்டும் எடுத்துக்கொண்ட இந்தப் புது மணப்பெண்ணை வெட்கம் திணறச் செய்தது.

மலர்கள் வாடியபின், கழுத்தணி ஒருபுறம் சாய, முத்துச்சரங்கள் தளர்வுற, அவன்மீது அவள் ஏறிக்கொண்டு, காமலீலையில் தன் நாயகனுக்குத் தான் இணையானவள் என நிரூபிக்கலானாள்.

இவ்வாறு, காமத்திலான லீலைக்காகப் பலநிலைகளில் மகிழ்ச்சியும், திருப்தியும் கொண்டோராகக் கிருஷ்ணனும், இளாவும் திளைத்தனர்.

கதிரவன் உதித்தான்; விடியல் புலர்ந்தது; உலகம் விழித்தது; மக்கள் ஆரவாரத்தோடு நகரலாயினர்; அந்தணர்கள், நீண்ட நேர ஜபத்துடன் நீராடினர். காமம் பெருக்கெடுத்த இரவுக்குப்பின் இந்த இளம் தம்பதி ஓய்வெடுக்கலாயினர்.

உறக்கமில்லா இரவினால் களைத்துச், சோர்ந்து போயிருந்த பணிப்

பெண்கள், எப்போது தாம் அழைக்கப்படுவோமோவென்று காத்திருக்க, ராதா எழுந்து, தன் உடைகளைச் சரி செய்துகொண்டு, நேராக நந்தகோபனின் இல்லமிருந்த பகுதிக்குச் சென்று, கதவைப் பலமாகத் தட்டினாள்.

நீண்ட இரவு முழுவதும் காமலீலையில் மூழ்கியிருந்ததால், களைத்துப் போய்ச், சிறிது ஓய்வு கொண்டிருந்த இளாவும், கிருஷ்ணனும், இந்தப் பலத்த ஓசையால் திடுக்கிட்டு எழுந்தார்கள்.

ஈரமாயிருந்த அவளுடைய கன்னங்களைத் துடைத்துக் கண்ணிமை களில் கலைந்திருந்த மையைச் சரிசெய்து, அலங்கோலமாயிருந்த அவளுடைய கூந்தல் கற்றையைச் சரியாக்கி, அழகான முடிச்சிட்டுக் கழுத்தணிகளை நேர்செய்து, அவள் தந்த தாம்பூலத்தில் பாதியை எடுத்துக்கொண்டு, மறுபாதியைத் திருப்பிக் கொடுத்துவிட்டான் ஸ்ரீஹரி. சற்றும் எதிர்பாராத கதவோசையைக் கேட்ட இத்தம்பதி, ராதையின் காற்சிலம்போசை மீண்டும் வலுவடையவே, படுக்கையிலிருந்து, ஆளுக்கொரு புறமாகப் படுக்கையிலிருந்து குதித்துத், தனித்தனியே நின்றார்கள்.

இளா, கதவைத் திறந்தாள். கிருஷ்ணன், ராதையை உள்ளே வருமாறு அழைத்தான். ராதையின் கையிலிருந்த கிளி, ஹரியின் மீதாகச் சென்று, "அவளுடைய முடியிலிருப்பவை, கருநிறங்கொண்ட மணி வடிவச் செடிகள் அல்ல; காமக் கடவுளின் கணைகள்; தாமரைக் கண்ணனாகிய கிருஷ்ணா! அவளுடைய மூக்குத்திகள் நீலக்கற்களால் ஆனவை அல்ல; அதுவொரு முத்து. இறைவனே! அவளுடைய மார்பினில் காணப்படுவது, சந்தனமோ, கஸ்தூரிப் பசையோ அல்ல; தென்றலால் கொண்டுவரப்பட்ட தூசு மட்டுமே. காமதேவனின் தந்தையே, அவளுடைய தேகத்தில் காணப்படுவது சந்தனம் இல்லை. மலர்களின் மகரந்தத் தூள் மட்டுமே.

"காமன் கணைகளின் தீயால் தாக்கப்பட்டு, அதை மறைக்க முடியாமல் உள்ளடக்குகிறாள். இப்போது இங்கிருப்பவள் துணிச்சலான ராதா. அவளுடைய வலியை, நீ மட்டுமே போக்க முடியும்."

“தாமரைக் கண்களைக் கொண்ட இறையே! விரைவாகக் கேள். ஏனெனில், நறுமணமுடைய இப்பெண்மணி, பெரும் வேதனைக்குள் ளாகி இருக்கிறாள்; அவளுடைய ஆபரணங்கள் தீயைப்போல் பளிச்சிட்டு, ஜ்வாலைகள் வீச, அதை மின்மினிப் பூச்சிகளென்று எண்ணிப், பணிப்பெண்கள் பிடிக்கப்போய், அது அவர்களுடைய விரல்களைச் சுட்டெரித்து விட்டன.”

“ஐயனே! நீ இங்கிருந்தால், அப்பெண்மணிக்கு நேரம் நகருவதில்லை, அவனருகில் நீ இல்லாதிருந்தால், இரவு நேரம் முடிவே இல்லாததாகி விடும், அவளுக்கு அது சிவராத்திரி.”

“தாமரைக்கண்ணா! நாமெல்லாம் கண்டதோ, கேட்டதோ இல்லையா? விரஹத்தால் புலம்பும் பெண்மணிகளின் கதைகளை! புலம்பல் ஒருபோதும் உரத்திருந்ததில்லை.”

“அவளுடைய நுண்ணிய உதடுகளை, நீ கடித்துக் காயப்படுத்தி யிருக்கிறாய். இளம் மொட்டுகளைப் போன்ற அவளுடைய முலைகளில், நீ நகக்குறிகளைப் பதித்திருக்கிறாய், அவளுடைய பட்டு போன்ற குழற்கற் றைகள் சிக்காகிவிட்டன. அவளுடைய அணிகலன்கள், கடுமுடிச்சுகளைக் கொண்டுள்ளன. அவளுடைய உடைகள் கசக்கப்பட்டுள்ளன. அவளு டைய மென்மையான தேகத்தை நீ பிழிந்துள்ளாய். இந்த இளம் பெண்ணுக்கு அதிகக் களைப்பை உண்டாக்கியிருக்கிறாய்.”

“ஆண்கள், தம்முடைய திருப்திக்காகப் பெண்களின் தேவைகளைப் பொருட்படுத்தாமலிருப்பது எவ்வளவு அவமானம்.”

இளாவிடம் அக்கறை போன்ற பாசாங்குடன், தன் சொந்த ஆசைக்கு வாய்ப்பிடம் தந்தாள் ராதா.

இவ்வார்த்தைகளைக் கேட்டு, அவற்றினுள் பொதிந்துள்ள ஆசையை அறிந்துகொண்டவொரு தோழியும், பணிப்பெண்ணும் ராதையைக் கிருஷ்ணனின் கரங்களினூடே தள்ளினர். அவனுடைய அகன்ற மார் பினைப் பற்றிக் கொண்ட ராதிகா, அவனால் தழுவப்பட்டபோது, சிரித்தவாறே இளா ஓடிவிட்டாள்.

இவ்வாறு கிருஷ்ணனாகிய கடவுளும், அவனுடைய உண்மைக் காதலி யான ராதிகாவும், தமது காம விளையாட்டைத் தொடங்கலானார்கள்.

காதலுக்கு ஏங்கும் இவ்விரு யானைகளும், மலர்கள் தூவப்பட்டிருந்த மஞ்சத்தில் காமலீலையின் முன்செய்கைகளில் ஒருவருக்கொருவர் இன்பம் தந்து கொண்டிருந்தனர்.

வார்த்தைகளாலும் செயல்களாலும், உடைகளை இறுகப் பற்றுவதும், கடுமையாகத் தொட்டுக்கொள்வதும், அணைத்துக் கொள்வதும், மற்போர் வீரர்களைப்போல ஒருவரையொருவர் பிடித்துக்கொள்வதும், கூர்வீச்சுப் பார்வைகளோடு கன்னங்களும், துடைகளும் அழுத்தப் பெறுவதும், ஒருவர் மீதொருவர் ஏறியவாறு சிரித்தவாறே சண்டையிடுவதுமாக, ராதிகாவும் ஸ்ரீஹரியும் நிறைவான மகிழ்ச்சியுடன் ஈடுபட்டு, உரை யாடினர்.

''என் கடவுளே! எல்லா விவரங்களையும் கூறு'' என்றாள் ராதிகா. எப்போதும் தந்திரமானவனாகிய கிருஷ்ணன் கூறினான்;

''என் அன்பிற்கினியவளே! உன் உணர்வுமிக்க துடைகள் என்னை அடிமையெனப் பிடித்துக் கொண்டவை, அந்த மெலிந்த துடைகளைப் பற்றி எனக்கு அக்கறையில்லை.''

''ஆனால், என் அன்புக் காதலனே! அவள் உன்னை வசியப்படுத்தினாள் என்றே தோன்றுகிறது. அவள் உன்னை மயக்கியதால் தான், அவளோடு உறவு கொண்டாயா? செய்கைகளுக்கான வழிகாட்டுதலில் அவள் தலைமை கொண்டாளா?''

''என்னையொன்றும் கேட்காதே.''

''அப்படியானால் என்னைப் புணர்ந்து, என்னைத் திருப்தி செய்.''

''ராதிகா! நீ அனுபவம்மிக்கவள், வா! நாம் காமலீலையில் ஈடுபடுவோம்.''

''கிருஷ்ணா! நீ அவளை முத்தமிட்டாயா?''

“இல்லை ராதா! அவளுடைய உதடுகள் கசந்தன.”

“அவளுடைய முலைகளைக் கசக்கினாயா?”

“இல்லை, அவை மிகவும் சிறுத்திருந்தன.”

“அவளுடைய துடைகளினிடையேயுள்ளதை நீ சுவைத்தாயா?”

“இல்லை, அது மிகவும் சிறியதாயிருந்தது.”

“அவளுடைய அழகிய தேகத்தை நீ அணைத்தாயா?”

“இல்லை, ஆனால் அதுவொரு கொடிபோல் சுற்றிக் கொண்டது.”

“அப்படியானால் நீ அவளோடு எவ்விதம் புணர்ந்தாய்?”

“புதிதான கூடல் ஒருபோதும் மகிழ்ச்சி தருவதில்லை, அனுபவமே இல்லாதவொருவளை எவ்வாறு புணர முடியும்?”

“புணர்வதற்கு முன்பான முற்செய்கைகள் உன்னை ஆட்படுத்தினவா?”

“அத்தனை பேதைமையுள்ள ஒருவளுக்கு, முற்செய்கைகள் என்ன வென்று எவ்வாறு தெரியும், ராதா?”

நேரம் பறந்துகொண்டிருந்தது. இசையெழுப்பும் புள்ளினம் மீண்டும் உரக்கப் பாடுவதன் பொருட்டு விழித்தன. கதிரவனும் மேலெழுந்தான். சந்திரனோ, தன் மேற்றிசை இருப்பிடத்தை அடைந்தான். சந்திர காந்தக் கற்கள் மறைந்தன. விண்மீன்கள் மங்கலாயின, விளக்கொளியும் அகன்றது.

தாமரை மொட்டுகள் மலர்ந்தன, கதிரவன் எழுந்ததால், சந்திரனின் ஒளிக்கற்றைகளில் பயணிக்கும் ஐக்கவா மற்றும் சகோரப் பறவைகள் ஓய்வு கொள்ளலாயின. அது மீண்டும் புலர்ந்த காலைப்பொழுது.
சின்னக் கண்ணன் மற்றும் தன்னுடைய ஆசான்,

தாத்தாச்சாரியாரின் நல்லாசிகளோடும், முத்துகளையும், தங்கத்தையும், ஆபரணங்களையும் மற்றம் பல விலைமதிப்பற்ற வெகுமதிகளையும்

வழங்கியுள்ள, தஞ்சை மன்னர், பிரதாப சிம்மரின் பயிற்சியாலும், இலக்கியம், இசை, நடனம் ஆகியவற்றில் நன்கு தேர்ந்தவளான முத்துப் பழனியால் இயற்றப்பெற்ற 'ராதிகா சாந்தமானாள்' எனும் சிருங்காரக் காவியத்தின்

முதலாம் அதிகாரம் நிறைவுறுகின்றது.

இரண்டாம் அதிகாரம்

ராதையின் இதழமுதத்தை ஒருவர் சுவைப்பதாயின், அவர் நிரம்ப ஆசிகள் பெற்றவராய்த் தானிருக்க முடியும். அப்படிப்பட்ட ஒருவன், ஆட்சி புரிபவனும் அன்புள்ளங் கொண்டவனுமான இறைவன் கிருஷ்ணனையன்றி வேறெவருமே இல்லை.

வியாசரின் சிறப்புமிக்க மகனான சுகமுனிவர், மன்னர் ஜனகருக்கு, ராதிகா சாந்தமடைதலை, இனிய சொற்களால் விவரிக்கத் தொடங்கினார்.

நீண்ட இரவு முடிவுற்றதும், கிருஷ்ணன், தன் இல்லக்கிழத்தி இளாவிடம் விடைபெற்றான். ராதா, தன் பொறாமையைக் கவனமாய் மறைத்துக்கொண்டு, அமைதியாக ஆனால், மன உறுதியுடன் அவளை வீட்டுக்கு அழைத்துப் போனாள்.

"இதோ பார்! அவன் உன்னை எவ்வளவு களைப்படையச் செய்திருக் கிறான். நெடுநேரம் அவனை எச்சரித்திருந்தேன். என்னுடன் வந்து சிறிது ஓய்வெடுத்துக் கொள்" எனக் கூறி, இளாவை, ராதா வீட்டுக்கு அழைத்துப் போனாள்.

தலைவனின் காதணிகளில் இருந்தது போலவே, இளாவின் கன்னங்க ளிலும் மருத்தோன்றியின் கறை படர்ந்திருந்தது, செவ்வண்ணத் தாம்பூலச் சாறு அவளுடைய மார்பகங்களில் தெளித்திருந்தது. அவை, கிருஷ்ணனின் கௌஸ்துபத்தைப் போலவே ஒளிர்ந்தன.

காயப்பட்ட உதடுகளின் செந்நிறம், மாதவனின் வேய்ங்குழல்போல் காட்சி தந்தது. இறைவன் பள்ளி கொள்ளும் ஆதிசேடனைப் போல், அவனுடைய கலைந்த கேசமும் சடைக்கற்றையும் இருந்தன.

உள்ளிருந்து வெளியே ஒளிர்வது போன்ற பிரகாசத்துடன், இளா ராதிகாவைப் பின்தொடர்ந்து வந்தாள். அவளைக் கண்ணுற்ற பணிப் பெண்கள், அவளுக்கு அறிவுரைகளைத் தாராளமாக வழங்கத் தொடங்கினர்.

“ஒரு மனிதன் கடித்துவிட்டால் அதற்கு வேறு மருந்தில்லை. சந்தனக் குழம்பைத் தடவி முயற்சி செய். விரற்குறிகள் மறைவது கடினம். குங்குமத் தைத் தடவிப்பார். நீலவண்ணமாகக் காயமடைந்து, கன்றிப்போன துடைகளில் அவை தணிவதில்லை. ஆகையால், மணம் நிறைந்த நீரில் குளித்து முயற்சி செய். காமத்தின் உச்சமான வேகச் செயல்கள் உன்னைப் பெரிதும் சோர்வடையச் செய்துள்ளன. எனவே, தேகத்தில் சந்தனம் பூசு. காமதேவனின் செய்கைகள் முடிந்தன; பளபளக்கும் கன்னங்களில் வாசனைத் தைலங்களைத் தடவி முயற்சி செய். மூலிகைகளைக் கொண்டு இவளுடைய வலிவைத் திரும்ப உண்டாக்குங்கள். கொஞ்சம் வெற்றிலை யை கொடுங்கள். இப்படியெல்லாம் அவர்கள் கூறினர்.

காமதேவனின் செய்கைகளில், இரவின் நெடுநேரத்தைக் கழித்த அந்த இளம்பெண்ணின் அயற்சியை மறையுமாறு செய்ய அவர்கள் தொடங்கினர்.

வீங்கிய சிவந்த உதடுகளும், கன்னங்களில் முத்தக் குறிகளும், நீண்ட கருங்குழல் முதுகில் புரள, உறக்கமின்மையால் மங்கியிருந்த கண்களும், கைவளைகளின் பதிவுச் சுவடுகளைக் கொண்ட கழுத்தும் கொண்டவ னாகக் கிருஷ்ணன், தன் அறையிலிருந்து வெளியே வந்தான்.

விரைவில், வாசனைப் பொருள்கள் கலக்கப்பட்ட நீரில் குளித்தும் புத்தாடைகளையுடுத்திப், புதிதாகச் சந்தனப் பசை பூசப்பெற்று, கவனம் மிகுந்த பணிப்பெண்கள் சூழ்ந்திருக்க, அவன் திருப்தியோடு உணவுண் டான்.

சிவப்பு நன்மணிகளைக் கொண்ட காலணிகளை ஒருவள் தர, இன்னொருவள் பிரியத்துடன் சாமரம் வீச, மற்றொருவள் நறுமணம் கொண்ட வெற்றிலையைத் தர, வேறொருவள் தண்ணீர்க் கோப்பையை ஏந்தியிருக்க, இன்னொருவள், அவனுக்குப் பாதுகாப்பாகக் கையில் வாளேந்தி அவன் பின்னாலே நின்றாள்.

ராதாவின் இருப்பிடம் வைரங்கள் பதியப் பெற்றதைப் போலப் பிரகாசிக்கும் சுவர்களைக் கொண்டிருந்தது. வீணையிசை மென்மையாகத்

ராதிகா சாந்தமானாள் | தெலுங்கு மூலம்: முத்துப்பழனி | 61

தவழ்ந்தது, பெரியதொரு அன்னப்பட்சியின் விரிந்த சிறகுகளைப் போல் இனிய மல்லிகையின் வாடை வீசியது. பெருந்தொழில் நுட்பத்துக்கான எடுத்துக்காட்டென, அவ்விடத்துக்குப் பெருமை கூட்டும் விதமாகவொரு பெரிய படுக்கை இருந்தது.

கண்ணனுக்கு மணம் நிறைந்த தாம்பூலத்தை ஒருபுறம் இளா கொடுக்க, இன்னொருபுறம், தன் மிகுந்த வேட்கையால் கொங்கைகள் விம்மியிருக்க, ராதா அவனுடைய பாதங்களை அழுத்திப் பிடித்தவாறு அமர்ந்திருந்தாள்.

தம்புராவை மீட்டியவாறு ஒருவள் பாடினாள். இனிய உதடுகள் 'ஸரிகமபதநி' என்றிசைக்க, ஒருவள் சொற்கட்டுகளைக் கொனிப்பிக்கச், சர்க்கரைப் பொம்மையைப் போன்ற ஒருவள், 'ததிக்கு' என்று தாளமிட, ஒருவள் குஜராத்தி ஜக்கிணி ஆட, வேறொருவள், ஜீவுஸல்லாமு என்று பாடக், கைவாரத்துடன் ஒருவள் 'பேரிணி' நடித்தாள். உடற்கட்டுடைய பெண்கள், 'தாமரைக் கண்ணனுக்கு ஜயம்' என்ற கோஷத்துடன் கூடுகின்ற கூட்டத்தை எச்சரித்து மக்களைச் சமாளிக்கத், தானும் மகிழ்ந்து, சுற்றியுள் ளோரையும் மகிழ்விப்பவனாக, யாதவர்களின் அரசனான கிருஷ்ணன், அவர்களின் நடுவே வந்தமர்ந்தான்.

அரக்கர்களை அழித்தவனும், பேராழிக் கடவுளின் மருமகனும், யாதவர் குலத்தோன்றல் பெருமகனுமாகிய கிருஷ்ணனை அழைத்துப் போக, மன்னர்களால் போற்றப்படும் கும்பகன், தன் முழுப்பரிவாரத்தோடு அங்கு வந்தான்.

தன் மைத்துனனை அன்போடும், மரியாதையோடும் வரவேற்ற நந்தகோபன். கிருஷ்ணனின் நலம் பற்றிப் பேசிவிட்டு, "ஐயனே! இங்கு தாங்கள் வந்ததன் நோக்கம் யாதாயிருக்கும்? என்று வினவினான். மரபு முறைப்படிப், புதுமணத் தம்பதி, மணப்பெண்ணின் வீட்டுக்கு வருவதே வழக்கம். அங்கே, அவள் தன் பெற்றோரைக் கண்டு மகிழ்வாள். எனவே, மகளைத் தன் வீட்டுக்கு அழைத்துச் செல்ல அனுமதி கோரியே கும்பகன் வந்திருந்தான். ராதையிடம் கலந்தாலோசிக்க வேண்டுமென்பதை அறிந்திருந்த அவர்கள், அவளுடைய சம்மதத்தைக் கேட்டும் பொருட்டு, அவளுடைய அந்தப்புரத்துக்குச் சென்றார்கள்.

கும்பகன் வந்திருப்பதைக் கேள்வியுற்ற கிருஷ்ணனும் ராதையும், அன்போடு அவனை மரியாதையுடன் வரவேற்றுச் சிற்றுண்டி அளித்தனர். தன் இல்லத்துக்குப் புதுமணத் தம்பதி வரவேண்டுமென்று கோரிய கும்பகன், ராதாவையும் அவர்களோடு வருமாறு கேட்டுக்கொண்டான். ராதா, ''மதிப்புக்குரிய ஐயனே! தங்களுக்கு என் அனுமதி தேவையா? மேலும், என்னையும் தனியாக அழைக்க வேண்டுமா? பின்னொரு சமயம் நான் வருவேன்; தாங்கள் இப்போது புதுமண மக்களைத் தங்கள் இல்லத்துக்கு அழைத்துச் செல்லுங்கள்'' என்றாள்.

தன் அந்தப்புரத்தில் தனித்திருந்த ராதா, தானும் கிருஷ்ணனும் பங்கு கொண்டிருந்து, தற்போது காலியாயிருக்கும் அந்தப் பெரிய மஞ்சத்தைப் பார்த்துப் பெருமூச்செறிந்தாள். பெருகிய நீர் அவளுடைய கண்களை நிறைத்தது. இனிமை நிறைந்த கிசுகிசுப்புகள் நினைவிற்கு வந்தன. மார்பு சோகத்தால் விம்மியது, அவளுடைய கிளி 'கிருஷ்ணா, கிருஷ்ணா' என்று திரும்பத் திரும்ப அழைப்பதைக் கேட்டு, வேட்கை மீறித், தேகம் மெலிவுறத் தன் நாயகன் தன்னை எங்கெல்லாம், எவ்வாறெல்லாம் தொட்டான் என்பதை நினைவு கூர்ந்தாள்.

சூரியனின் வெதுப்பினால் ஏற்படும் எரிச்சல் கொண்டு, காதல் எனும் மூட்டைப்பூச்சி கடித்ததைப்போல் முணுமுணுத்தாள். வானமே இடிந்து விழுந்துவிட்டதைப் போன்ற மலைப்பு. மன்மதனின் கணைகள் எய்தப்பட்டவளாயிருந்தாள் ராதா.

சந்திரனின் மென்மையான கதிர்கள் அவளை ஸ்பரிசித்ததும் மூர்ச்சித்தும், தேன் வண்டுகளின் ரீங்காரத்தைப் கேட்டு, அவள் சிதைந்தும் போனாள். எமனால் தாக்கப்பட்டதைப் போல், மென்மையான தென்றலால் சாய்க்கப்பட்டதுபோல் எரிச்சலுற்றாள். தேகம், அ[illegible]க்க முடியாதவாறு நடுக்கமுறக், காமதேவனின் கடுந்தாக்குதலுக்கு உள்ளானவளாக அவள் ஆனாள்.

தன் கிளி, திரும்பத் திரும்பக் கூறுவதைக் கேட்டு எரிச்சலுற்று, அன்னங்களின் இனிய பாடல்களால் திகைத்துப்போய், அவள் ஒருவிதப் பயத்துடன், தன் சயன அறையில், சுயநினைவுகளில் மூழ்கிப் போனவளாய்த் தனித்து உட்கார்ந்திருந்தாள்.

ஒருவிதப் பரபரப்பு. "இனி எப்போதேனும் என் கண்களை அவன்மீது பாய்ச்சி, விருந்தளிப்பேனா? இனி, அவனுடைய பாதங்களைக் கழுவிடும் வாய்ப்பைப் பெறுவேனா? அரக்கரை வீழ்த்தியவனின் தேமதுரக் குழலோசையை இனி எப்போதேனும் கேட்பேனா?

அவனது அணைப்பின் அனுபவத்தை இனி எப்போதேனும் நான் பெற முடியுமா? ஏரிகளில் ஒன்றாக நீந்தும் வாய்ப்பு இனி கிடைக்குமா? கடவுளே! எதிர்காலம் என்ன வைத்திருக்கிறதோ, எனக்குத் தெரியவில்லை.

எல்லா ரஸங்களும் எவனிடம் சங்கமிக்கின்றனவோ, பரிவும் தயவுமாக இருப்பவன் எவனோ, மன்மதனைவிடச் சிறந்தவன் எவனோ, அந்த மதனகோபாலனிடம் போதுமானதை நான் இனிப் பெறுவேனா?"

"அவனுடைய தாமரைத் தாள்கள், அவனுடைய பக்தர்களுக்கு இன்பம் தருகின்றன. அவை, தாமரை மலர்களே என எண்ணித் தேனீக்கள், வேதமோதுதலைப் போல அவற்றைப் பற்றி ஒலி செய்கின்றன."

"அரக்கர்களைக் கொல்லும் நீண்ட, கூர்மையான நகங்களைப்போல் அவனுடைய மினுமினுப்பு உள்ளது. தெய்வீக நதிகளான கங்கை, யமுனை, ஸரஸ்வதி, மூன்றும் ஒன்று கலந்தாற்போல அவனுடைய பாதங்கள் சுடர் விடுகின்றன."

"புனிதமான அவனுடைய திருப்பாதங்களில் வசிப்பதற்காக, முரணியல் கொண்ட ஆமையும், பன்றியும் தோன்றின. ஓய்வெடுக்கத் தகுதியான இரட்டையைத் தேடி, அவனுடைய பாதங்கள் நொந்திருந்தன."

"சீதேவி, பூதேவி, இளாதேவி ஆகியோரால் வருடப்பட்டு, அன்புடன் அழுத்தப்பட்ட சௌரியின் கணுக்கால்கள் ஒளிவிடுகின்றன. காமக் கடவுள், தன் வெற்றிகளை உரக்க எக்காளமிட்டாலும், அவையெல்லாம், இக்கடவுளுக்கு இணையாக முடியுமா?"

"கிருஷ்ணனின் சதைப்பிடிப்புள்ள துடைகள், கட்டிறுக்கமான வலிமை கொண்டவை, இளாவோ, வேறெந்த நாகரத்தினமோ வடுப்படுத்த இயலாது."

“பெரிய பாம்பின்மீது சயனிக்கும் ஹரியின் மென்மையான வளைந்த கழுத்தில் அசைந்தாடும் கௌஸ்துபம், சங்கினைப் போன்றது, கோபாலனின் பீதாம்பரம் சுற்றப்பட்டுள்ள இடையானது, சக்கரம் போன்றது.”

“அவனுடைய முழங்கால்களை எட்டுவதான நீண்ட கரங்கள், எதையோ கிசுகிசுப்பது போன்ற காதுகள், அந்தக் கிசுகிசுப்பை ஒட்டுக்கேட்கும் விதமாக உயர்ந்துள்ள தோள்கள்...”

இவ்வாறெல்லாம் நினைவுகூர்ந்து, அவற்றைக் காண முடியாமல் மகிழ்ச்சியிழந்தவளாக, ராதா பெருமுச்செறிந்தாள்.

அவனுடைய வயிற்றினடியே உள்ள மூன்று மடிப்புகள், உலகங்கள் மூன்றாகவுள்ளதை உறுதி செய்கின்றன. ஆழமானதும், வட்டமானதுமான அவனுடைய தொப்புள், இருள் நிறைந்த நீரில் மிதக்கும் தாமரை.

சௌரியின் திடமானதும், மென்மையானதுமான நகங்கள் எப்போதும் பளிச்சிடுபவை, இளாவின் தேகத்தில் குறிகளைப் பதிக்கும் அவை, பிறைச்சந்திரனைப் போன்றவை.

ஏராளமான மோதிரங்கள், சிலம்புகள், நகைகளால் அணியூட்டப் பெற்ற தெய்வீகக் கரங்களால், கரன், முரன், கம்ஸன் போன்றோரை அழித்து, அனைத்துச் சக்திகளுக்கும், புகழுக்கும் உயிர் கொடுத்தான்.

மென்மையாகவும், குழைவாகவுமுள்ள அவனுடைய கைகள், ஆசிகளைப் பொழிவதற்காகத் திறந்திருக்கின்றன. தெய்வீகமான கல்ப விருட்சத்தைப்போல் எல்லோருக்கும் ஏராளமானவற்றை அவன் வழங்குகிறான்.

மலையை ஏந்திய அவன், சங்கு, சக்கரத்தோடு பரந்த பிரபஞ்சத்தையும், தன் சிரத்தில் சுமக்கின்றான். அப்படிப்பட்டவனை அழைத்துச் செல்ல, இந்த இளம் பெண்களின் உதவி தேவைதானா?

அவனுடைய முஷ்டியில் சக்கரம் பொருந்தியிருக்கிறது. வெகு நேர்த்தியானவை, அவனுடைய தாமரைத் தாள்கள். அவனுடைய

வளைந்த கழுத்துக்கு இணை கூற முடியாது. அவனொரு பாலகன் என்று மக்கள் எண்ணுகின்றனர். அவர்களுடைய எண்ணம் எத்தனை தவறானது? ஏனெனில், அவன் எல்லையற்ற பரம்பொருள் அல்லவா?

அமுதம் பெருக்கும் உதடுகள், இனிமைக் கதிர் பாய்ச்சும் நீலநிறக் கன்னங்கள். ஒவ்வொரு கோபியையும் அவன் முத்தமிட்டால், அவர்களும் ஆர்வத்தோடு திரும்ப அவனை முத்தமிடுகின்றனர்.

ஒண் சிவப்பாக மட்டுமல்லாது, செந்நிறக் கற்களைக் கொண்ட தீவு போலவும், அது மட்டுமின்றி, ஒரு அமுதக் கிணறாகக், கற்பூரத்தின் நறுமணமாயும் இருப்பவை கிருஷ்ணனின் உதடுகள்.

முத்துச்சரம் போன்று தூய்மையாகவும், தெளிவாகவும், சர்க்கரை போன்ற இனிப்பாகவும், மலர்களால் மணம் நிறையும் ஒரு தோட்டத்தைப் போலவும், கிளிகளின் கீச்சொலி போலவும், கம்ஸனின் எதிரியான அவனுடைய குரல் இருக்கின்றது.

சிறு மல்லிகை மலர்களாகவும், செந்நிறப் பூக்களின் மொட்டுக்களாகவு மிருப்பது அவனுடைய நகைப்பு. அழகிய பற்களையும், இனிக்கும் உதடுகளையும், நீண்ட நேரான மூக்கினையும் கொண்டவன் மாதவன் என்று ஞானியர் அறிந்து கூறும் இத்தகு குண விசேடங்கள் உண்மை யன்றோ?

முரளியின் இன்னொலி கேட்டுச், சம்பக மலர்கள் தலை சாய்க்கின்றன. பறவைகளின் அரசனான கருடன், வணக்கத்தோடு, தலைவன் இளைப் பாறத் தன் முதுகைத் தருகின்றான்.

அரக்கர்களை அழித்தவனின் கன்னங்கள், பிறங்கொளி கொண்ட ஆலவட்டங்களைப் போல் உள்ளன. இல்லையெனில், காண்போரை எவ்வாறு அதிசயித்துக் கவரும்?

தாமரையும், மணி வடிவச் செடிகளும், நதியில் செல்கின்ற அன்னங் களும், சௌரியின் கண்களைக், கண நேரமேனும் காணக் காத்திருக்கின் றன. பகற்பொழுது இரவாகும்போது, சொர்க்கமும் பூமியும் அவனது தேனிசையை எதிரொலிக்கின்றன.

மன்மதனின் உறைவிடத்தைக் காட்டிலும், முரஹரனின் கண் புருவங்கள் குறைந்தவையல்ல. இல்லையேல், அவற்றைக் காண்பதில் பெண் மணிகளின் இதயங்கள் எவ்வாறு கிளர்ச்சியுற முடியும்?

சாந்தமான அவனது மருவற்ற முகத்தைக் கணநேரமேனும் காணப் பெருந்தவச் சீலர்களும், ஞானியரும் கூடி வரிசையில் நிற்கின்றனர்.

அவனுடைய தெய்வீக முகத்தைச் சிறிதேனும் காட்டுமாறு, கிருஷ்ணா, கோவிந்தா, முராரி நாராயணா, என்று மன்றாடி வணங்கி நிற்க அவன், அவர்களுடைய வேண்டுகோளை ஏற்கிறான்.

தாமரையின் எதிரியான சந்திரன், தன் முகமும் சௌரியின் முகத்தைப் போலிருக்க வேண்டுமென்று, முயன்று தோற்றவனாக அவனை வணங்குகிறான்.

அவனுடைய பெரிய கருநிற உருவத்தை உற்றுப்பார்க்கும் வெண் தாமரை, கண்ணேறு கழித்துக் குளத்துக்குத் திரும்பியதும், அவனுடைய புனித முகத்தைக் கண்டு, ஆசி பெற்றமைக்காக அன்னப்பட்சிகளால் பெரிதும் மதிக்கப்பட்டது.

அது இருளன்று, நீல மணிச்சரமும் அன்று. ஆண் வண்டின் சிறகிலுள்ள மினுமினுப்புமன்று, காமனால் பின்னப்பட்ட வலையோ? இல்லை யில்லை, அது கேசவனின் மெல்லிழையான மயிர்க்கற்றை.

அவனுடைய மென்மையான கேசத்துக்கு, நீலமலையின் தட்டையான தளம் இணையாகுமா? வளைவு, நெளிவுகளைக் கொண்ட யமுனை நதியின் கருநிறம், அவனது சுருள் முடிக்கு இணை நிற்க முடியுமா? இருளின் இளவரசனான ராகுவின் வில், அவனது கேசச் சுருளுக்கு இணையாக இயலுமா? அல்லது அக்னியின் பளபளப்புதான் அதற்கு ஈடாகுமா?

கேசவனின் சிக்கலற்ற குழற்கற்றைகள், சிறிது மேற்புறமாகச் சாய்ந்து, அவனுடைய முகத்தைச் சிறிது மறைக்கின்றன.

ராதிகா சாந்தமானாள் | தெலுங்கு மூலம்: முத்துப்பழனி | 67

சகடனை வீழ்த்தியவனுக்கு இணை எவருமில்லை. வேண்டுமானால் சந்திரனோடு ஒருவர் போட்டியிடலாம், சௌரியின் கண்களுக்கு இணை யேதுமில்லை. ஒருவர் தாமரை மலருக்கு வேண்டுமானால் சவால் விடலாம்; கிருஷ்ணனின் வாயிதழ்களுக்கு இணையேதுமில்லை. ஒருவர், அமுதத்துக்கு எதிர்நிற்கலாம், அவனுடைய பரந்த மார்புக்கு ஈடு இல்லா மையால், ஒருவர் ஆதிசேடனுக்குச் சவால் விடலாம். கம்ஸனை ஒழித்தவனுடைய இடைக்கு நிகரேதுமில்லாமையால், ஒருவர் இந்திரனி டம் வேண்டுமானால் விண்ணப்பிக்கலாம். அல்லது, பிரம்மதேவனுக்குச் சவால் விடலாம். ஏனெனில், உண்மையாக ஒப்பீடுகளுக்கு அப்பாற்பட்ட வன் கிருஷ்ணன்.

அந்த அழகு நடையும், தசைப்பிடிப்பான துடையும், இடையும், மென்சருமமும், அரும்பு மீசையுமான அழகுதான் என்னே! மன்மதனின் கணைகளைப்போல் துளைக்கும் பார்வைகள், மயக்கும் முறுவல், இன்குரல் இவையாவும் அவனுக்கு மட்டுமே சாத்தியம்.

ஸ்ரீஹரியையே மீண்டும் மீண்டும் நினைந்து, தன் வலியைப் பொறுக்க முடியாத ராதா, அவனை விட்டுத் தான் பிரிக்கப்பட்டுக் கடுந்துயரத்தில் அமிழ்ந்திருப்பதைத், தன் செல்லக்கிளியிடம் விவரித்தாள்.

"மருட்டுகின்ற கிசுகிசுப்புகள், காமப் பார்வைகள், இறுக்கமான தழுவல்கள், சிலிர்ப்பூட்டும் செய்முறைகள் ஆகியவற்றை அனுபவித்த எந்தப் பெண்ணாயினும் அவற்றை விட்டுக் கொடுப்பாளா? என்போன்ற அரக்கி மட்டுமே அவ்விதம் செய்வாள்."

இவ்விதம், நம்பிக்கையிழந்த நினைவுகளால் துன்பமடைந்து, காம தேவனின் கணைகள் மும்முரமாகத் தாக்கத் தொடங்கியதை உணர்ந்து, மின்னலால் துடிப்புற்றவள் போலப், புதுமலர்களின் தேனையொத்த மொழிவன்மை கொண்டதாகப் பலரால் பாராட்டப்பட்டிருந்த அந்தக் கிளியிடம் அவள் பேசலுற்றாள்.

"கண நேரத்தில் வருகிறேன் என்று சொன்னவன், சென்று நீண்ட நேரமாகிவிட்டது. கருணையற்றவன், அவன் ஏன் திரும்பவில்லை?

அவனுக்கு இரக்கமில்லை போலும்! அவனது இதயத்தில் எனக்கு இடமில்லையோ? அல்லது, அந்த இளாவுடன் ஒன்றிப் போனானா? அட ராமா! காமனின் கொடுங்கணைகளால் என் உள்ளம் எரிகின்றது. என் அன்புக் கிளியே! நான் கூறுவதைக் கேள்.''

''என்னைவிட்டு அவன் அகன்றதிலிருந்து நான் கண் துஞ்சவில்லை; அவன், என்னை விடுத்துப் போனது முதல், உணவு சுவையற்றுப் போனது; எவரிடனும் பேச இயலவில்லை; தனிமை விஞ்சியிருக்கிறது; என்னை விட்டு அவன் சென்றபின் காதலின் வேதனை, என்னை அமைதியாக இருக்கவிடவில்லை; முன் எப்போதேனும், மகிழ்ச்சியாயி ருந்த தம்பதியரிடம் நான் கொடூரமாக நடந்தேனா? அவனுடைய அழகிய முகத்தின்மீது நான் ஏன் காதல் கொண்டேன்? முழுமதியைக் கண்டாலே கசப்பாயிருக்கிறது; அவனுடைய மென்மையான சருமத்தின்மீது நான் ஏன் அன்பு வைத்தேன்? இப்போது மலர்கள் நிரம்பியுள்ள இப்படுக்கை வெறுப்பாயிருக்கிறது. அவனுடைய இனிய வார்த்தைகளை நான், ஏன் காதலித்தேன்? இப்போதெல்லாம், என் கிளியின் பேச்சுகூட என்னை உபத்திரவிக்கின்றது; அவனுடைய இனிமையான உதடுகளை நான் ஏன் சுவைத்தேன்? இப்போது, சர்க்கரையின் ருசியே பிடிக்கவில்லை; நான் என்ன சொல்லுவேன்; இதற்குத் தீர்வு உண்டா? எப்போது நான் அவனைச் சந்திப்பேன்? அதுவரை நான் எவ்வாறு உயிர் வாழ்வேன்?''

''என் கண்கள் ஹரியைத்தான் தேடுகின்றன; அவனை மட்டுமே கேட்க என் செவிகள் ஏங்குகின்றன; அவனுடைய மேனியின் நறுமணத்தைச் சுவாசிக்க என் நாசி விரும்புகிறது; அவனுடைய ஸ்பரிசத்தையே என் உதடுகள் தேடுகின்றன; ஹரியின் நகக்குறிகளைப்பெற என் கன்னங்கள் காத்திருக்கின்றன; அவனுடைய மார்பின் அழுத்தலுக்காக, என் மார்பகங்கள் ஏங்கியிருக்கின்றன; அவனுடைய அணைத்தலை எதிர்நோக்கி, இந்தக் கைகள் எதிர் நோக்கியுள்ளன; அவனருகில் கிடக்க, என் தேகம் துடித்து நிற்கிறது.''

''என் உடலின் ஒவ்வொரு உறுப்பும், அவனைத் தனித்தனியே தேடுகின்றன. என் இதயத்தில் உதிரம் பெருகும்போது, நான் ஏன் மறைக்க

வேண்டும்? ஹரி என்னோடு பகிர்ந்து கொள்ளும் காம சாம்ராஜ்ஜியத் தையே, என் வாழ்வோ, இறப்போ எதிர்பார்த்திருக்கின்றது.''

``அவனுடைய இன்சொல்லைச் செவியுறும்போது, என் இதயம் மென்மைப்படுகிறது; அவனுடைய முறுவலிக்கும் முகத்தைக் காணும் போது, என் உள்ளம் காதலால் நிறைகின்றது; ஹரியின் அருகே நின்றாலே, வேட்கை மேலிடுகின்றது; வற்புறுத்தப்பட்டாலும், இவற்றை ஒரு கணமேனும் யாரால் மறக்க வியலும்?''

``ஹரியின் மார்பினைக் கண்டவுடனேயே, என் கொங்கைகள், மீறி, ரவிக்கைக்கு வெளியே வந்துவிடுகின்றன. அவனுடைய இனிய சொற்களைக் கேட்டாலே, என் மனம் மகிழ்வுறுகின்றது; மன்மதனைப் பெற்றவனின் தேகம், என் தேகத்தை ஸ்பரிசித்த மாத்திரத்தில், என் உணர்ச்சிகள் வீறுகொண்டு, அதிர்வுகளை உண்டாக்குகின்றது; அவன், என் மீதேறி ஆட்கொள்ளுகையில் என் இன்பம் கட்டுக்கு அடங்குவதில்லை.''

``நந்தகுமாரனை, நான் என் வயப்படுத்திவிட்டாலே, அனைத்துக்கும் நான் எஜமானி ஆகிவிடுவேன்; அவனைப் பிரிந்து, இழந்தவளாக இப்போது நான் ஆகிவிட்டேன்; ஆனால், என்ன செய்வது? படைத்தவ னின் எழுத்தால் வந்த வினை''

``என் உறவினர்களை, என் கணவனைச், செல்வத்தை, நெல்மணிகளை, மாளிகைகளை, அங்குள்ள ஆடம்பரங்களை, என் தேகத்தை, ஏன் என் உயிரைக்கூட நான் துறப்பேன், ஆனால், ஒருபோதும் ஹரியை மட்டும் இழக்க மாட்டேன். என்னால் வேறென்ன செய்ய முடியும்?''

``என்னைப் பிரிந்து சென்றுவிட்ட நாயகனின் புகழை, எத்தனைக் காலம் நான் பாடிக்கொண்டிருக்க முடியும்? அவனுடைய சத்தியங்கள் பொய்த்துவிட்டன; என் தளர்ச்சியுற்ற நிலையைக் கண்டுகளிப்பதாக, என் தோழியர், என்னைப் பரிகாசம் செய்யும்படியாக ஆகிவிட்டது; கிளியே! நான் வேறு எவற்றைப் பற்றி முறையீடு செய்வேன்?''

``நேற்றிரவு அந்த இன்குரல் பெண்ணோடு ஹரியைக் கனவில்

கண்டேன்; அவன் என்னிடம் பொறுமையற்றவன்போலத் தோன்றினான்; வானம்பாடியின் பாட்டு இப்போதுகூடக் காதைத் துளைப்பது போலிருக்கிறது."

"எனவே, என் அன்புக் கிளியே! என்னை விடு; என் ஹரியைக் கொண்டுவா; காமன் என்னைத் தொல்லைப்படுத்துகிறான். என் வாழ்க்கையோ, கவனிப்பார் இல்லாமல் நகர்ந்து கொண்டிருக்கிறது; நேர்மையை ஆசை மிதிக்கிறது. என் தேகம் உணர்விழந்து போகுமாறு, என் சொந்த நாயகனே, எனக்குப் பகைவனாக மாறியிருக்கிறான்."

"என் இன்ப நாயகா! கிருஷ்ணா! நேர்த்தியான வடிவம் உடையவனே! என் மன்னனே! என் நோன்புகளுக்கான பரிசே! பலராமன் சோதரனே! நந்தனின் மகனே! என் ஆசைக்குரியவனே! என் வாழ்வை ஆளுபவனே! என் கள்ளக்காதலனே! கருமேனி கொண்ட மாவீரனே! எனக்கு உற்றவனே!"

"நான் மேலுங்கீழுமாக அயர்ந்து தேடினேன்; மனந்தளராமல் கேட்டேன்; துதித்தேன்; முடிவின்றிக் காத்திருந்தேன்; வருமாறு அவனை இறைஞ்சினேன்; என் கிளியே! இதை அவனிடம் எடுத்துச் சொல்."

"ஆனால், எச்சரிக்கையுடன் இரு; அவனுடைய கனியிதழ்களைக் கண்டதும், என்னையோ, என் செய்தியையோ மறந்துவிடாதே! அவனுடைய தாமரைக் கண்களையும், குறும்பான சிரிப்பையுங் கண்டு, என்னையோ, என் செய்தியையோ மறந்துவிடாதே; சர்க்கரை போன்ற இனிப்பான அவன் சொற்களைக் கேட்டு, என்னையோ, என் செய்தியையோ மறந்துவிடாதே; அவனுடைய கைகள் தெய்வீகமானவை தாம்; அந்த நம்பிக்கையை மட்டுமே வைத்து, என்னையோ, என் செய்தியையோ மறந்துவிடாதே."

"அவனுடைய முகத்தைக் கண்ட மாத்திரத்தில், முனிவர்கள் கூடத் தங்கள் தவங்களை மறந்துவிடும்போது, நம்மைப் போன்றவர்களைப் பற்றி என்ன கூற முடியும்? ஆகையால் கிளியே! விழிப்புடனிருந்து, நான் கூறுவதை அவனிடம் சென்று அப்படியே கூறு."

ராதிகா சாந்தமானாள் | தெலுங்கு மூலம்: முத்துப்பழனி

‘‘என் கிள்ளையே! இன்னுமொரு விஷயம், அவன் பக்கத்தில் இளா இருக்கும்போது, என் செய்தியைக் கூறிவிடாதே; அவன் தனிமையில் இருக்கிறானென்பதை உறுதிப்படுத்திக்கொண்டு, அவனை ஒருபுறமாக அழைத்துச் சென்று, என் செய்தியைத் தெரிவி; புத்திசாலித்தனமாக நடந்துகொள்.’’

ராதையின் மனத்துயரத்தைக் கேட்டுவிட்டு, இரக்கமுள்ள கிளி கூறியது. ‘‘ராதே! நிச்சயப்படுத்திக் கொண்டவளாய் இரு; தன் தேகத்தை உனக்குக் கொடுத்திருந்து, அவர், இன்னொருவளை நினைக்கலாமா?’’

‘‘அன்புள்ள பெண்மணியே! உன் கழுத்து, இடை, முழங்கால்கள், துடைகள், கண்புருவங்கள், மூக்கு, சுருட்டி வளைக்கப்பட்டுள்ள உன் கேசம், இன்முகம் ஆகியவற்றை கற்பனை செய்துகொண்டே, அவர், சங்கு, சக்கரம், கதை, வாள், கௌஸ்துபம், புல்லாங்குழல், மயிற்பீலி, தாமரை முதலியவற்றைக் கொண்டுள்ளார். அவ்வாறிருக்கும் ஹரி, உன்னைவிட்டு எவ்வாறு நீங்க முடியும்? கருங்குழலியே! கவலைப் படாதே. ஒரு கண நேரத்தில் உன் கண்முன்னே கொண்டுவந்து நிறுத்துவேன்.’’

‘‘நீ உயர்வான கோரிக்கைகளை வைக்கிறாய்; அந்தவொன்றைப் பரிசாகத் தரப், பிரம்மன்கூடத் தயங்க மாட்டான்; உன் ஆசிகளோடு நான் அவரைக் கொண்டு வருவேன்’’ என்று கிளி உறுதி கூறியது.

இனிதே பேசும் கிளி அங்கிருந்து புறப்பட்டது. தாமரைக் கண்ணனைத் திரும்பக் கொண்டுவருவதாகப் பிணையுறுதி தந்து, அக்கிளி அகன்றதும், அந்த நல்வரவுக்காகக் காத்திருக்கும் பொருட்டுத், தன் பணிப்பெண்க ளுடன் ராதா தோட்டத்துக்குச் சென்றாள். நீண்ட காத்திருப்புக்காக...

துயரம் தணியாதவளாய் அவள், ஒவ்வொரு சிறுகிளையையும் ஒடித்தாள்; வஸந்தத்தின் வருகையால், புதிய இலைகள் தோன்றின. நம்பிக்கையோ, அமைதியோ இன்றித் நிறைந்து போயிருந்த அவளுடைய கவனத்தைத் திருப்பும்விதமாகப் பணிப்பெண்கள் அவளருகே வந்தனர்.

“இதோ, தோட்டத்தைப் பார்; எத்தனை மலர்ச்சியுற்றிருக்கிறது! பொகதங்கள், சுரபுன்னை மொட்டுக்கள் திறந்திருக்கின்றன. சம்பங்கியின் நறுமணம் எங்கும் பரவியிருக்கிறது. அந்தி, மந்தாரை, மல்லிகைகள் மலர்ந்துள்ளன. தாமரைகள் இதழ்களை விரித்திருக்கின்றன. அசோக மொட்டுகள் பூத்துள்ளன. அனைத்தும் மாதவனால்தான்.”

பாதுகாக்கப்படும் நம்பிக்கையோடு அன்னப்பறவைகள், தத்து நடையிட்டன; வானம்பாடிகள், கிருஷ்ணனின் புகழைப் பாடின; ஐக்கவாப் பறவைகள், அவனைத் தியானித்தன; அவனது நீலநிறத்தை வண்டுகள் எடுத்துக்கொண்டிருந்தன; கிளிகள், மன்மதனின் சொற்களைத் திரும்பத் திரும்பக் கூறின; பெண்ணே! புருஷோத்தமனைக் கண்டதால் அவை ஊக்கம் பெற்றுள்ளன.”

அவனுடைய சிறப்பான பண்புகளைப் பணிப்பெண்கள் பாடிட, அவள், கலைந்திருந்த கூந்தலோடு, அவற்றைக் கேட்டவாறே, ஊக்கமின்றித் தோட்டத்தில் நடந்து கொண்டிருந்தாள்.

ஏராளமான மலர்கள் மற்றும் பசும்புற்களின் நடுவே, வளைந்து வளைந்து, சில மாமரங்களில் இடித்துக்கொண்டும், புதர்ப்பகுதிகளில் சிக்கியும், அமைதியின்றிக் குழம்பியிருந்தாள் அவள். எதிர்பார்ப்பும் கலக்கமுங்கொண்டு, மனமோ, தேகமோ, ஒரு நிலையில் இல்லாதிருக்க, அவளுடைய சாமர்த்தியசாலிகளான பணிப்பெண்கள், அவளைத் தாங்கிப்பிடித்து, ஆற்றுப்படுத்தினர்.

வெட்கத்துடன் சண்டையிட்ட அவளது புடவை நழுவியது. சூரியன், மேற்குத் திசை நோக்கி விரைந்தான். கலுவ மலர்களின் எதிரியான அவனே, ராதைக்காக இரக்கங் கொண்டானெனில், மற்றோரின் இரக்கம் எவ்வளவு அதிகமாயிருக்கும்?

இந்தக் காதலர்களின் பிரிவால், மன்மதன் சினமடைந்தவிதமாக, அந்திப் பொழுதின் சிவப்பு நிறம், கண்களுக்கெட்டிய வரை பரவியது; சுற்றித் திரிபவர்களைக் காமதேவனின் மாயை வளைத்துக் கொண்டது போல, இருள் மூட்டம் கொண்டது. கதிரவனைத் தாக்கக், கந்தர்ப்பன்

தீயுருண்டைகளை உண்டாக்கியதைப்போல, விண் தாரகைகள் தோன்றலாயின; அனங்கனின் கைகளில் நிலவு, சக்கரமெனத் தோன்றுகிறது. காமக் கடவுளைப் பெரிய வெண் கூடாரத்தைக் கொண்டு மூடியது போல, நிலவொளி பூமியைச் சுற்றிக் கொண்டது.

மணிவடிவச் செடிகள் பூத்திடத், தாமரை வதங்கியது; சகோரப் பறவைகள் நிலவொளியை விரும்பியிருக்க, ஜக்கவங்கள் கீச்சிட்டன. கணிகையும், அவள் தலைவனும் வேற்றுமைகள் அகன்றவிதமாகத், திருமணத் தம்பதியரும் நிறைவுற்று எழுந்தனர். காமக்கடவுள், தன் கணைகளைத் தீட்டிக்கொண்டு ஆயத்தமானான்.

ராதையின் அகத்தையும், புறத்தையும் காதல் வாட்டியது, தென்றல் வீசிடப் பாடும் பறவைகள், கிளிகள், அன்னங்கள், வானம்பாடிகள் முதலியன அவளைச் சூழ்ந்து துன்புறுத்தின. இழப்பின் காரணத்தால், அவளுடைய வேதனை பெருகிக் களைத்தவளாக, வானில் தோன்றத் தொடங்கிய சந்திரனைப் பார்த்தவாறே அவள் நடந்துகொண்டிருந்தாள்.

அவள், சந்திரனை நோக்கி, ‘‘ஆழியிற்றோன்றிய இறையாம், இலக்குமியின் சகோதரனாகத், தாமரைக்கண்ணனின் மைத்துனனாகவுள்ள நீ, ஆழ்ந்த இருளில் என்னைத் தள்ளிவிட்டுக் குளிர்ச்சியுடையவனாய் இருக்கிறாய்; மணிவடிவச் செடியின் நாயகனே! என்பால் இவ்வளவு கருணையில்லாதிருப்பது உனக்கு நியாயமா?’’

‘‘காலமெனும் எருதின்மீது பயணித்துப் பிரிந்த காதலர்களைப் பலிகொண்டு அவர்களுடைய வாழ்வினைத் துயர்ப்படுத்தும் நீ, உன்னையொரு அரசனென்று கூறிக்கொள்ளுகிறாய்; ஆனால், மரணத்தைக் கொடுக்கும் எமன்தான் நீ.’’

‘‘உன் சகோதரர்களும், மைந்தர்களும் உன்னை ஏற்பதில்லை; இரவு முழுமையும் சுற்றித் திரியும் உன்னைவிட, ராவணனும் அசுரர்களும் மேம்பட்டோர். அக்நிகுமாரனே!’’ உன்னை என்னால் நம்பவியலாது.’’

‘‘உன் குருவின் மனைவியைக் கடத்திச்சென்று, அதனைத் தடுத்த

சோதரர்களையும், அந்தணர்களையும் அழித்துப் பாகுபாட்டுடன் நடந்தவன் நீ; அரசனே! நரகத்திலும், வழக்கொழிதலிலுமே நீ வீழ்வாய்.’’

‘‘இரவில் சுற்றித் திரிபவனே! பிச்சையோட்டை ஏந்திக்கொண்டு, இரவலனாக ‘எங்கும் அலைபவனாக, மேனியில் சாம்பலைப் பூசியிருக்கும் சிவன், தன் சிரத்தில் உன்னை வைத்துக்கொண்டு முட்டாள் ஆகிவிட்டான்!’’

சோகத்தில் மூழ்கி, வாட்டமுற்றிருக்கும் அவள், அடுத்துக், காதற் கடவுளை நோக்கிக் கூறலானாள்.

‘‘நஞ்சோடு பிறந்த அந்தச் சந்திரன், அழகியரைக் கொடுமைப்படுத்துவதைத் தவிர, வேறெதுவும் செய்ய முடியாது; மிக நன்று; ஆனால், பத்மினிக்கும் தாமரைக்கண்ணனாம் திருமாலுக்கும் பிறந்த நீ, காதற்கடவுள்? துரதிருஷ்டவசமாக, நீயும், உன் தாய்மாமனைப்போல, அடிக்கடி மாறும் தன்மையைக் கொண்டிருக்கிறாய்.’’

‘‘உன் மாமன், சந்திரனை எதிரியாக்கிக்கொண்டு, என்னைத் துன்புறுத்தும்பொருட்டு, உன் தகப்பனின் போர்வையைப் புனைந்து, எல்லாப் பெண்களையும் கொல்ல முயற்சிக்கின்றாயா? நீ எவ்வாறு அதைச் செய்ய முடியும்?’’

துன்பம் மேலிட்டவளாய், அவள் தன் வசைமாரியைத் தொடர்ந்தாள். ‘‘மலய மாருதமே! இது உனக்கு நியாயமா? திசைகளை மாற்றியவாறு. வெப்பத்தையும் குளிர்ச்சியையும் பரப்பி, உனது மென் நயத்தால் இதயங்களில் மருட்சியூட்டும் நீ, பலவந்தமாகப் பெண்களைக் கடத்திச் செல்லும் இலங்கையிலிருந்து வீசுகிறாயா? அதைச் செய்வது, உனக்கு எளிதா? நீ, ராவணனின் அண்ணனா, தம்பியா? எனக்குத் தெரியவில்லை.’’

அவள், பல்வேறு பறவைகளை நோக்கியும் பேசினாள்;

‘‘கொக்குகளே! வேட்டையாடுபவனுடன் சதியாலோசனை செய்வதற்காக உங்களை நான் சிறைப்படுத்த முடியும்; உங்களுடைய அனைத்தையும் நான் காக்கைகளுக்குத் தானம் செய்ய முடியும்; இருண்ட மேகங்களின்

துணையோடு, நான், உங்களை என் பாதங்களின் கீழிட்டு நசுக்க முடியும்; கோபியரின் உதவியோடு உங்களைப் பதவியிறக்க முடியும்; என் முறையீடுகளை முன்வைத்து, உங்களைத் துடைத்தழிக்க முடியும்; தாமரைக்கண்ணனின் உதவியோடு உங்கள் ஆட்டத்தை ஒடுக்க முடியும்; சோகத்தால் சிவந்துள்ள கிளிகளே! விடாமல், தொடர்ந்து பாடுகின்ற வானம்பாடிகளே! ஓய்வுற்றுத் தத்துநடையிடும் அன்னங்களே! உங்கள் விருப்பத்துக்கேற்ப அகவும் மயில்களே.''

அவள், இவ்விதமாக உரத்துப் புலம்பினாள்.

துயரமிகுதியால், இதயம் படபடக்கத் தன்னைச் சுற்றியுள்ள தோழியரிடம் ராதா கூறினாள்.

''மன்மதனின் ஊர்தியான அந்தக் கிளி எங்கே? தன் கணைகளால், காமன் என்னைத் தகிப்பதற்கு அவை உதவுகின்றன. கடவுளே எனக்கு ஜுரம் அதிகரித்துக் கொண்டே இருக்கிறது. அந்த அழகான கிளி, ஏன் இன்னும் திரும்பவில்லை? அது எங்கே போயிற்று? வழியைத் தவற விட்டதா? என் நாயகனை அது சென்றடைந்ததா? இதயக் கள்வனாகிய அவனைக் கண்டதா? என் நிலைமையை அவனிடம் கூறியதா, அல்லது, சௌரியின் இனிப்பான வார்த்தைகளுக்கு அடங்கிவிட்டதா!''

''தாமரைக்கண்ணன், இப்போது யாரைப் பார்த்துக் கொண்டிருக்கிறான்? என் வலக்கண் துடிக்கிறதே; சௌரியை எவளுடைய உதடுகள் கவர்ந்துள்ளன? என் உதடுகள் அரிக்கின்றனவே; அந்தப் பெண்மணிகளில் எவள், அவனுடன் இணைந்திருக்கிறாளோ? என் தோள்கள் அடக்க முடியாதவாறு நடுங்குகின்றனவே; ஆதிசேடனின்மீது படுக்கை கொண்ட அவன், இப்போது யாருடன் படுத்து, விளையாடுகிறானோ? என் துடைகள் வலிக்கின்றனவே; அவனை ஆட்கொண்ட பெண் எவள்? என் தேகம் நடுங்குகிறதே. அந்தக் கிளி ஏன் திரும்பவில்லை? காரணம் என்னவாயிருக்கும்? என் தோழியரே! எனக்குப் புரியவில்லை.''

''வீணை இசைத்துச், சிரித்துவாறு, மகிழ்ச்சியுடன் பாடி, ஆடைகள் பளபளத்திடப், படுக்கையில் கலைந்து கிடக்கும் மேல்விரிப்புகளும்,

வண்ணமயமான காற்சிலம்புகளில், பெரும் ஒலியை எழுப்புவதாயும் உள்ள அவனை, என்னால் நினையாதிருக்க முடியாது; என் இதயத்திலொரு படபடப்பு; என்னை நான் இழந்துவிட்டதாகவொரு உணர்வு.''

''சௌரி திரும்பி வருவதாக உணர்கிறேன். பாகன்களால் நடத்தி வரப்படும் பெரும் யானை மீதமர்ந்து, வாளேந்திய படைவீரர்கள் பின்தொடரச், சிறிது தளர்ச்சியோடு, அவன் என்னை மிக நெருங்கி வருவதாக உணர்கிறேன்; மெட்டியொலியோடு பணிப்பெண்டிர் உடன்வர, அவன் மிக அருகே வருவது போன்ற ஒரு உணர்வு.''

''அவனுடைய இருபுறத்திலிருந்தும் பெண்கள் கொடுக்கும் வெற்றிலையைச் சுவைக்கிறான். அவனுடைய கண்கள், என்மீது பதிந்து, என் இதயத்தைத் திருடும்விதமாகச், சௌரி வந்ததைப்போல் எண்ணுகிறேன்; இதைத் தவிர, நான் வேறெதையும் காணவோ, உணரவோ இல்லை.''

''அவனுடைய கழுத்தணிகள் அசைந்திட, வாள் அவனது துடைமீது இடிக்க, மேலாடையில் வியர்வை சோரக், கஸ்தூரியின் கறைபடிய, ஸ்ரீஹரி, கூட்டத்துடன் வருகின்றானோ? இது உண்மைதானா, அல்லது மன விகற்பமா?''

''காமனின் வலியூட்டும் கணைகளை உணரக், காதலுக்காக ஏங்கும் பிற பெண்களுக்கு வேண்டுமானால் சாத்தியம்; ஆனால், அந்தோ! ஹரியை அகமும் புறமுமாகக் காதலிப்பதை உணர்ந்து, நான் சோர்ந்துவிட்டேன்.''

''இதற்குமுன் காதலர்கள் இருந்ததே இல்லையா? அவர்கள், பிரிக்கப் பட்டதில்லையா? அவர்களும் இப்படித்தான் புலம்பினரா? இனி வாழ்க்கையே இல்லையென்பதுபோல் அவர்கள் திரிந்தனரா? நான் ஏன் இவ்வாறெல்லாம் பேசுகிறேன்? அன்பான பெண்களே! யானையையொத்த நடையுடைய ஹரியை, உண்மையில் நான் இத்தனை கெடுதலாகப் பேசியிருக்கக் கூடாது.''

''அழகின் சிற்றுருவமாகக், கவர்ச்சி நயம் கொண்டவன் அவன், என்ன தாராள மனம், என்ன வீறாப்பு, என்ன புலனுணர்வு, என்ன கௌரவம்,

என்ன உடல்வளம், என்ன உணருந்தன்மை, என்ன வனப்பு, என்ன இன்பம்! அப்படிப்பட்டவொரு நாயகனை, என் கட்டுப்பாட்டில் கொண்டுவர வியலாத நான் எத்துனை துர்பாக்கியசாலி?''

``நான், அவனை முத்தமிட்டால், அவன், மாதரசியே! 'என் கடனைத் திருப்பிக் கொடுத்துவிட்டேன்' எனச் சொல்லி, என்னை முத்தமிடுவான்; என் உதடுகள் அவனுடையவற்றை அழுத்தினால், உன் விருந்துக்கு இது பதில் விருந்து எனக்கூறி அவனும் அவ்விதமே செய்வான்; என் கன்னங்களை அவனுடைய கன்னங்களில் பொருத்துகையில், நாம் இப்போது சமமானவர்கள் எனச்சொல்லி, அவனும் அவ்விதமே செய்வான்; நான் அவனைத் தழுவினால், அவனும் என்னை ஆரத் தழுவுவான்; புணர்ச்சியில் ஈடுபடும்போது, என் கண்ணே! இது நியாயமான பரிவர்த்தனை எனக்கூறி அவன் எதிர்செயலில் ஈடுபடுவான். என் இளம் கிருஷ்ணன், எப்படிப்பட்ட விளையாட்டுக்காரன்! எத்தனை நேரந்தான், நான் அவனை எண்ணியிருப்பேன்? அந்தப் புணர்ச்சியை நான் எப்போது பெறுவது?''

``உன் உதடுகளால் என் உதடுகளை அழுத்தாதே, எனக்கு வலிக்கும் என்று நான் சொல்லும்போது, அவன், மேலும் அதையே செய்வான். என் கீழேயுள்ள ரோமத்தை இழுக்காதே, தெரியக்கூடாதது தெரிந்துவிடும் என்று நான் சொன்னால், அவன் அதையே செய்வான்.

என் குழற்கற்றைகளைக் கலைத்துவிடுவான்; என் முலைகளைக் கசக்காதே, எனக்கு வெட்கமாயிருக்கிறது என்பேன். அவனோ தன் விரல் நகங்களால் மேலும் கசக்கிக் கீறுவான்; ஏதோ சத்தம் கேட்கிறது; புணர்வதைச் சீக்கிரம் செய்துமுடி என்று நான் சொன்னால், அவன் புணர்ச்சியை மேலும் நீட்டிக்கொண்டே போவான். இரவு முழுவதும் காமலீலை புரிவான். போதும் என்றாலோ, அவன் மேலும் அதைத் தொடருவான்; உன் சிரிப்பைக் கொஞ்சம் நிறுத்து, என்றால், அவன் உரத்துச் சிரிப்பான்; அவனுடைய குறும்புகள், என் உள்ளத்தை நிரப்புவன வாயிருக்கும், இப்போது, அவன் ஏன் என்னை வேதனைப்படுத்துகிறான்.''

``அவனுடைய தெளிவான கண்கள், இதமான வார்த்தைகள்,

இனிமையான இசை, விளையாட்டுத்தனம், நீண்டு வளைந்த கழுத்து, திடமான மார்பு, நறுமணங்கமழும் கேசம், அளவில்லாக் கருணை, தாராள மனப்பான்மை, பெருந்தோள்கள், ஒளி பாய்ச்சும் முகம், ஓரப்பார்வை, விரும்பத்தக்க நோக்கு, மேன்மையான மனப்பாங்கு, செய்கைகளில் நிறைவுடைமை ஆகியவற்றை வேறு எவருமே கொண்டிருக்கவில்லை. அவற்றை எவராலும் மறக்கவியலாது.''

''நெடுநேரம் அவனைக் கூர்ந்து பார்த்தால், தீயசகுனங்களை வரவேற்பதாக ஆகிவிடுமென்பதால், அவனை, என் உள்ளத்தின் முழுத் திருப்தியோடு பார்க்கவில்லை. அவனுடைய உதடுகள் முறிந்துவிடுமோ எனும் அச்சத்தினால், என் இதயத்துக்கு முழு மகிழ்ச்சித் தருமளவில் அவனுடைய உதடுகளில் நான் முத்தமிடவில்லை. மிகவும் அழுத்தினால் அவனுடைய மார்பு நொறுங்கிவிடுமோ என்ற அச்சத்தால், என் இதயம் திருப்திப் பெறும் அளவுக்கு நான் அவ்வாறு செய்யவில்லை. புணர்ச்சியில் கால அளவை நீட்டித்தால். அவன் சோர்ந்துவிடுவானென்ற பயத்தால், என் இதயத்தில் திருப்தி பெறுமளவுக்கு அந்த லீலையில் ஈடுபடவில்லை. அவனுக்கு வலிக்குமே என்ற அச்சத்தால் என் கன்னத்தை அவனுடைய கன்னதோடு அழுத்தவில்லை. நந்தகுமாரனின் காதல் என்றும் நிலைத்திருக்குமென்று எண்ணினேன். இவ்வளவு திடீரென முற்றுப்பெறுமென்று எண்ணவேயில்லை.''

''எனக்கு அமைதியைத் தருவேனென்று முன்பு கூறிய சந்திரன், இப்போது என் துயரத்தை அதிகமாக்குகிறான். நண்பனாகக் கூடவே இருந்த மன்மதன், இப்போது ஒரு கொலையாளியாக மாறிவிட்டான். ஒரு சமயம், காலத்தில் உதவிய குளிர் தென்றல், இப்போது என்னை ஊதித் தள்ளுவதாகப் பயமுறுத்துகிறது. தேவையான அனைத்தையும் எனக்கு வழங்கிய சுரபி, இப்போது சாதாரணப் பசுவாக என்னைத் துரத்துகின்றது. தீப்பொறிகளைப் போன்ற கணைகள், இப்போதென்னைக் குளவியாகக் கொட்டுகின்றன; என் நட்பு வட்டத்திலிருந்தோர் இப்போது எதிரிகளாகி விட்டனர்; இதற்குக் காரணம் கிருஷ்ணன், என்னைப் பற்றிக் கவலைப்படாதிருப்பதுதானா?''

''குங்குமத்தால் என்னைக் குளிரச் செய்யுங்கள்; நெற்றியில் சந்தனத்

தைப் பூசுங்கள்; அந்தோ! எதுவுமே, என் ஆர்வ முனைப்பைத் தணிக்கவில்லையே.'' இவ்விதம் முற்றிலும் வெறுத்துப்போனவளாகத் துயரம்மிக்கவளாக, மகிழ்வற்றவளாக ராதா, காத்திருப்பவளாக விறைத்து உட்கார்ந்துவிட்டாள்.

திடீரென, ஓர் இடி முழக்கம்போலச், சிவபெருமானால் ஊர்தியினின்று தூக்கி எறியப்பட்ட காமதேவனைப்போல, அடி வானத்தினூடே, பச்சைக்கிளி சிறகுகளை அடித்தவாறு தோன்றியது.

நெருங்குகின்ற கிளியைக் கண்டு, திடீர்க் கிளிர்ச்சியுற்றவளாகச் சுருள்முடி கொண்ட ராதா, வியப்போடு எழுந்து, ''வா! என் கிளியே, வா!'' என்றாள். ஆணையிடப்பட்ட அக்கிளி வந்து, அவளுடைய மணிக்கட்டில் ஒருவித வெறுப்புடனும், மனத்தளர்வோடும், உட்கார்ந்தது.

இன்குரலுடைய அக்கிளி அவளுடைய கையில் அமர்ந்ததும், உதடுகள் நடுக்கமுற, மூக்குத்தி அசைந்திட ராதா விசாரித்தாள்.

''என் நாயகனைக் கண்டனையா? அவனுடைய அழகு முகத்தை நோக்கினாயோ? என் நாதனின் பேச்சைக் கேட்டாயா? அது, உன்னை ஆசையுறச் செய்ததா? நாயகனின் மார்பில் உட்கார்ந்தாயா? காயம் ஏதும் ஏற்பட்டதா? உன்னை, அவன் தயவோடு வரவேற்றானா? அவனது விளையாட்டுத்தனத்தை அனுசரித்தாயா? இங்கே நான் தனிமையில் புலம்பிக்கொண்டிருக்க, அங்கே அவன் பெண்களோடு ஓடினானா? அன்புக் கிளியே! அவனில்லாமல், என்னால் உயிரைத் தாங்கிக் கொண்டிருக்க முடியவில்லை.''

''தேவகியின் இளங்குமாரன், வசுதேவரின் மகன் யசோதையின் பாசத்துக்குரியவன், அவனை நான் எப்போது காண்பேன்? பலதேவரின் இளவல், கோபியரின் உயிரும் ஆன்மாவுமாக இருப்பவன், யாதவர்களில் சிறந்தவன், அருச்சுனனின் மைத்துனன், இலக்குமி தேவியின் கணவன். கிளியே! நீ அவனைக் கண்டாயா?''

''என் செல்லக்கிளியே! ஏன் மறுமொழி கூறாதிருக்கிறாய்? நமது

எதிர்காலத்தை, நாமே முன்னதாகக் கூற முடியாது; நடக்க வேண்டியது நடந்தே தீரும்; எனவே, உண்மையைக் கூறு; தயிரைக் கொடுக்க வரும்போது, கோப்பையை ஏன் மறைக்கிறாய்?''

இதைக் கேட்ட கிளி, தன் குரலைச் சரி செய்துகொண்டு, நிதானமாகப் பேசியது;

''இன்குரல்கொண்ட அழகியே! கிருஷ்ணனைக் கொண்டு வருமாறு அன்று நீ என்னை அனுப்பினாய்.''

''ஆனால், என் அன்புப் பெண்மணியே! நான் என்ன கூறுவது? ஹரியின் மாளிகையில் நான் கண்டதை எவ்வாறு சொல்லுவேன்? ஏனெனில், அவர் ஆயிரக்கணக்கான பெண்களால் சூழப்பட்டிருந்தார்.''

''அவருடைய பரந்த மார்பை அளவிட முடியாது; அவருடைய முகம், இறுதிப் பகுதிவரை இருந்தது; மென்மையான கண்கள்; ஒளிபரப்பும் மேனி வண்ணம்; பவளம் போன்ற சிவந்த உதடுகள்; மாண்பமைதி மிக்க நீண்ட புயங்கள்; புத்தம் புதிய இலைகளைப் போன்ற பாதங்கள்; சங்கினைப் போன்ற கழுத்து; முடியில் ஒரு மயிலிறகு; முகத்தில் மயக்கமூட்டுவதான முறுவல்; இவ்விதம் தெய்வீகமான கோபாலச் சக்கிரவர்த்தி இருந்தார்.''

''மலர்கள் சூடப்பட்டிருந்த கூந்தல்கட்டுத் தளர்வைக் கொண்டிருந்தது; வீறார்ந்த நடை குறைவில்லா வசீகரத்தின் ஒரு படமாகவே காட்சியளித் தன.''

''ஒரு கோபி, தன் கொங்கைகளால் அழுத்த முயன்றாள்; இன்னொருவள் முத்தமிடும் சைகைகளைச் செய்தாள்; மற்றொருவள், ராதிகாவைப் போலவே, தன்னைக் காதலிக்குமாறு கோரினாள்; ஒருவள், தன் கன்னங்களை, அவருடைய கன்னங்களின்மீது அழுத்தினாள்; அழகியொரு வள், இங்கிதமாகப் பேசினாள்; மற்றொருவள், கோபமுற்றத்தைப் போலப் பாசாங்கு செய்தாள்; சுருள் குழலியொருவள், ஒரு புள்ளணங்கு போல், தன் முத்தங்களைக் காற்றின் வழியே அனுப்பினாள்; ஒருவள், பக்தி

கொண்டவளாய், அவருடைய பாதங்களைப் பிடித்துவிட்டாள்; ஒருவள், விளையாடுவதுபோல் அவரைத் தீண்டினாள்; இன்னொருவள் அவரை மருட்டித் தீச்செயலுக்குத் தூண்ட முயன்றாள்.''

பேசுவதற்கான நேரம் இதுவன்று எனக்கருதி, நான் ஒரு மாமரத்தின் கிளையில் தொற்றிக்கொண்டு, மௌனமாகக் கவனிக்கலானேன்.

''ஒரு பெரியவள், கபடமானவனே! என்ன உன் வஞ்சகம்? காமனின் தற்போக்கெண்ணத்துக்கு நம் தோழியை விட்டுவிட்டு, இங்குள்ள பெண்களிடம் நீ விளையாடுவது நியாயமா?'' என்று கேட்டாள்.

''அவள், இளாவின் தோழியென்பதை உணர்ந்து, இதை இளாவிடம் சொல்லுவதில்லை என்ற சத்தியத்தை அவர் பெற்றுக்கொண்டார்.''

''காமப்பார்வையாக, அவரை உற்றுநோக்கிய ஒருவள், தன் மேலெங்கும் ஆசையைத் தீட்டியிருந்தாள்; அவர், அவளை அலட்சியப்படுத்தித், திருப்பிவிட்டார். அவரைக் கவரும் எண்ணத்தோடு தன் மேலாடையை அகற்றி, மருட்டும் காமக்கண்களோடு நெருங்கியவொரு பெண்ணை, அசட்டை செய்து அனுப்பினார்; காமம் மேலிட்டவளாகத், தன் கூந்தலை அவிழ்த்தவாறு அவரை அணுகிய ஒருவளை அவர் அலட்சியப் படுத்தினார்.''

''அவருடைய முடி சீராகவில்லாமல் தொங்கியது; கழுத்தணி தளர்ந்து போயிருந்தது; தேகம் வியர்க்க அவர் இளாவையே நினைத்திருக்கிறார்.''

''அவளுடைய அறையை நோக்கி நடந்தார்; அவர், காதலிலும், காமத்திலும் நனைந்துகொண்டிருந்த அந்த இளம் அழகி இளா, தன் மார்பகங்கள் கழுத்தணியின் கீழிருக்கப், பெருமூச்சு விடுத்துக் கண்களில் ஏக்கம் நிறைந்திருக்க, அழகு முகத்தில் ஆசை தெரியக் கடவுளருக்கே கடவுளான கிருஷ்ணனை நெருங்கி, அவரைத் தழுவி, பலவந்தமாகப் படுக்கைக்கு இழுத்துக் காமவேட்கை மிகுத்திட அவரைத், தன்வயப் படுத்தத் தொடங்கினாள்.''

''பின்பு நானும், எவரும் காணாதவாறு, அந்த அறையினுள்ளே புகுந்து,

அங்கிருந்த பொம்மைகளின் பின்புறம், இந்நிகழ்ச்சிகளைக் காணும் பொருட்டு மறைந்துகொண்டேன்.''

''அவருடைய வருகையின் பொருட்டு, அந்த அறை அலங்கரிக்கப் பட்டிருந்தது; மல்லிகை, சம்பங்கி மலர்களின் நறுமணம்; பறவைச் சிறகுகளின் கீச்சினைப் போன்றிருந்தது; பழங்கள், இனிப்புகள், தாம்பூலம் முதலியவை வெள்ளித்தட்டுகளில் வைக்கப்பட்டிருந்தன; சந்தனப்பசை, குளிர்ந்த சுவையான திராட்சை ரஸமும், மினுக்கும்படியான வேலைப் பாடுகள் நிறைந்த வெள்ளிக்குடங்களை நிறைத்திருந்தன.''

''பின்புலத்தில் மெல்லிய இசையொலி; அறையின் நடுமையத்தில் ரோஜா மொட்டுகளும், மல்லிகை மலர்களும் தூவப்பட்டிருந்த பெரிய மஞ்சம் இருந்தது; அதன்மீது, இளாவும் மாதவனும் சயனித்தனர்.''

''காமம் நிறைந்த சிரிப்புடன், இனிதாகக் கிசுகிசுத்துப் புணர்ச்சியைத் தொடங்கும் முன்னதாக, முனைப்பான முத்தங்கள், தனி நயப் பற்றுடைய தழுவல்கள், அழுத்தமான கடித்தல்கள், உணர்ச்சியை எழுப்பும்விதமாக ரகசியச் சொற்கள்... கடவுளே! ஆஹா! எத்தனை நன்றாகவிருக்கிறது! நிறுத்திவிடாதீர்கள் என்கிறாள் அவள். இவற்றையெல்லாம் நான் எவ்வித வார்த்தைகளால் வருணிக்க முடியும்?''

''கம்ஸனைக் கொன்றவர், அணைக்க வந்தபோது, அவள் பசப்பிக் கொண்டு முன்வந்தாள்; தன் கொங்கைகளைப் பற்றார்வத்தோடு அவர்மீது அவள் அழுத்தினாள். அவளுடைய வாயிதழ்களில் அவர் முத்தமிட அவளும் தணியா வேட்கையுடன், எதிர் முத்தம் கொடுத்தாள். உடை களைந்திருந்த அவளுடைய முதுகின்மீது, தன் நகங்களில் அவர் இழுக்க, அவளும் எதிர்செயலாக, அவருடைய கன்னங்களால் அவ்வாறே செய்தாள்.''

''இவ்வாறு, வெவ்வேறுவிதமான உடலமைவுகளில் இன்பத்தை வெளிப்படுத்தி, ஒருவரையொருவர் இன்பத்தில் ஆழ்த்தலாயினர்.''

''கிருஷ்ணன், வெவ்வேறுவிதமான பிடியணைப்புகளைச் செய்ய,

அவளும் அவ்வாறே திரும்பச் செய்தாள்; புணர்ச்சியின் உச்சகட்டத்துக்கு அவர் போனபோது, மேலும் உள்நுழைக்குமாறு இளா உந்தினாள்."

"உணர்வறி முனைப்புடன், கருமேகங்களை மின்னல் தாக்குவதைப் போல, அவள் காமலீலையைத் தீவிரப்படுத்தினாள்; பிழையாதவாறு அவள் கிருஷ்ணனைத், தன்தேகத்தால் மூடிக்கொண்டாள்."

"இருண்ட வானத்திலிருந்து கீழே விழுவதுபோல, அவளுடைய கருங்கூந்தலினின்றும் மல்லிகை மலரொன்று அவர்மீது விழுந்தது; அவருடைய உறுப்பிலிருந்து அமுதம் சிதறியது; அவளுடைய பளபளக்கும் முகத்தில் வியர்வைத் துளிகள் அரும்பின; கிளிகளால் கொய்யப்படும் பழுத்த கொய்யாக் கனியைப்போல, அவளுடைய செவ்விதழ்கள், அவருடைய பற்களின் முத்திரையைப் பெற்றன."

"பளிச்சிடப்பட்ட பாத்திரங்களைத் தண்ணீர் கறைப்படுத்துவதுபோல, அவருடைய நகங்கள், அவளுடைய மார்பகங்களில் குறியிட்டன. காமம், ஆசை மிகுத்து வேட்கைப் போரை அவள் நடத்த, இவ்வாறு அவள், தன் இனிய முரளியுடன் காமலீலையில் வீறார்ந்துபோனாள்."

"வேட்கை மிகுத்துத் தணியாப் பற்றுடைய தழுவல்கள்; நகக் கீறல்கள்; தொல்லையூட்டும் கிசுகிசு வார்த்தைகள்; திருப்தியை வெளிக் காட்டும் படியான பெருமூச்சு ஆகியவற்றோடு அவள், ஸ்வாமி! எத்தனை சிறப்பாயிருக்கிறது! எவ்வளவு விசித்திரமான செய்கைகள்; இன்னும், இன்னும் செய்யுங்கள், நிறுத்திவிடாதீர்கள்' போன்ற வார்த்தைகளை அவள் கூறியவாறு இருந்தாள்."

"ஒருவரால் என்ன சொல்ல முடியும்?"

"பேரின்பம் கொண்டு, உடலுறவின் வாயிலாக, ஆசை நிறைவேறிப் பிரம்மானந்தத்தில் திளைத்தவராக ஹரி பிரகாசித்தார்."

சின்னக் கண்ணன், மற்றும் தன்னுடைய
ஆசான், தாத்தாச் சாரியாரின் நல்லாசிகளோடும்

தமிழாக்கம் : பி.எம்.சுந்தரம்

முத்துக்களையும், தங்கத்தையும், ஆபரணங்களையும்
மற்றும் பல விலைமதிப்பற்ற வெகுமதிகளையும்
வழங்கியுள்ள, தஞ்சை மன்னர், பிரதாப
சிம்மரின் பயிற்சியாலும், இலக்கியம், இசை,
நடனம் ஆகியவற்றில் நன்கு தேர்ந்தவளான
முத்துப்பழனியால் இயற்றப்பெற்ற
'ராதிகா சாந்தமானாள்' எனும்
சிருங்காரக் காவியத்தின்

இரண்டாம் அதிகாரம் நிறைவுறுகின்றது.

மூன்றாம் அதிகாரம்

பெண்களின் மனங்களை ஆள்பவனும், அரசருக்கெல்லாம் அரசனும், வரங்கள் நல்குபவனும், மூவுலகுக்கும் மன்னவனான இளம் கிருஷ்ணனுக்கு வணக்கம்.

வியாசரின் குமாரரும், இறையனுபவம் பெற்றவருமான சுகர் தொடர்ந்தார். ஜனக மன்னரைப் பார்த்து, அளவற்ற அன்புடன் 'கவனமாகக் கேள்' என்றார்.

குறைவிலா ஆசையில் மூழ்கிக், கொங்கைள் ரவிக்கையை அழுத்திடத், தாமரை முகம் ஒளிர, வாசனைத் திரவியங்களின் மணம் கமழ, வெற்றிலையை எடுத்துத் தன்னடக்கத்தோடு, மருட்சியூட்டிய இளா, கிருஷ்ணனின் பரந்த மார்பினை, மீண்டும் மீண்டும் அழுத்தினாள்.

குழந்தை பருவத்திலிருந்தே அவனுக்கு நெருக்கமாகவும், அவனைத் தன் கட்டுப்பாட்டில் வைத்திருந்தவளுமான ராதையிடம் அவள் பொறாமை கொண்டிருந்தும், புத்திசாலித்தனமாக அந்த உணர்வுகளை அவள் வெளிக்காட்டியதில்லை.

ராதையும் மாதவனும் உரையாடுகையில், தன்னையொரு கற்றுக்குட்டி யென்று ஒதுக்கிப் பேசியதை ஒட்டுக்கேட்ட இளா, தனக்கொரு நேரம் வருமென்று காத்திருந்தவள், திருமணத்துக்குப்பின், தன் புதிய கணவரை மகிழ்விக்க, எல்லாத் தந்திரங்களையும் கையாண்டாள். தனது இன்பத்தின் அரசி அவள் என்று ஒத்துக்கொண்டு, ஒரு கணம் தடுமாறி, ராதாவை விட்டுத் தான் முற்றிலும் விலகுவதாகக் கிருஷ்ணன் கூறுமளவில் இளா அனைத்தையும் செய்தாள்.

பிழையில்லாக் கடுங்காதல் புரிந்த, தனியாப் பற்றுகொண்ட அந்தத் தாமரைக்கண்ணி, தன் நாயகனிடம், என் அன்பு நிறைந்த நாயகரே! ராதாவைவிட்டு எப்போதுமாக விலகுவதாக உண்மையில் சத்தியம்

செய்யுங்கள் என்று கேட்கப், பேரின்பத்தில் மூழ்கியிருந்த மாதவனும், ஒத்துக்கொண்டு, சத்தியம் செய்து உறுதியளித்தான்.

ஆனால், ஆண்களின் சத்தியம் எப்போதும் நிலைத்திருப்பதா? அவர்களுடைய வார்த்தைகளில் எப்போதேனும் உண்மை இருக்குமா? ஒத்துக்கொண்ட விதமாகவே அவர்கள் நடக்கின்றார்களா? அன்பான மான் விழியாளே! உன் காதல் மட்டுமே எப்போதும் வளர்ந்து கொண்டிருக்கும்.

கிளியின் வார்த்தைகளைக் கேட்டு, இடியோசை கேட்ட அன்னப்பட்சி களைப்போல, புலிகளின் பேரொலி கேட்ட மானைப்போல, பூனையின் சப்தம் கேட்ட கிளியைப்போல, சிங்கங்களின் கர்ஜனைகேட்ட யானை களைப்போலத் தேகம் நடுங்கி, இதயம் படபடத்துக் கவலையுற்ற ராதா, நந்தகுமாரனிடம் தான் கொண்ட காதல் தனக்கு முடிவற்ற துன்பத்துக்குக் காரணமாக இருப்பதாக எண்ணி, மூர்ச்சித்து விழுந்தாள்.

இதைக்கண்ட பணிப்பெண்கள், கவலையோடு அவளைச் சூழ்ந்தனர். அவளது நெற்றி வியர்வையைத் துடைத்துப் புதிதாக மணமூட்டப்பெற்ற தண்ணீரைத் தெளித்து, விசிறி, குளிர்ந்த கற்பூரத்தைத் தேய்த்து, அவளை எழுப்பி, 'ஒருபோதும் கிருஷ்ணனை நம்பக்கூடாதெ'ன்றும் அறிவுரைத் தனர்.

நண்பகலில் ராதா கண்விழித்தாள். பாம்பின் சீற்றம்போல் பெருமூச்சு விடுத்தாள்; காற்றினால் அடித்துச் செல்லப்பட்ட புதுமலர் மொட்டைப் போலானாள். நாசியை வெட்டிழுத்து, உதடுகள் குவிந்து, கோபத்தாலும் துயரத்தாலும் கண்கள் சிவக்கத், துக்கத்தின் மறுஉருவமாக ஆகிக், களைத்து, அமைதியுடன் கட்டுப்படுத்திக்கொண்டு, ஆனால், நடுங்கிய குரலோடு தன் கிளியிடம் கேட்டாள்.

"நான் கேள்வியுறுவது சரிதானா? அவனிடம் இளா, இவ்வாறு கூறினாளா? உணர்விழந்து அந்தக் கோபாலனும் அதற்கிசைந்தானா? அட ராமா! நன்று. மேலும் நடந்ததென்ன? அவர்கள் மட்டும் மகிழ்ச்சியாக வாழ்ந்தால் போதுமா?"

"வானம்பாடியைப் போலப் பாடுவதற்கு என்னிடம் பயின்றதை அவள்

மறந்துவிட்டாளா? கவிதை இயற்ற என்னிடம் கற்றதை அவள் மறந்து போனாளா? இசைக்கருவிகளை இயக்க என்னிடம் கற்றது, அவளுக்கு மறந்து போயிற்றா? காதல் புரிவதைப் பற்றி என்னிடம் கற்றதையும் அவள் மறந்தாளா?"

"நேற்றைய சிறு தானியம், இன்று தேள்; இதுதான் அவளுடைய எண்ணமா? எனக்கெதிராக நடந்திட அந்தச் சிற்றிளம் பெண்ணுக்கு எத்தனை மனத்துணிச்சல்? பெண்புலிக்கு ஒரு சிறுகுருவி சவால்விட்டதைப் போலிருக்கிறது; என்னால் வளர்க்கப்பட்ட இந்த ஆட்டுக் குட்டி, என்னையே தாக்கத் திரும்பியிருக்கிறதா?"

"அவளுடைய தகைமைதான் என்ன? அவள், தன்னை யாரென்று நினைத்துக்கொண்டிருக்கிறாள்? என் மாணவியாக இருந்தபோது, அவளுக்கு அடிகொடுத்ததையும் அவள் மறந்துவிட்டாளா? இவ்விதமாக அவள் பேசினால், அவளுக்கு என்னால் கேடு விளைவிக்க முடியாதா? ஒரு விரல், அரிவாளின் அளவுக்கு வீங்கிவிடும். ஆனால் அரிவாளே வீங்கினால், அது எத்தனை பெரியதாகிவிடும்."

"கொட்டினால் அது தேள்; இல்லையேல், அது குமரிப்பறவை. எனக்கு அப்படியொரு விருப்பம் இருக்குமேயோனால், அவளுடைய விரலைக் கொண்டே அவளுடைய கண்களை என்னால் மகிழ்ச்சியோடு குத்திவிட முடியும், கிளியே."

"செம்மறியாடு மலையைத் தூக்குவதுபோலச் சிறுமீன் பெரிய மீனை விழுங்க முயலுவதுபோலத், தூக்க முடியாத பெரும் பொதியை எருமைகள் சுமப்பதுபோல, இதற்கெல்லாம் அவள் நிச்சயமாக ஈடு செய்தாக வேண்டும்."

"கவிகள் சிலவற்றைச் சொன்னால் மட்டும் போதுமா? அருமையான காவியங்கள் இயற்ற அவள் முயற்சிக்கட்டும்; வீணையை மீட்டினால் மட்டும் போதுமா? இசையால் கல்லைக் கரைக்க அவளால் ஆகுமா? சில ராகங்களைப் பாடினால் மட்டும் போதுமா? பாடல்களை இயற்ற அவளால் முடியுமா? சில காலடிகளை மட்டும் வைத்து, நடனம் செய்தால் போதுமா?

நவரசங்களையும் வெளிப்படுத்த அவள் முயற்சிக்கட்டும்; காதல் புரிவதில் சில தொழிற்கூறுகளை மட்டும் அறிந்திருந்தால் போதுமா? அவனுடைய மனத்தின் ஆழத்தை அவளால் புரிந்துகொள்ள இயலுமா? இந்த நிறைவில்லா ஒருவளுக்காக, என்னையே ஒதுக்கிவிட, அவன் தயாராகியிருக்கிறான், கிளியே."

"இப்போது மேலும் பேச்சு வேண்டாம்; என் புடவைத் தலைப்பில் அந்தக் கிருஷ்ணனைக் கட்டிவிட என்னால் முடியும்; அவளைப் பாராமல் இருக்குமாறு சௌரியை நான் செய்யாவிடில், அவளுடைய கர்வத்தை நான் நசுக்காவிடில், என் காலடியில் அவளைப் பொடியாக ஆக்காவிடில், வஞ்சகத்துக்கான தீர்வு கிடைக்காவிடில், என் பெயர் ராதா அன்று" எனச் சூளுரைத்தாள் அவள்.

"இதைக் கேட்டுக், குறுக்கிட்ட கிளி, "அன்புப் பெண்மணியே! அவளுடைய இறுமாப்பை நான் எவ்வாறு விவரிப்பேன்? அவளிடம் ஏதோவொரு விதச்செயல்முறையும் மனப்போக்கும் உள்ளன. அவளது மகிழ்ச்சி, புத்திசாலித்தனத்துடன் ஒளிர்கின்றது. கேள்! அவள் இப்போது கிருஷ்ணனின் ஒரு பாகமாக ஆகியிருக்கிறாள்."

"அவளுடைய பார்வை, தீவிரமாக உள்ளது. வழக்கத்தில் இல்லாத அழகு பொருந்திய நடை, மகிழ்வூட்டும் பாங்கு, இவையெல்லாம், இளமை ததும்பும் இளாவினால், புதிதாகப் பெறப்பட்டவை."

"இப்போது அவள் நம்பிக்கையைச் சொட்டுகின்றாள்; புதிதாகச் செல்வம் பெற்ற அறிவிலியைப்போல, நள்ளிரவில் குடை கேட்பவரை போல இருக்கிறாள். அழகிய ராதையே! என் போன்றோருக்கு அவனிடம் நேரமில்லை."

"அவளுடைய போலியான அமரிக்கை, தன்னடக்கம் பற்றியெல்லாம் நான் உன்னை எச்சரிக்கவில்லையா? அவளுக்குக் கலைகளைக் கற்பிக்க வேண்டாமென்று உன்னை நான் அறிவுறுத்தவில்லையா? அவளை, அப்படியொரு பெண்ணாக ஆக்க வேண்டாமென்று நான் உனக்குக் கூறவில்லையா? இப்போது அச்சிறுமி, ஆட்டின் தோல் போர்த்திய புலியாகிவிட்டாள்."

பின்னர், அவள் மதுரவாணியெனும் பெயர்கொண்டவொரு பணிப் பெண்ணை அழைத்தாள்.

அவள் கூறலானாள்; "அன்புள்ள ராதா! இதயக் கள்வனாகிய அவர், அப்பெண்ணை அறிவாராகில், உன்னையும் அறிவார்; அந்தத் தாமோதரன் தன்னைப் பற்றியும் அறிவார். உன்னை விடுத்து, அவளோடிருந்தால், மக்கள் அவரைப் பார்த்துச் சிரிக்க மாட்டார்களா?"

"இன்று, அவர் இப்படியிருக்கிறார் என்றால் அது உன்னால்தான்; இப்போது அவள் உன்னைத் தொலைக்க நினைக்கிறாள், எத்தனை துடுக்கு? தன் கடையிலேயே ஒரு இரண்டாவது வணிகம் நடத்த அவள் முயலுகிறாள், எத்தனை தடிப்புத்தனம்!"

"ஆண்டவரின் அன்பைப் பெறுமுன்னர், அவள் எவ்வளவு வித்தியாசமாக இருந்தாள்? இப்போது எத்தனை மாறுபாடு! நதியைக் கடந்தபின் படகோட்டியை அவமதிப்பது போன்றிருக்கிறது அது; ஆரம்பத்தில் சரியானதாகத் தோன்றுவது, இறுதியில் சோகத்தில் தான் முடியும்."

"குறும்புச் சூழ்ச்சி நிறைந்த கிருஷ்ணனின், அந்தப் பொருளற்ற சொற்களை நம்ப அவள் எவ்வளவு சூதறியாதவள்! மனிதர்களின் நடத்தைகளை அறியாமல், சிறிதும் அனுபவமற்றவளாகத் தன்னை அவள் முழுமையாக அவருக்குக் கொடுத்திருக்கிறாள்! ஆனால், நிதானமாக யோசி. உன்னிடம் கிருஷ்ணன் திரும்பி வந்தபின், அது அவளை எங்கே கொண்டுபோய் விட்டுவிடும்! எனவே, இந்தச் சிறு தகவலுக்காக நீயேன் அழுகிறாய்?"

அப்பணிப்பெண் இவ்வாறு பேசி, அறிவுரை கூறுவதைத் தொடர ராதை தன் உணர்வின் வெளிப்பாடாய் பேசினாள்;

"சிமிட்டும் கண்களும், சந்தனம் பூசப்பெற்ற தெய்வீக அழகும் கொண்டு, ஆயிரம் காமன்களைத் தோற்கடிப்பவனான அவனையிழந்து எவ்விதம் நான் அழாமலிருக்க முடியும்?"

பின்னர், அவள் மதுரவாணியெனும் பெயர்கொண்டவொரு பணிப் பெண்ணை அழைத்தாள்.

அவள் கூறலானாள்; "அன்புள்ள ராதா! இதயக் கள்வனாகிய அவர், அப்பெண்ணை அறிவாராகில், உன்னையும் அறிவார்; அந்தத் தாமோதரன் தன்னைப் பற்றியும் அறிவார். உன்னை விடுத்து, அவளோடிருந்தால், மக்கள் அவரைப் பார்த்துச் சிரிக்க மாட்டார்களா?"

"இன்று, அவர் இப்படியிருக்கிறார் என்றால் அது உன்னால்தான்; இப்போது அவள் உன்னைத் தொலைக்க நினைக்கிறாள், எத்தனை துடுக்கு? தன் கடையிலேயே ஒரு இரண்டாவது வணிகம் நடத்த அவள் முயலுகிறாள், எத்தனை தடிப்புத்தனம்!"

"ஆண்டவரின் அன்பைப் பெறுமுன்னர், அவள் எவ்வளவு வித்தியா சமாக இருந்தாள்? இப்போது எத்தனை மாறுபாடு! நதியைக் கடந்தபின் படகோட்டியை அவமதிப்பது போன்றிருக்கிறது அது; ஆரம்பத்தில் சரியானதாகத் தோன்றுவது, இறுதியில் சோகத்தில் தான் முடியும்."

"குறும்புச் சூழ்ச்சி நிறைந்த கிருஷ்ணனின், அந்தப் பொருளற்ற சொற்களை நம்ப அவள் எவ்வளவு சூதறியாதவள்! மனிதர்களின் நடத்தைகளை அறியாமல், சிறிதும் அனுபவமற்றவளாகத் தன்னை அவள் முழுமையாக அவருக்குக் கொடுத்திருக்கிறாள்! ஆனால், நிதானமாக யோசி. உன்னிடம் கிருஷ்ணன் திரும்பி வந்தபின், அது அவளை எங்கே கொண்டுபோய் விட்டுவிடும்! எனவே, இந்தச் சிறு தகவலுக்காக நீயேன் அழுகிறாய்?"

அப்பணிப்பெண் இவ்வாறு பேசி, அறிவுரை கூறுவதைத் தொடர ராதை தன் உணர்வின் வெளிப்பாடாய் பேசினாள்;

"சிமிட்டும் கண்களும், சந்தனம் பூசப்பெற்ற தெய்வீக அழகும் கொண்டு, ஆயிரம் காமன்களைத் தோற்கடிப்பவனான அவனையிழந்து எவ்விதம் நான் அழாமலிருக்க முடியும்?"

"கிளியே, நீ அவளைக் குறைகூறுவதற்கில்லை; அதேசமயம், அரக்கர்

களை அழித்த அவன்தான் இதற்குப் பொறுப்பானவன்; தேனின் இனிப்பை அவளுக்குத் தருபவன் அவன் என்கிறபோது, அதைப் பெற்றுக் கொண்டதற்காக, அவளை நாம் பழிகூறலாகுமா?''

''என்மீதான காதலில் மூழ்கியுள்ள நந்தகுமாரன், கவனச் சிதறலுக்கு ஆளாகிச், செய்வதொன்றும், மனம் வேற்றிடத்திலுமாகச் செயல்படு கிறான்; பணிப்பெண்கள், 'அத்தையின்மீது கண்கள், ஆட்டின்மீது கைகள்' என்று அவனை நச்சுப்படுத்துவார்கள்.''

''அவன் அறிந்த அனைத்தும், என்னால் கற்பிக்கப்பட்டவை; நான் 'யசோதையிடம் கூறாதே' என்பேன்; நாங்கள் கொக்கரிப்புடன் ரகசியத் திட்டங்கள் தீட்டுவோம்; அவன் குழந்தையாயிருந்தான்; என் வினைகளின் பயனாக, இப்போது விளைவுகளை அனுபவிக்கிறேன்.''

''பணிப்பெண் ஒருவளின் வாயிலாக, நானொரு செய்தி அனுப்பினால், அவன் எவ்வித முணுமுணுப்புமில்லாது, என் அறிவுறுத்தலைப் பின்பற்றி நடப்பான்; யாரேனும், சிறிது நேரம் ஒதுக்குமாறு அவனிடம் கேட்டால், கோபத்துடன் முறைப்பான்; அவன் என்பொருட்டு எவரிடமும், தயக்கமின்றிச் சண்டையிடுவான்; போகிறபோக்கில், நான் ஏதேனும் கூறினால், தன் கஷ்டத்துக்காக, அதை அசட்டை செய்வான்; அவனுக்கு எது கொடுக்கப்பட்டாலும், அதை முதலில் எனக்கே தருவான்; இப்போது, என் சொந்தக் காதலனிடம் இத்தகைய அநீதி; மேகநிறக் கூந்தலாளே! இதை நான் எவ்வாறு பொறுப்பேன்?''

''என்னுடைய ஒவ்வொரு வார்த்தையையும், அது கோபங்கொண்டதா யிருந்தாலும், அவன் மதித்தான்; நயந்து பேசி என்னை இணங்க வைத்துவிடுவான்; அது காதலின் வெளிப்பாடல்லவா?''

''அந்தச் செய்கை எங்கள் தேகங்களுக்கிடையே நடப்பதென்பதால், எவ்வித இடையூறும் ஏற்படாதிருக்கும் பொருட்டுச், சந்தனப் பசையைப் பூச மாட்டான்; கட்டித் தழுவுதல்களுக்கு இடையூறாகிவிடுமென்று அஞ்சி, மஞ்சத்தின் திரைச்சீலைகளை உயர்த்த மாட்டான்; என் துடைகளைக் காயப்படுத்திவிடுமென அஞ்சி, அதிக ஆரங்கள் அணிவதைத் தவிர்த்தான்;

காற்சிலம்புகளை விடுத்தான்; மலரும் மணமும்போல, எள்ளும் எண்ணையும்போல, நானும் அவனும் மிக நெருக்கமாக இருப்போம்; இப்போது அவன் என்னிடம் எவ்வாறு நடந்து கொள்கிறான்."

"மருமகன் நல்லவனாயிருக்க முடியாது; இடையன் காதலனாகக் காதலை அறிந்தவனாக இருக்க முடியாது என்பது போன்ற செய்திகளைக் கேட்டிருந்தும், அவற்றை நான் அலட்சியப்படுத்தி, அவனிடம் ஈடுபட்டேன். அன்பானவளே! நான் அவனை முழுதும் நம்பினேன். எதிர்பார்த்ததைப் போலவே, இப்போது நானொரு புதைகுழியில் விழுந்து விட்டேன்."

"ஒவ்வொரு வீட்டிலும் திருடிய ஒருவனுக்கு, மன்னிப்பு கோருவதில் சிக்கலிருக்க முடியுமா? வீடுவீடாகச் சென்று பிச்சை இரப்பவனுக்கு, அளிக்கப்படுவது அன்னமாயிருந்தாலென்ன, தயிர்க்கஞ்சியாக இருந்தாலென்ன?"

"ஆழ்ந்த கனவில்கூட என்னை விட்டிராதவன்; பருவப்பெண் ஒருவளுக் காக என்னை ஏமாற்றிவிட்டான்; நானென்ன கூறுவது? மனிதர்களின் காதல் வெறும் பிரமையாக மட்டுமே உள்ளது."

ராதாவின் நீர் நிறைந்த கண்களைக் கண்டு, இரக்கம் மேலிட்ட கிளி கூறியது; "ஆண்டவனின் சிறுகுறும்புகளைப் பற்றி உனக்குத் தெரியாதா? அவருடைய கதைகள், பரதனுடையவற்றைத் தோற்கடிப்பவை ஆயிற்றே!"

"தன் நாவு அவளுடைய உதடுகளை ஸ்பரிசித்தால், அது அவளைக் காயப்படுத்திவிடுமோவென்று அஞ்சுகிறார்; தன் விரல்கள் அவளுடைய கொங்கைகளைத் தொட்டால், அது, அவளை வலியுறச் செய்யுமே என்று கவலையுறுகிறார்; அவள் தன் முகத்தை அவளுடைய வயிற்றில் பதித்தால், அது, அந்தப் பாசத்தைத் தாங்குமா என்றும்; தன் விரல்களை அவளுடைய கேசத்தில் ஊடுருவச் செய்தால், அவை அக்கேசத்தைப் பிடுங்கிவிடுமோ வெனக் கவலைப்படுகிறார்; தேனைத் தேனீக்கள் சுவைப்பதுபோல், அவளுடைய தேகத்தை உறிஞ்சிச் சுவைத்துவிட்டுப், பிறகு அவளுடைய

பாதங்களைப் பிடித்துவிடுகிறார்; உண்மையில், காதல் செய்வோரும், செய்யப்படுவோரும் இருந்தபோதும், அவரைப்போல் விட்டுக் கொடுக்கும் தன்மையுள்ளவர், வேறெவருமே கிடையாது.''

''மதிப்பு நிறைந்த உடைமையைப்போல, அவளை மென்மையாகத் தன் கரங்களில் தாங்குவதோடு, அவர் ஒரு கண நேரங்கூடத் தன் அருகிலிருந்து அவளை விடுவதில்லை; அவளை நகர முடியாமற்செய்து, காவலாக இருக்கிறார்.''

''அவருடைய மேலாடை, அப்பெண்ணின் சீலைதான்; அவளுடைய பாவாடை, அவருடைய வேஷ்டியாகிறது; அவளுடைய மறுத்தோன்றியே அவருடைய திலகம்; அவளது வியர்வை, அவருக்குப் பன்னீர்; தேய்த்துக் குளிக்கும் பஞ்சாகவிருப்பது, அவளுடைய சருமம்; அவளது சயன அறையே அவருக்கு அரசவை; அவளுடைய பார்வையே அவருக்கு உலகம்; ஒருவர், இதைவிட என்ன கூறவியலும்? 'சௌரி, இளாவின் உண்மையான நாயகனாக ஆகிவிட்டார்.''

''அன்பானவளே! மேலுமொரு விஷயம்; கவனமாகக் கேள்! அந்த இளாவைக் 'காதல் அரசி'யென்று அவர் அழைக்கிறார். இதை ஏனிவ்வாறு அவர் கூறுகிறாரென்பது, எனக்கு அப்பாற்பட்ட விஷயம்.''

''அவரைக் காம மருட்சி செய்து, ரகசியமாக, 'அதிக வனப்புடையவள் யார்?' என்று கேட்டு, அதனை அறியும் பொருட்டு வற்புறுத்துகிறாள். 'தயவுசெய்து கூறுங்கள், நானா அந்த ராதாவா? என்று அவள் கேட்க, இருவருமே சமம்தான்; ஆயினும், மனத்தில் என்னைச் சிறைப்படுத்து வதில், உன்னைவிடச் சிறந்தவர் வேறெவருமில்லை' என்று அவர் விடைதருகிறார்.''

இதைக் கேட்ட மாத்திரத்தில் ராதா, தன் விதியைச் சபித்து, உரத்து அழுதாள்.

''பேராற்றல் கொண்ட இந்திரனைப் பணியவைத்து, ஞானியரின் இதயங்களில் குடியேறி, கீர்த்தியுடன் பிரகாசித்து, இவ்வுலகை ஆள்பவன், எவ்வாறு இந்தச் சிறுமிக்கு இரையானான்?''

“நான் யாரை நிந்திப்பேன்? காரணம், எனக்குப் பெரும் எதிரி நானேதான். என் விதியைச் சபிக்கிறேன். எங்களுடைய கூடல் இல்லாமல் எதுவும் நடக்குமா?”

“எல்லோருக்கும் உற்பாதச் சகுனங்களைக், கீச்சிட்டு உணர்த்தும் பல்லி, அதுவே பாத்திரத்தில் விழுவதைப்போல, நானும் விழுந்து விட்டேன். ஏமாற்றப்பட்ட நான், ஏன் பிறரைப் பற்றிப் பேசுவானேன்? நடந்ததை எண்ணி வருந்துவது மடமை.”

“வரம்பினைக் கவனத்தில் கொள்ளாத என் அன்பானது, அவர்களை அவ்வாறு காண்பதில் மகிழ்ச்சிகொண்டு, விருந்தொன்றை வைத்துப் பின் வருந்துவதுபோல, அவர்களைக் கணவன், மனைவியாக ஆக்கிவிட்டது; நான் சூதறியவில்லை.”

“இருளில் சிக்குண்ட நரியைப்போல், என்னையே நான் குறை கூறி நிந்தித்துக் கொள்ள வேண்டும். நாடி, நரம்புகளில் பெறுகின்ற வேதனைக் கொப்ப, எனக்கு நானே இதை உருவாக்கிக் கொண்டேன்.”

“தன் தேகத்தில் தைக்கும் முட்களையெடுக்கும் யானையைப்போலப் பாம்பினைக் கண்டு தடுமாறி விழுவதைப்போல, எலிகளாலும், தேனீக்களாலும் கடிக்கப்பட்டதைப்போலச், சுய இரக்கத்தோடு, பித்த மயக்கம் கொண்டவளாக மாறிவிட்டேன்.”

“அன்புக் கிளியே! தேவகி மைந்தனை நீ கொண்டுவர முடியுமென்று எண்ணி உண்மையில் அதை நம்பவும் செய்தேன்.”

“சௌரியை, அவளிடமிருந்து பிரித்து, என்னிடம் திரும்பக் கொண்டுவர, உனக்கு ஓர் உபாயமும் தோன்றவில்லையா? இவ்விதம் கேட்பதால், என் மனத்தை இழந்துவிட்டேனா? அன்புக்கிளியே! இதெல்லாம் என் கருமம்.”

முன்பே, நொறுங்கிப் போயிருந்த அந்தக் கிளி, இதைக்கேட்டு, அழகி ராதையைப் பெருந்துயரம் நிறைத்திருப்பதை எண்ணியது.

கிளி கூறியது; அனைத்தையும் நினைவிற்கொள்ளாமல், ஒருவரையொருவர் இறுகத் தழுவி, ஒருவர் மீதொருவர் இடித்தவாறு, உதடுகள் தொட்டுக்கொண்டு, ஒருவரையொருவர் திருப்தியோடு நோக்கியவாறு, தாம்பூலத்தை ஒருவர் வாயிலிருந்து ஒருவர் பெற்றுச் சுவைத்துப் பளபளக்கும் கன்னங்கள் உரசிக்கொண்டு, உடைகளையும், ஆபரணங்களையும் சரி செய்துகொண்டு, மஞ்சத்தைச் சுற்றியுள்ள திரைச்சீலைகள் உயர்த்தப்படாமலிருப்பதை உறுதி செய்துகொண்டு, எண்பத்து நான்கு விதமான நிலைக்கோடல்களோடு, புணர்ச்சியில் அவர்கள் ஈடுபட்டிருக்கையில், நான் எவ்வாறு குறுக்கிட முடியும்? கிருஷ்ணனை, நான் எவ்வாறு வெளியே இழுக்க முடியும்?''

“அவருடைய நம்பிக்கைக்குப் பாத்திரமான அவளிடம், ஹரி, தலைகால் தெரியாதவாறு அமிழ்ந்துபோனார்; நாம், இன்னுமா நம்பிக்கை வைத்திருப்பது? தண்ணீரை வெளியே வீசிவிட்டு, அதைக் குடத்திலிருந்து மீட்டெடுக்க நீ விரும்புகிறாய், அது எவ்வாறு சாத்தியப்படும்?''

தன்னை மறந்து, வருந்தி, உதடுகள் கவிழ்ந்து, தடுமாற்ற நடையுடன், புடவை சரியக், கூந்தல் கலைய, வாடிய முகத்துடன், வேட்கை இதயத்தைத் தின்னக், குரல் உடைந்து, கண்கள் வீங்கிச் சிவந்து, மன்மதனின் தாக்குதலால் பாதிக்கப்பட்டிருந்த ராதைக்குக் கிருஷ்ணன் மீதான கோபம் கடுமையாயிற்று.

கூந்தலை அவிழ்ப்பதும், முடிப்பதுமாக இருந்தபோது, அதனின்றும் மலர்கள் பறந்து விழுந்தன. அணிகலன்களை அகற்றி, இடையிலிருந்த ஆபரணத்தைக் கழற்றிக், குங்குமம், மை, சந்தனக் கீற்று அனைத்தையும் தேய்த்தழித்து, உடைகளை அவிழ்த்துக், கசங்கிச் சுருங்கிக்கிடந்த பழைய சீலையொன்றை உடுத்தி, வாழ்க்கையில் வெறுத்துச் சோர்ந்தவளாகத், தன் அறைக்குள் சென்றாள் ராதா. அங்கே அலட்சியப்படுத்தப்பட்ட அந்த மஞ்சத்தில் விழுந்தாள். கிளியும் பின்தொடர்ந்தது.

தனிமை, பெருந்துயரம், ஓய்வின்மை, வெறுப்பு ஆகியவற்றோடு, ஏமாற்றப்பட்டவளாய், அக்கறையில்லாதவளாய், அவள், ஹரியையும் இளாவையும் சபித்தவாறே மயக்கமுற்றாள்.

திகைப்பு, களைப்பினால் ஏற்பட்ட மயக்கம், முணுமுணுப்பு, கசப்பு, நடுக்கம் ஆகியவற்றோடு, எதிர்பாராது நடந்துவிட்ட சம்பவங்களால் அவள் பதைப்புற்றிருந்தாள்.

இங்கே வாவென்று அவள் அழைத்தாள். "சில அபூர்வமான விஷயங்களைக் கேள். என் காதலன் என்னவெல்லாம் செய்தான் என்பதைக் கேள். மக்களின் ஏச்சுகளையும், கேலிப்பேச்சையும் தாங்கிக் கொண்டு நிற்கிறேன்."

"யாதவர்களின் அரசனே! அங்கேயே செல், அவளோடு இருந்து மகிழ்ந்திரு."

"அவள் எண்ணலானாள். என் துடைகளைவிட்டு அகலாதிருந்த வீணை, இப்போது, அந்தப் பெண்ணால் இசைக்கப்படுகின்றது; என் ஆணைகளை மட்டும் ஏற்று நடந்த கிளி, இப்போது, அப்பெண்ணின் மணிக்கட்டில் உட்கார்ந்திருக்கிறதா? இரவும் பகலும் என்னைப் பின்தொடர்ந்த பணிப்பெண்கள், இப்போது, அவளிடமிருந்து கட்டளைகளைப் பெறுகின்றனரா? என் ஆலவட்டம் இப்போது அவள் முகத்தைப் பிரதிபலிக்கிறதா? என் அழகிய ஊஞ்சலில் இப்போது உட்கார்ந்திருப்பது யார்? எனக்குத் தெரியவில்லை; எனக்குத் தெரிந்ததெல்லாம், என் உயிர் அதிகக் காலம் இருக்காதென்பது மட்டுமே."

"அசுரர்களை மாய்த்தவனோடு, என்னைத் தவிர அவர்கள் யாவரும் குதூகலமாய் இருக்கிறார்கள்; அனைவரையும் திருப்தி செய்விக்கும் எங்கும் நிறை இறையாம், கோவிந்தன், அவளோடு மறைவிடமொன்றில் இருந்தவாறு, என்னை வேறொருவளாக ஆக்கிச் சோகத்தில் மூழ்குமாறு செய்துவிட்டான்."

"ஹரியால் ஒதுக்கப்பட்டுவிட்ட எனது இக்கட்டான நிலையை முன்வைத்துச் சிரிப்பதும், வதந்திகளைப் பேசுவதும், எல்லாம் தெரிந்தது போலக் கண்சிமிட்டித், தலையசைத்து, நச்சுப்படுத்தி, கேலிபேசி, மணிக்கட்டிலுள்ள வளைகள் நழுவச் செய்து, மகிழின்பம் பெறும் அந்தப் பணிப்பெண்களின் கண்களைத் துளைத்து, மார்பகங்களைக் குத்தித், தண்டிக்க ஆசைப்படுகிறேன்."

“யாதவர் அரசனை அடைவதொன்றை மட்டுமே நான் இச்சித்தேன்; அவனை அழைத்து, முனைப்புடன் முத்தமிட்டு, அவனோடு என் தேகம் ஒன்றாகும்வரை, அவனை நீண்ட நேரம் இறுக்கித், தாங்கியிருக்க மட்டுமே நான் ஆசைப்பட்டேன்.”

இதைச் சொல்லிவிட்டுத், தாமரைக்கண்ணி ராதா, மேலும், வருத்தத்தோடும், வாட்டத்தோடும், அக்கிளியை நோக்கி உரத்துச் சொன்னாள்;

“என் அன்புக் கிளியே! உன்னை எவரேனும் குரலெழுப்பி விரட்டினரா? எவரேனும் மரியாதைக் குறைவாக நடத்தினார்களா?”

“யாரேனும் உன்னை, ராதாவின் தூதன் என்று கூறினார்களா? எவரேனும் நச்சரித்தார்களா? உனக்குக் கற்கண்டு தந்தார்களா? வசதிக் குறைவைப் பொறுக்க முடியாத உன்னை அவர்கள் எவ்விதம் நடத்தினார்கள்?”

“என் கிளியே! பணிப்பெண்கள் உன்னை அலட்சியப்படுத்தினார்களா? உன் பசி அவர்களுக்குத் தெரியுமா? தானியமும், அரிசியும் உனக்குக் கொடுத்தார்களா? அவ்வாறில்லாத நடத்தைமுறைகளைக், கனவில்கூட நான் பொறுத்துக்கொள்ள மாட்டேன்; என்னை ஒதுக்கியதைப்போல், உன்னையும் ஒதுக்கினார்களா?”

அப்பெண்கள், தன் கிளியிடம் முறையாக நடந்து கொள்ளவில்லையோ என நினைத்து மிகவும் வேதனையுற்ற ராதா, தன் பணிப்பெண்களை அவர்கள் எவ்வாறு நடத்தினரோ, என்பதைப் பற்றி நிச்சயமில்லாதவளாக அவர்களிடம் கேட்டாள்;

“அந்த மெல்லிடையாள் உங்களை வேதனைப்படுத்தினாளா? கடுமையாக நடந்துகொண்டாளா? பொறாமை கொண்டவளைப்போல அவள் தோன்றினாளா? வண்டுகளைப் போன்ற சுருள் கேசமுடைய பெண்களே! அந்தத் தேன்குரலாள் உங்களை ஏதேனும் உறுத்தினாளா? கோபத்தால் அவளுடைய கண்கள் சிவந்திருந்தனவா? செவ்விதழ் உள்ளோரே! உங்களிடம் ஏதேனும் முறையீடு செய்தாளா? என்மீது வன்மம்

கொண்டிருந்தாளா? நீங்கள்கூட என்னைக் கைவிடுவீர்களென்று நான் இதுவரை கனவில்கூட எண்ணியதில்லை."

"பெண்களே! எவ்வித இன்னலையும் நீங்கள் சந்திக்கவில்லை. என்னால்தான், இந்த எஃகு, தீயின் வேகத்தைத் தாங்கும்."

"எனக்கு வேறொருவனைக் காண முடியாதென்பதில்லை; ஆனால், நான் அவனுக்குப் பழக்கப்பட்டுவிட்டேன்; கிருஷ்ணன், என் மஞ்சத்தை விட்டுப் போவான் என்பதன்று; ஆனால், கடைசியில் என்னை ஒதுக்கிவிட்டான்; இதில் மனவிகற்பமொன்றுமில்லை; குடும்பத்தினரும், நட்புடையோரும் என் நெருக்கடியை வைத்து நகைப்பார்கள் என்பதில்லை; உங்கள் தலைவி யாரென்பதை நீங்கள் அறிந்திராவிட்டால், அது உங்களை வருந்தச் செய்யும்; இந்நாள் வரை என் உயிரைப் பத்திரமாக வைத்துக் கொள்ளச் சமாளித்தேன்; ஆனால், என் தோழியரே! இனியும் அதைத் தாங்கியிருக்க எண்ணலாகாது." இவ்வாறு அவள் இதயந்திறந்து புலம்பினாள்.

காதற்கடவுள் தோன்றித், தன் மலர்க்கணைகளை அவள்மீது எய்ய, அவை அவளுடைய இதயத்தைத் துளைக்க, வியர்வை பெருகியது. மார்பகங்கள் அமிழ்ந்து எழுந்தன; உதடுகள் குவிந்தன; அவற்றிடையே ஓர் அதிர்வு; கூந்தல் கற்றைகள் நெகிழ்ந்தன; கண்கள் மூடிட அவளுக்கு மூர்ச்சை உண்டாயிற்று.

காமக் கடவுளின் குறும்புகளால் இறுக்கிப் பிணைக்கப்பட்ட அவளிடம் அவர்களுடைய இதயங்கள் நெருங்கின; வெதுவெதுப்பான தென்றல் அவளைச் சூழ்ந்திருந்தது; கிளிகளும், வானம்பாடிகளும் மனக்குறை யோடு திரும்பலாயின; அவளுடைய படுக்கையில் பரப்பப்பட்டிருந்த புதிய இலைகள் வறண்டுபோயின; அவளுடைய கழுத்தைச் சுற்றியிருந்த தங்க அட்டிகைகள், மெருகிழந்து, துண்டுகளாயின; தண்ணீர் நஞ்சாக மாறியது; அவள் தொட்டதனைத்தும் உயிரற்றுப் போயின.

நாமென்ன செய்வது? கடவுளே! யாரிடமாவது யோசனை கேட்போமா? உயர்ந்த கொங்கைகளைக் கொண்ட இந்தப் பெண்ணுக்கு என்னதான் செய்யலாம்?

மணமூட்டப் பெற்றவொரு பாத்திரத்தை ஒருவள், ராதையின் அருகில் வைத்தாள்; இன்னொருவள், நறுமணமுடைய தண்ணீரை அதில் ஊற்றினாள்: ஒரு பெண் மல்லிகை மலர்களைத் தூவினாள்; அழகான துலிப் பூக்களைக் கொண்டு, அவளை அலங்கரிக்க முற்பட்டாள் ஒருவள்; தாமரை மலர்களை ஒரு பெண்ணும், இன்னொருவள் மொட்டுகளையும் கொண்டுவந்து வைத்தாள்; குளிர்ந்த நீரை ஒருவள் அவள்மீது தெளித்தாள்; மற்றோரும் இவ்வாறே சற்று அதிகமாகச் செய்தார்கள்; மன்மதனால் தாக்கப்பெற்ற அவளை இவ்வாறெல்லாம் சாந்தப்படுத்த முயன்றார்கள்.

அனங்கனின் மூச்சிலிருந்து நுகர்வு நயம் கொண்டதாக, ராதையின் கொங்கையிலிருந்து நறுமணம் பரவி, அவளுடைய தேகத்தில் கணப்பை மூட்டியது. நீண்ட கைகளால் ஒரு விளக்கைத் தாங்கியவாறு, அப்பெண்கள், 'மன்மதனே! பஞ்சும் எண்ணையுமில்லாத இவ்விளக்கை உனக்குத் தருகிறோம்'' என்று சொன்னார்கள்.

இவ்வாறெல்லாம் அவளைச் சாந்தப்படுத்தப், பணிப்பெண்கள் முயன்றும் பயனில்லாது போயிற்று. எலுமிச்சை மரத்துக்குப் பூச்சிக்கொல்லி மருந்தைப் பயன்படுத்துவது போலவிருந்தது. இதைக் கண்டு, அக்கறைமிக்க ஒருவள், மனந்தளர்ந்து, மன்மதனை இறைஞ்சினாள்.

''ரதியின் நாயகனே! அன்னம் போன்ற நடையும், தாமரை ஆயுதமும், கிளியை ஊர்தியாகக் கொண்டு, மலயத் தென்றலைத் தன்னுடன் வைத்துக்கொண்டு, மூவுலகையும் அழகால் கவர்ந்திடும் மன்மதனே! அறிவிற் சிறந்த பத்மாவதி குமாரனே! கிருஷ்ணனுக்கு மகனாகவும், நண்பனாகவும், வழிகாட்டியாகவும் இருப்பவனே! வண்டுகளால் தாக்கப்படும் கரும்புவில்லைக் கொண்டவனே! சிங்காரக் கலைகள் அனைத்துக்கும் உறைவிடமாயிருப்பவனே! பிரம்மனின் மனத்தில் தோன்றியவனே! உன்னை நான் துதிக்கிறேன்.''

''கோவர்த்தன மலையைத் தூக்கியவனும், எங்கள் விருப்பக் கடவுளும், கருடனின் மீதேறிப் பயணிப்பவனுமானவனே! ராதையின் அவத்தைகளுக்கு ஒரு முடிவு கட்டுவாயாக.''

இறைவனுக்குத் தம் வணக்கத்தைச் செலுத்திய, இந்த இளம் பெண்கள், ஒரு மலரிதழில் கண்ணனின் பெயரை எழுதி அதையொரு புனித நூலினால் சுற்றி, அதை ராதையின் மணிக்கட்டில் கட்டினர்.

தாமரைக் கண்ணியர், அக்கறையுடன் வருத்தமுற்று, "எங்கள் இனியவளே! அழாதே! ஆண்டவன் நிச்சயம் வருவார், சுற்றியெங்கும் நற்சகுனங்கள் தென்படுகின்றன" எனக்கூறி, அவளைத் தேற்ற முற்பட்டார்கள்.

பணிப்பெண்களின் அன்பான வார்த்தைகளைச் செவியுற்று, கிருஷ்ணனைக் காண்போமென்ற நம்பிக்கையோடு, தன் கண்களைத் திறந்த ராதா, அவனைக் காணாது மீண்டும் துயருற்றாள்.

மன்மதனின் தீ அவளை வாட்டித் துன்புறுத்தக், கண்ணீர் அவளுடைய மார்பகங்களில் வெள்ளமாக ஆயிற்று; அவளுடைய முகத்தைத் துன்பமும், கோபமும் மறைத்தன; கதிரவனால் தாக்கப்படுகையில் அகவும் மயிலைப்போல அவள் அழலானாள்.

"ஏன் புலம்ப வேண்டும்? அநேகமாக, இந்தத் தேகத்தை நான் விட வேண்டிருக்கும்; ஸ்ரீஹரி இல்லாமல், இதனால் என்ன பயன்? பார்வையற்ற கண் திறந்திருப்பதாலோ, மூடியிருப்பதாலோ பயன்தான் என்ன?"

"அந்தக் கொலைகாரியின் முகத்தைக், கடைசியாக ஒருமுறை பார்த்தால்... நான் என்ன அத்தனை பாவம் செய்துள்ளேனா? எனது இந்தச் சங்கடமான நிலையில், சிறிதும் இரக்கம் காட்டாமலிருப்பது ஏன்?"

ராதா இவ்விதம் புலம்பிடப் பணிப்பெண்கள், அவன் விரைவில் வந்து சேருவான் என்ற நம்பிக்கையோடு இறைவனை வேண்டி வணங்கினர்.

"இதோ, அவர் வந்து கொண்டிருக்கிறார்; அங்கே தெரிவது அவருடைய ரதமே; அதை ஒருமுறை காண்போம்; கோவர்த்தன மலையைத் தூக்கியவர்; இருளை அகற்றுபவர்; இதோ வந்து கொண்டிருக்கிறார். ஆதவன், தாமரை மலர்களோடு எழுகின்றான்; கிருஷ்ணன், தன்

கண்களைத் திறந்துவிட்டார். அவற்றின் ஓரங்களில்தான் எத்தனை பிரகாசம்! இதோ அவர் வந்து கொண்டிருக்கிறார்; எங்கள் அன்பே! இனியும் நீ அழக்கூடாது; விரைவில் அவர் வந்துவிடுவார்'' என்று ஒருசேர அவர்கள் குரல் கொடுத்தனர்.

அவர்களின் உரத்த குரலினின்று வெளிப்பட்ட வார்த்தைகள், ராதையின் காதுகளை எட்டின. சௌரியைப் பற்றிய அளவற்ற ஆசை ஊற்றெடுத்து, அவளது வேட்கையை அதிகரிக்க அவள் எதிர்பார்ப்புடன் காத்திருக்கலானாள்.

அங்கே கிருஷ்ணன், தன் தோழனாகிய அருச்சுனனுடன் உட்கார்ந்திருந்தான். அமைதியாக வந்து, கள்ளத்தனமாக அகன்ற ராதையின் சிறு கிள்ளையைத், தான் எவ்வாறு வேவு பார்த்தோமென்பதை எண்ணலானான். திடீரென்று அவன் மௌனமானான். அந்தக் கிளி என்ன கெட்ட செய்தியைக் கொண்டுவந்ததோ, ஒன்றும் சொல்லாமல் போய்விட்டதே என்று அதிசயத்தோடும், உறுத்தும் கவலையோடும் அவன் உட்கார்ந்திருந்தான்.

அவனுடைய பணிப்பெண்கள் கொடுத்த வைரக் கழுத்தணியைப் பெற மறுத்துவிட்டான். மணம் வீசும் மலர்மாலைகளை வேண்டாம் என்றுவிட்டான். நண்பர்கள் எடுத்து வந்த பல்லக்கை ஏற்க மறுத்தான். கோபியர் வீசுகின்ற வாசம் பரப்பும் விசிறிகளை வேண்டாமென்றான். ஒளியேற்றப்பட்ட தீபங்களை ஓரந்தள்ளி, ஆபரணங்களைப் பெற்று அணிவதற்கு உடன்படாமல், ஆடைகளை ஒதுக்கித் தள்ளினாள். அனைத்து விதமான எச்சரிக்கைகளுக்கும், தடைக்காப்போடு அவன் இருந்தான்.

அவனது முடி, கலைந்து தொங்கியது; மலர்கள் கீழே விழுந்தன; உள்ளத்தில் நைப்புங், கவலையும் கொண்டிருந்த அவனுடைய இதயத் துடிப்பு, துரிதமாயிற்று. விரஹதாப உணர்வு வயப்பட்ட அவனது முத்துச் சரங்கள், சிதறி விழலாயின. பின்னர், ஞானியான அவன் பூங்காவை நோக்கி ஓடினான்.

கருடனை, ஊர்தியாகக் கொண்ட அவன், பூங்காவை அடைந்து தன் தோழர்களுடன் அமர்ந்துவாறு, ராதையை நினைத்து இவ்வாறு கூறினான்.

'அவளுடைய செல்லக்கிளி வாயிலாக என்ன செய்தியை அவள் எனக்கு அனுப்பினாளோ! அந்த நிலையில் என்னைக் கண்ட, அக்கிளி என்ன செய்தியைக் கொண்டு போயிருக்கும்? அந்த அழகுப் பெண் கோபத்தில் ஒரு பெண் புலியாக மாறியிருப்பாள்! இந்தச் சந்தர்ப்பத்தைப் பயன்படுத்திக்கொண்டு அவளுடைய சேடியர், எரிகின்ற தீயில் எண்ணை வார்த்திருப்பார்களே! கடவுள் என்ன வைத்திருக்கிறாரோ? என் ஜாதகத்தில் சனியின் ஆட்சியோ?'

'அந்தக் கிளியை நான் ஏன் அலட்சியப்படுத்தினேன்? அவளை விடுத்து, நான் ஏனிங்கு வந்தேன்? நான் அறிவற்றவனாகிவிட்டேன்.'

'கிளியின் செய்திகேட்டு, அவளுடைய மனம் எவ்வளவு பாதிக்கப்பட்டிருக்கும்? அவளுடைய முகம் தொங்கிப்போயிருக்கும். உதடுகள் வறண்டு, தேகம் கசங்கியிருக்கும். காமனின் சேட்டைகளால் துயரம் மிகுந்து, கண்களில் நீர்சோர அவள் என்ன நினைத்திருப்பாள்? என்ன செய்திருப்பாள்?'

'கணநேரங்கூட நீ இல்லாமல் நான் வாழ முடியாது; உன்னை விட்டு நானிருக்க முடியாது எனச் சொல்லி, என்னையவள் இறுக்கமாக வைத்திருந்தாள். நீ என்னை அழைப்பாய் என்பதைச் சத்தியம் செய்துகொடு எனக்கூறி என் கைகளைப் பிடித்திருந்தாள். கண்களில் நீர்பெருக, அந்தச் சிறு குறும்புகளில் என்னை மறந்துவிடாதே என்று சொல்லி, என் மார்பினில் அவள் ஏறிக்கொண்டாள்!'

'காதல் மிகுதியால் அழுதவாறு, குரல் தழுதழுத்து, என்னை அவள் போகவிடவில்லை. இருந்தும், வாழ்த்தி அனுப்பிவைத்தாள். அவளை விடுத்து, எவ்வாறு நானிருந்தேன்? இது எனக்கு நியாயமா? சந்திரனைப் பார்க்கும் ஆவலெழுந்தால், அதை நிறைவேற்றிக்கொள்ள அவளுடைய அழகு முகத்தைத்தான் நான் பார்ப்பேன். வானம்பாடியின் இசை கேட்கும் தணியாத ஆர்வத்தால், அதைப் பூர்த்தி செய்துகொள்ள, அவள் பேசுவதைத்தான் நான் கேட்பேன். என் பாச உணர்ச்சி அதிகரிக்கையில், அவளுடைய தேகத்தையே நான் தொடுவேன்.'

'புதிய மலர் மொட்டுகளைப் போன்றிருக்கும் அவளுடைய முலை

களை, இப்போது நான் ஒரு முறையேனும் பற்ற முடியுமா? அந்த அழகியின் கன்னங்களை நான் முத்தமிட வாய்ப்பு கிடைக்குமா? கற்பூரம் போன்ற நறுமணமுடைய அவளது தேகத்தைத் தொட்டு, என் ஆசையை நான் நிறைவேற்றிக் கொள்ளமுடியுமா?'

'அன்பானவளே! சாயம் பூசப்பட்ட உன் பாதங்கள், எனது பாதங்க ளோடு விளையாட, உன் துடைகள் என்னுடையவற்றை வருட, என் மார்பின்மீது உன் மார்பகங்களைப் பொருத்தி, என் வாயிதழ்களை, உன்னுடையவை துடைக்க, என் முகத்துக்கு நேராக உன் முகத்தை வைத்திட இன்பத் தழுவல்களில், நமது தேகங்கள் எப்போது களிப்புறப் போகின்றன?'

'பாற்கடலில் மின்னுகின்ற தங்கத் தாமரையைப்போல, நிலவொளியில் மின்னலையும் தாண்டி ஒளிகூட்டும் முயலைப்போல, அந்தக் காதல் தேவதையைச் சந்தித்து, அவளுடைய மெல்லிடையை அணைத்து என் உள்ளத்தின் முழுத் திருப்தியுடன், அவளை நான் முத்தமிடுவேனா?'

'தன்னுடைய இடர்பாட்டு நிலையை அவள் விவரிக்க, அவளுடைய தோழியர், அவளை விசாரித்துக் கொண்டே இருப்பார்கள்; அவளோ, என் வாழ்க்கை வீணாகிவிட்டது; எல்லோரிடமும் கூறுங்கள், இரக்கம் நல்லதன்று எனச் சொல்லியிருப்பாள். இப்போதுதான் நான் அவளைப் புரிந்துகொள்ளுகிறேன்.'

'கொண்டையின் கீழிறங்கிய முகம், குவிந்துபோன உதடுகள், நடுக்கமுறும் தேகம், பிரகாசமான கண்களில் நீர், மன்மதன் கூட அவளுக்கு இரங்குவானே! நான் திரும்பி வருவேனென்று அவள், திகைப்புடன் வாயிலில் நிற்பாளே! இதை எண்ணிப்பாராமல் நான் எவ்வாறு நிலை மாற்றமில்லாதிருக்கிறேன்!'

'மஞ்சத்தில் உறங்குவதை ஒதுக்கி, என் மார்பினையே அவள் விரும்புவாள். ஆசனத்தில் அமர்வதை விரும்பாது, என் துடையைத்தான் அவள் விரும்புவாள். இனிப்புப் பண்டங்களைத் தின்னப் பிடிக்காமல் என் வாயிதழ்களைத்தான் விரும்புவாள். ருத்ரவீணையின் இசை கேட்கப்

ராதிகா சாந்தமானாள் | தெலுங்கு மூலம்: முத்துப்பழனி | 105

பிடிக்காமல், என் குரலையே நேசிப்பாள். நற்குணங்களின் உறைவிடமான அவளையா நான் விடுத்தேன்? இது கடவுளின் சாபமேயன்றி வேறென்ன வாயிருக்கும்?'

'அவள் ஆடையுடுத்தும் காட்சியில், எனக்கு மகிழ்வூட்டுவாள். தன் நெற்றிப்பொட்டை அவள் இடும்போது, எனக்குக் காதல் மேம்படும். தன் ஒப்பனையை அவள் புதுப்பிக்கையில் எனக்குக் கிளர்ச்சி ஏற்படும். அவள் தன் துடைகளை அசைக்கும்போது நான் மயங்கிப் போவேன். என்னை அவள் இறுகத் தழுவும்போது, என்னுள் 'கிளுகிளுப்பு' உண்டாகும். பல்வேறு உடல்நிலைக்கோடல்களில் என் காமம் தூண்டப்பெறும். படுக்கையில் கிடக்கும் மலர்களைச் சரிசெய்கையில் என்னையே மறந்து விடுவேன். செயல்திறன் கொண்டு புணர்ச்சியை மாற்றிக்கொண்டே யிருப்பாள். நறுமணம் சேர்த்தல், வாதிடுதல், மன்னித்தல், மருட்டுதல், மதித்தல், மரியாதை செய்தல், நச்சுப்படுத்தல், காதல் புரிதல் முதலிய வற்றில் என்னிடம் அவள் தனியுரிமை பெற்றவள். அவளை விட்டுப் பிரிந்திருத்தலை இனி ஒருபோதும் என்னால் தாங்கவியலாது.'

'அவளுடைய மார்பகங்கள் விம்முகின்றன; கீழ்ப்புறத்தில் ரோமம் உதிர்கின்றது; நெற்றிக் குங்குமம் கறைபடுகிறது; கண்ணிமைகள் துடிக்கின்றன; கன்னங்களில் வியர்வை வழிந்தோடுகிறது; பெரும் இன்பந்தரும் எங்கள் புணர்ச்சியை, நான் என் மனத்தின் அடித்தளத்தில் நினைவு கூர்கிறேன்.'

'நடுக்கமுறும் துடைகள், தளர்ந்திடும் புடவை, குறியிடப்பட்ட உதடுகள், வியர்க்கும் முகம், கலையும் கேசம், கறைபடும் குங்குமம், சந்தனப்பூச்சு, உயர்ந்த பெருமூச்சு, குவிந்திடும் கொங்கைகள், சாய்ந்தாடும் நடை, அடக்கமுடியாக் காமம், பின் விந்து வெளிப்பாய்ந்து, முழுச் சோர்வு. என் காதலி, என் அருகிலேயே இருப்பதாகக் கற்பனையில் உலவுகிறேன்.'

'வெட்கத்தோடு, இன்னும் புணருமாறு அவள் என்னை அழைக்கிறாள். தயக்கமில்லாதவளாகத், தன் கொங்கைகளை, என் எதிரில் வைத்துத் தொட்டுக் கசக்குகிறாள். சிறிது உயரத்தில் நின்றவாறு, தன் உடைகளைத்

தளர்த்தி, அவளுடைய துடையை என் துடைமீது அழுத்தி, என் கன்னத்தை மெதுவாகத்தட்டி, என் ஆசையை அவள் நிறைவேற்றுவாள்.'

'கவரும்படியான தோற்றமும், கலைச்சிறப்பும் கொண்டவளாய், என்னை அவள் முத்தமிடுகிறாள். போற்றப்பட்டு, மதிக்கப்படும் அழகு, புகழப்படும் அனுபவத்தேர்ச்சி, ஊக்கம் நிறைந்து அவள் விளங்குகிறாள். புணர்தலில் அத்தனை நீடிப்பாற்றல் வேறெவருக்கு இருக்க முடியும்? அவளைத் தவிர வேறு யாருக்கும் கிடையாது.'

'பலரை நான் கண்டிருக்கிறேன். பேசியிருக்கிறேன். பலரோடு நான் காமலீலை புரிந்திருக்கிறேன். ஆனால் அவள்! அவளுடைய பாங்கு, அழகு, திறமை, தனித்தன்மை! வேறெவரிடத்திலும், புணர்ச்சியில் அத்தனை சிறப்பான இன்பத்தை நான் பெற்றதில்லை. அவள் ஒருவள் மட்டுமே, அதற்குத் தகுதியானவள்'

'அவளுடைய துடைகளின் இடைப்பகுதியிலுள்ள இடத்தில் நான் நுழைக்கும்போது, தன் கண்களை அகலத்திறந்து, புருவங்களை உயர்த்தி, அவள் செய்யும் பாசாங்குக் கோபம், அவளுடைய முகத்தில் வர்ணம் தீட்டுகிறது. இன்பம், பெற்ற திருப்தியின் வெளிப்பாட்டினால், கண்களை மூடியவாறு, காதல் நடிப்புடன் அவள், 'இரக்கமற்றவனே! நிச்சயமாக அனுதாபமில்லாதவொரு கடவுள்தான், என்னை உன்னிடம் தள்ளியிருக் கிறான் என்பாள். அதே சமயம்,

"பெருவேட்கையோடு, நான் வற்புறுத்தித் திரும்பத் திரும்பக் காமலீலை புரியும்போது, அவள் தன் தாமரைக் கண்களைச் சிறிதே திறந்து, இனிமையான புன்னகையுடன், ஊக்குவிக்கிறாள், பிரமாதம்! அருமை! எத்தனை சுகமாயிருக்கிறது! அப்படித்தான், நிறுத்திவிடாதே, மேலும் செய் என்று மருட்டிக்கூறி, அவ்வார்த்தைகளால் என்னை மயங்கச் செய்கிறாள். அவளுடைய இனிய குரலை நான் எப்போதேனும் மறக்க முடியுமா?'

'என்மீது தன் முலைகளை அழுத்தி, அவளுடைய கீழுறுப்பை, என் துடைகளில் உராய்ந்து, பளபளக்கும் அத்துடைகள் மேலும் விரிந்திட அவளுடைய விரல்கள் என் கேசத்தில் புகுந்திட, என்னை அவ்வாறு

ராதிகா சாந்தமானாள் | தெலுங்கு மூலம்: முத்துப்பழனி | 107

மகிழ்வூட்டுகிறாள்; அப்படிப்பட்ட ஒருவளிடமிருந்து, நான் எவ்வாறு பிரிந்திருக்க முடியும்?'

'அதிக வேட்கையோடு அவள் என்னைத் தழுவுகிறாள். என் வேஷ்டிக்குள் தன் கையைவிட்டு, என் உறுப்பை அசைவிக்கிறாள்; நான் அவளுடைய உறுப்பினுள்ளே அழுத்தும்போது, தன் துடைகளை உயரத்தூக்கி, மகிழ்ச்சியோடு பதில் தருகிறாள்; காமம் பீறிட மீண்டும் அழுத்தி, என்மீது ஏறிக்கொண்டவளாக என் ஆண்மையைத் திருப்திச் செய்கிறாள். மரத்தைக் கொடி தழுவுவதைப்போல, எங்களிருவரின் தேகங்களையும், அவள் ஒன்றாகத் தாங்குகிறாள். காமம் மேலிட்டவளாக, என்மீது, பாம்பு ஊர்வதைப்போலச் செய்கிறாள். அவளைத் தவிர வேறெவரால் இவ்வாறு செய்ய முடியும்? அவள் ஒருவளையன்றி வேறு எவருமே இல்லை.'

'வேறு பல பெண்களை நான் பார்த்ததில்லையா? காமம் அனுபவித்த தில்லையா? அவர்களையெல்லாம் விட்டுப் பிரிந்தது, எனக்கு எளிதாக இருந்தது. ஆனால் இவளுடைய பிரிவு, என்னை மூழ்கடிக்கும் சோகம். அளவு மீறிய துயரம், இவற்றை நான் இந்நாள் வரை அறிந்தேனில்லை.'

'என் அருகில் அவளிருக்கையில் நான் உறக்கம் அறியேன். இப்போதோ அவள் இல்லாததாலும் உறக்கமில்லை. மன்மதனின் குறும்புகளை எவ்விதம் வருணிப்பது? என்னைக் கீழே தள்ளித் தண்டிக்கிறான்.'

'அழகின் உருவம்; கவர்ச்சியின் சிற்றுருவம்; அசுரத்தன்மையின் வெளிப்பாடு; புத்தம்புது மலர்க்கொடி போன்ற தங்கநிறம்; காம சாத்திரத்தில் பெரும் வல்லமை; காதலுக்கான ஆசிரியை; காமனின் மிடுக்கான கணை; என்னை அவள் மயக்கமுறச் செய்கிறாள்.'

'ஆசையின் மானுட உருவம்; அழகுப் பெட்டகம்; நல்லதனத்தின் புதையல்; தெய்வீக நேர்த்தி; இன்குரலாள்; பெண்களிற் சிறந்தவள்; அவளைப்போல இவ்வுலகில் வேறெவர் பாட முடியும்?'

'காமம் புரிந்ததால் தன் புடவை கலைந்துவிட்டதென்று சிணுங்கி

அவள் ஒரு மூலைக்கு நகருவாள்; அந்தப் புடவையின் தலைப்பைக் கொண்டு இழுத்து, நான் அவளைத் தாங்கிப் பிடிப்பேன்; கவர்ச்சியோடு கூடிய வெட்கம் கலந்த சிரிப்பை அவள் வெளிப்படுத்துவாள்; அப்படியொரு வற்புறுத்தலை வேறெவரிடம் காண முடியும்?'

'இடியோடு கூடிய மின்னலைப்போல், அவளுடைய துடைகள் பளபளக்க, வைரக் கழுத்தணிகள் ஒளிர்வதுபோல், அவள், தன் அடிப்பகுதியில் என் உறுப்பை நுழைத்துக்கொண்டு, இன்பப் பெருமூச் செறிகிறாள். முத்து மூக்குத்தி பளிச்சிடுவதுபோலத், தன் வாயிதழ்களை எனக்குத் தருகிறாள். கழுத்தணிகள் அசைந்தாடத், தன் கொங்கைகளில் என்னைக் கடுமையாக அழுத்துகிறாள்; பாதி திறந்த கண்கள், தற்காலிகப் புன்னகை, சிறிதளவில் பேசப்படும் வார்த்தைகள் என்று பாதி சுய நினைவுடன் என்னிடம் காமபோகத்தில் ஈடுபட்டுக் களைத்துவிடுகிறாள். ஆசைக்குறிய அந்தப் பெண்மணியை, மீண்டும் எப்போது, என் கரங்களில் பிடித்திருப்பேன்?'

'தூங்கியது போதுமென்பேன்; அவளோ, கோபத்தை மறைக்கும் பாவனையில், திரும்பித் தன் புடவையில் படுப்பாள்; அவளைப் பலவந்தமாக இழுத்து, அவளுடைய கரங்களில் கிடப்பேன்; அவள் உறக்கத்தை விடுத்துப் படுக்கையில் ஒரு பதுமைபோலக் கிடப்பாள்.'

''என்னை முத்தமிடாதே; நான் அசுத்தப்பட்டவனாக ஆகிவிடுவேன் என்பேன்; வேண்டுமென்றே என் உதடுகளில் தன் செவ்விதழ்களை அழுத்துவாள்; என்னைத் தொடாதே, நான் இப்போதுதான் நீராடினேன் என்பேன்; என்னைத் தன் வயப்படுத்தும்விதமாகத், தன் முலைகளைக் கொண்டு, என் தேகத்தை அழுத்துவாள்; என்மீது விழாதே, அது இப்போது முறையல்ல என்பேன்; வலுக்கட்டாயமாக என்மீது அவள் ஏறிக்கொள் வாள்; இன்று விரத நாள், லீலையில் ஈடுபட எனக்கு விருப்பமில்லை, உன்னோடு சயனிக்க முடியாது, அதை நான் இப்போது விரும்பவில்லை என்று நான் சொன்னால், புதுப்பிக்கப்பட்ட சக்தியோடு அவள் லீலையில் ஈடுபடத் தொடங்கிவிடுவாள்.'

'மருட்சியூட்டி முத்தமிட்டுத் திரும்பத் திரும்பக் காமலீலையில்

ஈடுபட்டு, இரவு முழுவதும் பேசிக்கொண்டிருப்பாள்; அவளுடைய காதலை நான் எவ்வாறு விடுத்திருக்க முடியும்?'

'என் நாயகியின் மதிமுகத்தைப் பாராமல் என் ஆசை தணியாது; அமுதமயமான அவளுடைய இனிக்கும் காதலை, நான் அனுபவிக்காத வரை, என் காதல் தாகத்தைத் தணிக்க முடியாது; அவளுடைய மலர்க் கரத்தை நான் பற்றாதவரை; காமதேவன் என்னை விடமாட்டான்; அவளுடைய பிரகாசமான நெற்றியை நான் காணாதவரை, என் முகத்தைக் கருநிறம் மூழ்கடிக்க முடியாது; தன் மார்பகங்களை அவள் தரும்வரை, காதற்பேயைத் திருப்தி செய்யமுடியாது; இதை நான் எவ்வாறு பொறுத்துக் கொள்வேன்? நான் எத்தனை துன்பத்தில் சிக்கி உழல்கிறேன்? அவனிடம் நான் யாரை அனுப்புவது? அவளை நான் என்று காண்பேன்?'

'காமப் புணர்ச்சியை நாங்கள் முடித்ததும், களைத்துப்போய் என்னைப் பார்த்தவாறே மஞ்சத்திலிருந்து இறங்குவாள்; மீண்டும் அவளைக் கூட விரும்பி, அவளுடைய கரத்தை நான் எடுப்பேன்; அவள், தலையைச் சாய்த்தவாறு முறுவலிப்பாள்; காமனால் தூண்டப்பெற்றத், தன் லீலை களால் என்னைக் கவருவாள்.'

'அவளுடைய சேடியர், 'நாயகர் வந்துவிட்டார்' என்று அறிவித்த கணமே, என்னை வரவேற்க ஓடிவருவாள்; என்னைக் காணாத வேதனையால் கண்புருவங்களை உயர்த்திக், கேட்கும் ஓசையனைத் தையும், என்னுடைய அழைப்பில் இசைவித்துப், புருவங்களை உயர்த்திக், கேட்கும் ஓசையனைத்தையும், என்னுடைய அழைப்பில் இசைவித்துப், புருவங்களை உயர்த்தியவாறு வருவாள். போகம் முடித்து நான் களைத்துவிட, அவள், தன் பாவாடையைக் கொண்டு வீசுவாள்.'

'நான் மகிழும்போது, அவளும் களிப்பெய்துவாள்; எனக்கு மகிழ்ச்சி இல்லையேல், அவள் துன்பமுறுவாள்; அப்படிப்பட்டவொரு காதலியை நான் ஒதுக்கிவிட்டேன். என் வேதனைக்கு முடிவில்லை.'

'என் காமக்கிழத்தியால் தொடப்படுகையில், சுட்டெரிக்கும் சூரிய னைப் போலவா சந்திரன் தோன்றுவான்? அவளுடைய பார்வையிலி

ருக்கும்போது, மலர்கள் யாவும், கணைகளைப்போல் கொட்டித் தாக்கவியலுமா? அவளுடைய பேச்சை நான் கேட்கும்போது, கிளிகளின் சலசலப்பு, வசையொலிகளைப் போன்றா ஒலிக்கும்? என் காதலியின் கால்களில் நான் கிடக்கையில் மென்மையான மஞ்சம், எனக்குச் சுடு புண்ணை ஏற்படுத்துமா? அவளுக்கு நான் விசிறுகையில், குளிர்த் தென்றல், உலைக்களம் போலவா ஆகும்? இவற்றையெல்லாம் நானே உண்டாக்கிக்கொண்டு, பிறரை ஏன் நிந்திக்க வேண்டும்?'

'வாசனைத்துகளை அவளுடைய மார்பகங்களில் தடவி, மணமூட்டப் பட்ட தண்ணீரில் அவளை நீராட்டும்போது மெதுவாக அவளை இணங்க வைத்து, மலர்கள் தூவப்பெற்ற மஞ்சத்துக்கு இட்டுச் செல்லும்போது, வலுவூட்டும் தைலங்களைத் தேய்க்கும்போது, அவளுக்குத் தாம்பூலம் தரும்போது, பின்னர், அவள் மீதேறி, அவளுடைய பெண் குறியின் உள்ளே நுழைத்து, அவளை அந்த லீலையில் ஈடுபடச்செய்து, அவளை நான் திருப்தி செய்யாவிடில், என் மனம் இன்பப்பெருக்கு கொண்டு ஓயாது.'

'சில குடும்பங்களில் குழப்பமேற்பட, நாங்களா காரணம்? எந்தக் காதலர்களையாவது நாங்கள் பிரித்ததுண்டா? உட்கருத்து ஏதுமின்றி ஒருவருக்கேனும் ஊறு விளைவித்தோமா? ஆசை நிறைந்திருந்தும் எங்கள் இளமை மகிழ்ச்சியின்றிக் கழிகின்றது.'

'என் இதயத்தின் அரசியே! நீயின்றி என்னால் வாழ முடியாது. அதிகபட்சமாக ஒரு மணி நேரத்தில் திரும்புவாயா? சீக்கிரம்! தாமதியாதே! என் உயிரை ஆளுபவளே! செல், ஆனால் திரும்பி வந்துவிடு. இரு மணி நேரம் என்னால் தாங்க முடியாது, என் இதயத்தின் இதயமே! ஏன் பதில் கூறாமல் இருக்கிறாய்? மூன்று மணி நேரம், நீ வெளியில்தான் இருப்பாயா? என் இதயத்தைத் திருடியவளே! என்னை மீண்டும் ஆளுவதற்கு நான்கு மணி நேரமா? அந்தக் கடைசி நேரம்வரை, தழுதழுத்த குரலோடு, என் மார்பில் கிடந்துவிட்டுப், பின்பு என்னையவள் போகவிடுத்தாள்; இப்போது கண்கள் சிற்றோடையாகி, நான் விலகியிருக்கிறேன். நான் ஏன் இவ்வாறு அழுகிறேன்?'

'மல்லர்களைப்போல், ஒருவரையொருவர் தாங்கித் தழுவி, முத்தமிட்டு

வெவ்வேறு உடல்நிலைகளுடன் விளையாடும் சிட்டுக்குருவிகளைப் போல, ஒன்றையொன்று கொஞ்சும் மதயானைகளைப்போல, தேவனால் ஊக்குவிக்கப்பட்டு அன்னங்கள் ஓசையிடுவதைப்போல, இரு மலைப் பாம்புகள், ஒன்றையொன்று சுற்றி நிற்பதுபோல, அவளை நான் மீண்டும் எப்போது அடைவேன்?'

'பெரிய மீன்களைப் போன்ற நீண்ட கண்கள்; முழுநிலவைப் போலப் பிரகாசிக்கும் வதனம், கதிரவனின் கதிர்களைவிடக் கூர்மையான பார்வை, அனைத்திலும் சிறந்தவள் அவள்.'

'மணமூட்டப்பெற்ற விளக்கும், மினுமினுக்கின்ற சிவப்பு ஆடையும் அவளுடைய தேகத்தாலும், உதடுகளாலும் வெட்கமுற்றன; வண்டுகளின் நீண்ட வரிசையும், ஒளிரும் தாரகைகளும், அவளுடைய கேசத்தாலும், விரல்களாலும் வெட்கமுற்றன; முழுவதுமாய் மலர்ந்த தாமரைகளும் விலைமதிப்பற்ற நன்மணிகளும், அவளுடைய கண்களையும், கொங்கைகளையும் கண்டு வெட்கின; சம்பங்கி மலரின் மணம், வாசனை நிறைந்த தண்ணீர், காதலின் மென்பூவிதழ்கள், ஆஹா! நிறைந்த துன்பம் அனுபவிக்கும் நான்; என்னுடைய அந்தத் தங்கக் கன்னியை எப்போது காண்பேன்?'

'அவளுடைய விம்மிப் புடைத்த மார்பகங்கள், குன்றுகளைக் காட்டிலும் உயர்ந்தவை; அவளுடைய நடை, அசை போட்டு, ஆடி நடக்கும் யானையைவிட மேலானது; அவளது அழகான தொப்புள் புன்னாக மரத்தைவிடச் சிறப்பானது; அப்படிப்பட்ட அழகுடன் அவள் என்னை ஆண்டிருந்தாள்.'

'அவளுடைய முகத்துக்குக் கண்கள் அழகென்றால், தேகத்துக்குக் கொங்கைகள்; அவளுடைய பின்புறத்தை உயர்த்தி நிற்பது அவளது இடை, அழகில், அவளுக்குப் போட்டியாளர் எவருமில்லை.'

'அந்தத் தாமரைக்கண்ணி அழகான நதியாக இல்லாதிருப்பின், அவளுடைய கண்களில், அந்தத் தாமரை மலருமா? அவளுடைய அழகு, காதற்பூங்காவாக இல்லாதிருப்பின், அங்கே வாழை மரங்கள் வளருமா?

மலரிதழ் மங்கை, கவர்ச்சியுற்றவளாய் இல்லாதிருப்பின், அவளைச் சுற்றித் தேனீக்கள் திரிவனவா? காமதேவனின் வில்லாக அந்த அழகி இல்லா திருப்பின், அவளுடைய பார்வைகள், கணைகளைப் போன்று என்னைத் துளைக்குமா? சந்திரனேயாக அவள் இல்லாதிருப்பின், அவளுடைய பிரகாசமான முகம் என்னை அவ்விதம் மயக்குமா? என் தவத்தால் பெற்ற வரமாக அவள் இல்லாதிருப்பின், என் தேகம் மகிழ்ச்சியில் குலுங்குமா?'

துயர்தரும் எண்ணங்கள் மேலிட்டவனாக, மலர்க்கண் கிருஷ்ணன் அமர்ந்திருக்க, அவனுடைய உரத்த புலம்பல்களைக் கேட்டு, அவனுடைய மைத்துனனும், இளாவின் சகோதரனுமான ஸ்ரீதாமன், அவனை ஆற்றுப்படுத்த முனைந்தான்.

"தாமரைக்கண்ணனே! என்னை ஏற்றுக்கொள், என்னை எடுத்துக்கொள் என்று ஆயிரக்கணக்கான பெண்கள் வேண்டி நிற்க, நீயோ அந்த ராதாவையே உன் நினைவில் முழுமையாக் கொண்டு வாடுகின்றாயே!"

"அந்த ஆண்மாரி ராதா, என்னுடைய சகோதரியைவிடச் சிறந்தவளா? அப்படியென்றால், எவ்விதத்தில் என்று கூறு. அவர்களுடைய வயதை ஒப்பிட்டால், ஒருவள் அரசி, மற்றவள் சேடி மட்டுமே."

"ஒப்படைவுள்ள உறவுகளோ, சரியான வயதோ, கள்ளக்காதலோ, விட்டொழித்தலோ, அனுபவமற்றவர்களோ, புத்திசாலித்தனம் மிக்கவர்களோ, மகிழ்ச்சிக்கு உத்திரவாதம் இல்லாதவர்களென்று கூறுகிறார்கள். உன்னுடைய இந்த உறவுமுறை சரியானதா? அதன் விளைவு துயரம் மட்டுமே. கிருஷ்ணா! உனக்குத் தெரியாதா?"

ஸ்ரீதாமன் இவ்வாறு கூறவே, அதற்கு மறுமொழியாக யாதவர் தலைவன் கூறினான்; "காம சாத்திர அறிவு, காமலீலைகளில் பயிற்சி, முன்விளையாட்டுகளில் திறமை எல்லாம், காதற்கலையில் பெருந்தேர்ச்சி யுடையவர்களுக்குத்தான் தெரியும்; சாதாரண இடையர்களுக்கு அன்று; ஆனிரை மேய்ப்பதைத்தவிர, வேறொன்றும் அறியாதவன் நீ; உறவு முறை பற்றிப் பேசுகிறாய்."

"பிரம்மன், தன்னால் படைக்கப்பட்ட தன் மகளையே மணந்தான்;

அவன், நடத்தை கெட்டவனாகக் கருதப்படுகிறானா? சந்திரன், தன் குருவின் மனைவியான தாராவை அபகரித்தான்; அவன் ஊழல் செய்தவனாகக் கருதப்பட்டானா? தன் நண்பனின் மனைவியோடு உறவு கொண்டான் சூரியன்; அவன் ஒழுக்கக்கேடாவனாய் கருதப்பட்டானா? சமுத்திரத்தின் அரசன், தன் பேத்தியான கங்கையைக் கூடினானே, கீழ்த்தரமானவனாக அவன் கருதப்பட்டானா? தன் மைத்துனியோடு களியாட்டம் புரிந்தானே வியாசன், அவனுடைய புனிதத்தன்மையை இழக்கச் செய்தார்களா? நீ சொல்லுகிறாய், இது அனுமதிக்கப்படாதவொரு உறவென்று; அறிவுரையாக நீ விவரிக்கும் அவர்கள் யாவரும் ஒழுக்கக்கேடானவர்களா?''

''பூதேவி, திருமாலின் அத்தையல்லவா? கங்கை, சிவனின் அத்தையல்லவா? அகலிகை, இந்திரனின் அத்தையல்லவா? அவர்கள் எவ்வாறு உறவு கொண்டிருந்தார்கள்? உண்மையில், உன்னைவிட அவர்களுக்கு அதிகமாகவே தெரியும்.''

''ராமனைவிட சீதை அதிக வயதுடையவள்; பலராமனை விட ரேவதி வயதானவள்; ரதிகூட மன்மதனைவிட வயதில் மூத்தவள் எனப்படுகிறது. ஆனால், நீ சொல்லுகிறாய், என்னைவிட ராதை வயதில் மூத்தவளென்று.''

''ராதை சாதாரணப் பெண் அன்று; மிகவும் சிறப்பானவள்; வெறும் பெண் அன்று, அவள் மன்மதனின் கணை; அவள் ஏதோவொரு பெண் அன்று, சம்பங்கி மலருக்கொப்பான அழகு படைத்தவள்; அவள், சாமானியப் பெண் அன்று, உலகிலேயே மிகவும் இனிமையானவள்.''

''வண்டுகளின் மினுமினுப்புக்கும், அவளுடைய கேசத்துக்குமான நட்பு, எப்போது தொடங்கியதென்பது இறைவனுக்குத்தான் தெரியும்; சந்திரனுக்கும், அவளுடைய பிரகாசமான முகத்துக்கும், எப்போது ஒரு திருமண உறவு ஏற்பட்டதென்பது, கடவுளுக்குத்தான் தெரியும்; கற்பூரத்துக்கும், அவளுடைய உதடுகளுக்கும் குருதித் தொடர்பு எப்போது எழுந்ததென்பதும் கடவுளுக்குத்தான் தெரியும்; தங்கப் பானைகளுக்கும் அவளுடைய முழுநிறைவான மார்பகங்களுக்கும் உறவு எப்போது எழுந்ததென்பதும், அந்தக் கடவுளுக்குத்தான் தெரியும்.''

“மீன்களின் பளபளக்கும் செதில்கள், அவளுடைய அகன்ற கண்களில் பிரதிபலிக்கின்றன; அவளுடைய கூர்மையான பார்வைகள், காம தேவனின் கணைகளே; தாக்கும் மின்னலுக்கொப்பான தேகம், சிறப்பா னவை அனைத்தும், ராதிகா என்ற ஒரே இடத்தில் ஒன்று திரண்டிருக் கின்றன.”

“மணம்மிக்க அந்த வாயிதழ்கள் இனிய சொற்கள், கருமையான கூந்தல், பிறைச்சந்திரன் போன்ற நெற்றி, நீண்ட அழகான கழுத்து, தாமரையைப் போன்ற கண்கள், தெய்வீக யானையை ஒத்த நடை, விண்ணுலகத்துக் குன்றுகளைப் போன்ற கொங்கைகள்.”

“வானத் தாரகைகளைப் போன்ற ஒப்பனைகொண்டு ஒளிரும் நகங்கள், பிரகாசமான முத்துகளைப் போன்ற பற்கள், தெளிவான வெண்ணிறக் கண்கள், அழகில் அவள் விண்மீன்களை விஞ்சியிருப்பதில் அதிசயமேதும் இல்லை.”

“பெருகிப்படர்ந்திருக்கும் அவளுடைய கூந்தற்கற்றைகள், மேகங்க ளைத் தோற்கடிப்பவை; அம்பின் வளைவைவிடச் சிறந்த மெல்லிடை; நறுமணங்கொண்ட அவளது தேகம், துலிப் பூக்களைத் தோற்கச் செய்வதாகும்; ஒளியூட்டும் அவளது மேனி, மின்னலைப் பழிப்பதாகும்.”

“வாழைத் தண்டுகளைக் காட்டிலும், அவளுடைய துடைகள் மென்மை யானவை; சந்திரனின் கிரணங்களைவிட, அவளுடைய நெற்றி, ஒளிபெற்றது; நட்சத்திரங்களைக்காட்டிலும் அவளுடைய நகங்கள் பளபளப்பானவை; மின்னுகின்ற அவளுடைய தேகம், தங்கத்தின் கர்வத்தைத் துடைத்தழிப்பதாகும்.”

“ஒளிமிக்க அவளது சிரிப்பின் முன்னே, சந்திரனின் கிரணங்கள் ஒளி மங்குகின்றன; கும்மிருட்டு போன்ற அவளுடைய கேசத்தோடு ஒப்பிடுகையில், கார்மேகங்கள் தலைகவிகின்றன.”

“புதிய கனி, இனிப்பு, அமுதம், தண்ணீர், தேன், திராட்சை, கரும்பு, பால், சர்க்கரை, செம்பவழங்கள் ஆகியவை அவளுடைய உதடுகளுக்கு

இணையாகுமா? அல்லது காமனின் குறும்புகள் அவற்றை வெல்லத்தான் முடியுமா? இவற்றையெல்லாம்விட, மேலான திருப்தியளிக்கக்கூடிய வேறேதுமுண்டா?’’

‘‘செழித்து வளர்ந்திருக்கும் அவளுடைய சுருண்ட கேசம், மக்களால் புகழப்படத்தக்கது; அவளுடைய கட்டான மார்பகங்களைப் பற்றி எங்கும் பேசத் தக்கதாயிற்று; அவளுடைய தளிர் நடையானது, கவர்ச்சியழகு என்னும் பெயரோடு ஒன்றிணைந்தது; நச்சுப்படுத்தும் அவளுடைய கண்கள், கவருகின்ற சின்னங்களாயின; புகழ் கொண்டது அவளது மெல்லிடை; அப்படிப்பட்ட ஒருவளோடு சயனிப்பவனே, சிறப்பான வனாகக் கருதப்படுவான்.’’

‘‘பளபளக்கும் கூந்தல், கவர்ச்சிமிக்க முகம், பெரிய கண்கள், காதலை வெளிப்படுத்தும் பார்வை உறுதியான கொங்கைகள், மினுக்கும் தேகம், செயல்திறம், இனிய பேச்சு இவையாவும் அவளுக்கு மட்டுமே உரியவை.’

‘‘அழகு, மயக்கும் கவர்ச்சி, வண்ணம், வனப்பு இவற்றையெல்லாம் சிற்பமொன்றில்கூடக் காண முடியும். ஆனால் பயன் என்ன? வனப்புமிக்க வீறமைதி, இன்சொற்கள், கலைத்திறன் ஆகியவற்றைக் கொண்ட நிறைவுடைமையை, உலகில் வேறெந்தப் பெண்ணிடம் காண முடியும்?’’

சிடுசிடுப்புடன் மன்மதன் தோன்றுவதைக் கண்டு, கடுமை பிரதி பலிக்கும் வார்த்தைகளால் அனைவரிடமும், கிருஷ்ணன், தன் சினத்தை வெளிப்படுத்தினான்.

‘‘சந்திரனே! என் வட்டமுக நங்கை வந்துசேரும் வரை, நீ எழுவதும், மறைவதுமான வேலையைத் தொடருவாயாக. மாலைத் தென்றலே! என் காதல் பெருமூச்செறியும்வரை மட்டுமே, உன் அமைதியான காற்று வேலை செய்கிறது; குடித்திருக்கும் கிளியே! அவளுடைய இன்குரலைக் கேட்கும்வரை நீ காத்திரு! மயிலே! தன் நீண்ட கூந்தலை அவள் சீவுகின்றபோது உன் தோகைகளை, அலகால் கோதி அழகுபடுத்துவது நின்றுபோகும்; வானம் பாடியே! பேச்சை அவள் தொடங்கும்வரை மட்டுமே உன் பாடல் நன்றாகவிருக்கும், அன்னமே! என்னை நோக்கி

அவள் நடந்து வரும்வரை மட்டுமே, உன் நடை அழகாய்க் காணப்படும்; வண்டே! என் காதலி என்னைக் காணும்வரை மட்டும் உன் ஒலி இனிமை தரும். காமதேவனே! என் காதலி வந்து சேரும்போது, உன் ஆணவம் அடங்கிவிடும்."

"எல்லாவிதங்களிலும் என்னை நச்சுப்படுத்த, நீங்களனைவரும் ஒன்றாக வந்திருக்கிறீர்கள்; ஆயினும், நான் பொறுத்துக்கொள்கிறேன். ஆனால், அவள் வரும்போது, என் பழிவாங்குதலைக் காண்பீர்கள்."

இவ்விதம் கூறிவிட்டுத், துயரமும், அவளைப் பற்றிய ஏக்கமும், கவலையுங்கொண்டு காமக் கடவுளையும், தன்னைச் சுற்றியிருந்தோர் அனைவரையும் சபித்தவாறு, சௌரி, தன் மஞ்சத்தில் விழுந்தான்.

அமைதியில்லாது, பெருமூச்சுவிடுத்துப், புரண்டு கொண்டிருப்பது, தீவிர யோசனை வயப்பட்டுச் சிறிது சிரிப்பதும், சிறிது அழுவதுமாக, விதியை ஏசிக்கொண்டு, பொறுமையிழந்து திடீரென அதையெல்லாம் நிறுத்தி,

மிகச்சிறு ஒலிகளைக் கேட்டுக் கோபத்தாலும், கவலையாலும் பாதிப்புற்றுத், தலைதொங்கியவாறு, "என் அன்பானவளே! என்னிடம் வா" என்று உரத்துக் கூவலானாள்.

போராட்டம் மிகுந்து, ஆறுதல் கிடைக்காமல் வருத்தம் மேலிட, மலர்கள் சொறியப்பட்டிருந்த மஞ்சத்தில் கிடந்த அவனைக் கண்ட அவனுடைய தோழர்கள், அவனைச் சமாதானப்படுத்தும் பொருட்டு வந்தார்கள்.

அவனுடைய கண்கள், புருவங்கள், தலை, உதடுகள், விரல்கள், தாமரைப் பாதங்கள், வயிறு என்று தேகம் முழுமையிலும், வாசனைத் தைலத்தை அவர்கள் தடவினார்கள்.

இவ்விதம் செய்யவே சிறிது அமைதி திரும்பியது; ஸ்ரீநிவாஸன் நீடமைதியுற்றான். பிரகாசமான நெற்றியில் காணப்படும் ஒரு திலகம் போல, உதயமலை அடிவாரத்தில் கதிரவன் உதயமானான்.

ராதிகா சாந்தமானாள் | தெலுங்கு மூலம்: முத்துப்பழனி

சின்னக் கண்ணன், மற்றும் தன்னுடைய ஆசான், தாத்தாச்சாரியாரின் நல்லாசிகளோடும், முத்துக்களையும், தங்கத்தையும் ஆபரணங்களையும் மற்றும் பல விலை மதிப்பற்ற வெகுமதிகளையும் வழங்கியுள்ள, தஞ்சை மன்னர், பிரதாபசிம்மரின் பயிற்சியாலும் இலக்கியம், இசை, நடனம் ஆகியவற்றில் நன்கு தேர்ந்தவளான முத்துப்பழனியால் இயற்றப் பெற்ற 'ராதிகா சாந்தமானாள்' எனும் சிங்காரக் காவியத்தின்

மூன்றாம் அதிகாரம் நிறைவுறுகின்றது.

நான்காம் அதிகாரம்

பிரம்மனால் போற்றப்படுபவனும், பெரிய ஆதிசேடனில் சயனித் திருப்பவனும், அனைத்து யோகங்களுக்கும் வழிமுறையானவனும், தியான சித்திபெற்று, அதில் அமிழ்ந்தவனாயுமிருப்பவன், தெய்வத்திரு பாலகோபாலன். சின்னி கிருஷ்ணனே! அவதரிப்பாயாக.

வியாசகுமாரர், ஜனகரிடம், "அன்புள்ள அரசனே! கேள்! இந்தத் தெய்வீக அனுபவம், சர்க்கரையைவிட இனிப்பானது."

தன்னைச் சூழ்ந்து, திணறச் செய்யும் துயரை அடக்கிக்கொண்டு, நீராடல் முதலிய தன் அன்றாடப் பணிகளை முடித்துப், புதிய பட்டாடை உடுத்திக் கொண்ட அவன், அழகிய பெண்களால் அளிக்கப்பட்ட சுவையான உணவுண்டு, பின்பு, தன் மாமனார், மாமியாரிடம் சென்று, "உங்கள் விருந்தோம்பலை நான், பல நாட்களாக அனுபவித்திருந்தேன்" எனக் கூறி அவர்களின் ஆசிபெற்று, இளாதேவியைப் பின்னர் வீட்டுக்கு அனுப்பு மாறு கூறிவிட்டு, வெகுமதிகளோடு வந்த உறவினரைக் கௌரவித்து விட்டுத் தன் தங்கரதத்தில் ஏறிக்கொண்டான். மிகத் துரிதமாகச் சென்று, உரிய நேரத்தில், பிருந்தாவனத்தை அடைந்தான். ரதத்திலிருந்து இறங்கி, முனிவர்களுக்கும், தன் ஆசிரியர்களுக்கும் மரியாதை செலுத்திவிட்டுப், பின், தன் பெற்றோரான நந்தன், யசோதை இருவரையுங் காணச் சென்றான். அவர்கள் அவனை மிகுந்த அன்புடனும், மகிழ்ச்சியோடும் வாழ்த்தினர். நேரமெல்லாம் அவனுடைய அன்புக் காதலி ராதாவின் நினைவே இருந்தும், இரவுவரை காத்திருக்க முடிவு செய்தான்.

வெள்ளி போன்ற தன் ஒளியைப் பரப்புவதாக முழுநிலவு எழுந்தது; புற்கள் நிறைந்த பூங்காவைச் சுற்றி, மல்லிகை மணம் வீசியது; ஆர்வத்தோடும், ஆவலோடும் அந்த இறைவன், ராதையின் அந்தப்புரத்தை நோக்கிச் சென்றான்; 'எங்கே போகிறீர்கள்? நான் தயார், முதலில் என்னை எடுத்துக்கொண்டு, பின்பு நகருங்கள்" என்றனர் சேடியர். அவன்,

கோபத்தோடு வெறுத்து நோக்கி, அவர்களைப் புறந்தள்ளினான். நானும் உங்களோடு வருகிறேன். எனக்காகச் சிறிது பொறுங்கள் என்றனர் மற்ற சிலர். அவன் முகஞ்சுளித்தான்.

என்னிடம் வாருங்கள் என்றாள் மற்றொருவள். அவள் உங்களை ஒதுக்கிவிட்டாள், அவளிடம் செல்ல வேண்டாம் என்றனர் வேறு சிலர். இவ்விதம் வழி மறைக்கப்படுவது தீயசகுனமென்று வருந்திச் சிடுசிடுத்த அந்தப் பெரும் யாதவனின் மனம், ராதையை முன்வைத்தே இருந்ததால், அவன் விரைந்து நடந்தான்.

ஸ்ரீஹரி நெருங்குவதைக் கண்டு அதிர்ச்சியுற்ற கிளி, அவனுடைய வரவை உரத்துப் பறைசாற்றியது. உடனே, ராதா தன் சேடியரை விளித்து, "உறுதியாய் இருங்கள், அவன் உள்ளே நுழைய அனுமதிக்காதீர்கள், தயக்கம் வேண்டாம், அவனை நிறுத்தி விடுங்கள்" என்று கட்டளை யிட்டாள்.

"நிச்சயமாக நீங்கள் என்ன கட்டளையிட்டாலும், அவ்விதமே செய்வோம்" எனக்கூறி, அந்தத் தெய்வத்தின் முகத்தைக் காணும். களிப்போடு, மன்மதனின் யானைகளைப் போன்ற நடையுடன் சென்று, எச்சரிக்கையுடன் வாயிற்புறத்தில் காத்திருந்தார்கள்.

ராதாவின் மீதான ஆசை வளர்ந்திருக்கத் தன்னம்பிக்கையோடு அவளது அந்தப்புரத்து வாயிலை அடைந்தான் சௌரி. அப்போது ஒரு பணிப்பெண், திடீரென முன்னே வந்து, வழி மறைத்தாள்.

"நில்லுங்கள், இடையே நுழைய நீங்கள் யார்?"

"நான் இந்த இல்லத்தின் தலைவனல்லவா!"

"நன்கு யோசித்துவிட்டு, நீங்கள் வெளியே போகலாம்."

"மரியாதை இல்லாத சேடியே! என்னையா வெளியே போகச் சொல்லுகிறாய்?"

"உங்களை இங்கு அழைத்து வந்தது எது?"

"ஏதோவொரு அலுவல் இல்லாமலா நான் வருவேன்?"

"ஓ! அந்த அலுவலா? அதெல்லாம் இனியிங்கே செல்லுபடியாகாது, கிளம்புங்கள்."

"அத்தைக்கு மருமகன் ஒரு புதியவனா?"

"ஆனால், முராரி, இரவு நேரப் பேரம் செய்ய வந்திருக்கிறீர்கள்."

"அன்பானவளே! ஏற்கெனவே, பகல் நேரப் பேரங்கள் பல செய்துள்ளேன்."

"மிகைப்படுத்துவது அத்தனையும் எங்கு கற்றீர்கள்?"

"உங்கள் தலைவிதான் நிரம்பப் பயிற்சி அளித்திருக்கிறாள். பெண்ணே! கசப்பான வார்த்தைகளால் என்னை வெல்லப் பார்க்கிறாய்."

"நான் கற்றுக்குட்டிதான், பொறுத்துக் கொள்ளுங்கள். ஆனால், இனிமையான கேலிப் பேச்சு வேண்டாம்."

"அது இனிமையானதென்றால், என்னை ஏன் நீ தடுக்கிறாய்?"

"அவள் மட்டும் இதைக் கேட்டுவிட்டால்... அவளுடைய கோபத்தைப் பற்றி உங்களுக்குத் தெரியும், எனவே, உங்கள் வழியே நீங்கள் போய் வாருங்கள்."

"அந்தப் பெண் தெய்வமே கோபங்கொண்டால், நான் எங்கே போவது?"

"செல்லுங்கள், உங்கள் இளாவை அழைத்துச் சென்று, அவளோடு களித்திருங்கள்."

"யார்? இளா யார்? நான் யார்?"

"இந்த உண்மை ஆய்வறிவை எப்போதிருந்து பெற்றீர்கள்?"

"உங்களைப் போன்ற அழகியரைக் கண்டது முதலாகத்தான்."

"கீழத்தரமான இடையரே! என்னைக் கேலி செய்கிறீர்களா?"

"உனக்கு நான் ஏதாவது திருப்பிக் கொடுக்க வேண்டாமா?"

"களங்கம் விளைவிக்கும் சௌரியே! எம்மைத் தொடாதீர்கள், பிற பெண்களோடு கூடி அவர்களோடு இருங்கள்."

"எதன்மீது வேண்டுமானாலும் ஆணையிட்டு, நான் உறுதியாகக் கூறுகிறேன். அழகியே! நான் எதுவும் செய்யவில்லை."

"உங்களுடைய கண்கள் ஏன் சிவந்துள்ளன?"

"ராதையையே எண்ணியிருந்தபடியால் நான் உறங்கவில்லை."

"அதோ, அந்தக் கீறல்கள்?"

"ரோஜாப்புதர்களில் அவளைத் தேடியதால்."

"பற்களில் குறிகள் எவ்வாறு?"

"என் இடர்ப்பாட்டினால் பிரம்மனைச் சபித்த கோபத்தில், என்னையே கடித்துக் கொண்டுவிட்டேன்."

"உங்கள் உடையின்மீது நீண்ட ரோமங்கள் கிடக்கின்றனவே?"

"அவை, காமன் ஏவிய கணைகள்."

"உங்களிடமிருந்து வாசனை வெளிப்படுகிறதே!"

"சூடேறிப்போன என் தேகத்தைக் குளிர்விக்க உபயோகித்த சந்தனம்."

"பத்மநாபா! பளபளக்கும் பட்டுத்துணியை அணிந்திருப்பது?"

"நான் எப்போதும் மஞ்சள் பட்டாடையே உடுத்துவேன் என்பதை நீ கேள்விப்பட்டதில்லையா?"

ராதிகா சாந்தமானாள் | தெலுங்கு மூலம்: முத்துப்பழனி | 123

அவன் தொடர்ந்தான்; "பெண்ணே! நீ உத்திரவிட்டால் நான் பாம்புகளைக் கூடப் பிடிப்பேன்."

"அட! எல்லாப் பாம்புகளின் கர்வத்தை அழித்த ஒருவரைப் பாம்பு என்ன செய்துவிடும்?"

"நெருப்பின் மீது நடக்கட்டுமா?"

"புனிதத்தீ அத்தனையும் விழுங்க முடிந்த ஒருவரை, அந்தத் தீ என்ன செய்துவிட முடியும்?"

"கடவுளரோடு நான் போரிடட்டுமா?"

"மூவுலகிற்கும் பேரரசரான உங்களைப் பிற கடவுளரால் எவ்வாறு ஜெயிக்க முடியும்?"

"என்மீதே சத்தியம் செய்கிறேன்."

"அனைத்தும் அறியவல்ல உங்கள் பெருமையை எவரால் மறுக்கவியலும்?"

"உண்மையை மாலையாக்கி உனக்குத் தரட்டுமா?"

"ஆனால், உண்மையின் திருவுருவமே நீங்களாயிற்றே."

"அப்படியானால், நான் சென்று ராதாவின் தாமரைப் பாதங்களைத் தொடுகிறேன்."

"வேண்டாம், சென்று இளாவின் பாதங்களைத் தொடுங்கள்."

இவ்வார்த்தைகளைக் கேட்ட ஸ்ரீதரன், அவற்றை எதிர்க்க முடிவு செய்து, உள்ளே புக முயன்றான். இதைக் கண்ட பணிப்பெண் எச்சரிக்கை செய்வதாகக் கத்தினாள்.

"மேகம் போன்ற கூந்தலுடையவளே! மீன்விழி அழகியே! வளைந்த

கழுத்தும், இனிக்கும் உதடுகளும் கொண்டவளே! திடமான மார்பகங்களைக் கொண்டவளே! மெல்லிடையும் வலுவான துடைகளும் உள்ளவளே! சிறு பாதங்களால் அழகுற நடப்பவளே! ஜாக்கிரதை! வெண்ணை திருடுபவர் இங்கே வந்துவிட்டார். எச்சரிக்கை! எழுந்திரு.''

இவ்வாறு, அவள் கூறியதும், மற்ற பெண்கள், ஒரு பூவிழைக் கொத்தைப் போலவும், காமன் படைத் தாக்குதலை எதிர்ப்பது போலவும், முன்வந்து நின்றார்கள்.

தம் சிவந்த கண்ணொளிப் பாய்ச்சலால், 'சென்றுவிடு, சென்றுவிடு', என்று அவனை விரட்டினர். ஒருவள், சிறிது வளைந்து, தன் ஆசையை நிதானமாக வெளிப்படுத்தும்விதமாக, அவன்மீது தாமரைகளைப் பொழிந்தாள்; ஒருவள் சம்பங்கி மலர்களைச் சொரிந்தாள்; இன்னொருவள், புதிய மல்லிகை மலர்களோடு வந்தாள்; உரத்த குரலோடு அவர்கள் முன்னேறிவர, வேறொருவள், துலிப் பூக்களை வீசினாள்; ஒருவள் பன்னீரைத் தெளித்தாள்; ஒருதடையணையாக இருந்தவாறு, ராதிகாவின் அச்சேடியர், ''காத்திருங்கள்'' எனக் கூறினர்.

முரண்பாடான இவ்வித அறிகுறிகளால் திகைத்துப் போனான், ஸ்ரீஹரி. சிரித்தவாறு சூழ்கின்ற பெண்களின் கொங்கைகள், அவனைத் தீண்ட, நீண்ட முடி அவன்மீது விழ, நகக்குறிகள் பெற்றவனாய் அவர்களின் நடுவே துன்புற்றவனாய், ஆனால், ஒரு யானையைப்போல் நின்றான்.

''பாசத்தோடு உங்களைப் பார்த்தற்காக, நீங்கள் எல்லோரும் இவ்விதம் நடந்துகொள்ளலாகுமா? தயவுசெய்து ராதிகாவை இணங்கச் செய்து, எங்களை ஒன்று சேர்த்துப், பெருமை பெற்றவர்களாக வாழுங்கள்'' என்றான் அவன்.

''அவளுடைய நட்புக்குத் தகுதியானவரன்று நீங்கள்'' என்றொருவள் நமைச்சலோடு கொக்கரிக்க, ''இந்த அறிவு எங்கிருந்து வந்தது?'' என்று, தன்கைகளை நீட்டியவாறு இன்னொருவள் வினவ, வேறொருவள், ''நாமெல்லாம் திடீரென இப்போது முக்கியமாகி இருக்கிறோம். தலைவனுக்கு ஒரு நாள் என்பது, ஒரு பணியாளுக்கு ஆயுட்காலம்'' என்று தன் காதணிகள் குலுங்கிடச் சொன்னாள்.

அவனை நச்சுப்படுத்துவதைத் தவிர, வேறெந்தப் பயனும் கிடைக்க வில்லை என்பதை அவர்கள் உணர்ந்தனர். ராதையின் செவிகளை எட்டுமாறு கிருஷ்ணன், தெளிவாகவும், உரத்தும், "மருவச்செடியின் இதழே! சம்பங்கி மணமுடைய என் காதலியே! வெளியே வந்து கேள், கண்மணியே! நான் கூறுவதைத் தயவுசெய்து கேள்."

"உண்மையில் நீ மகிழ்ச்சியில்லாதவளாய் இருந்தால், ஏன் வெளியே வரவில்லை? என்னை, உன்னோடு இறுக்கி அணைத்துக்கொள்; என்னிடம் உரத்துப்பேசு; என் கன்னங்களில் அறைதலைச் செய்; வீழ்கின்ற கேசத்தால் என்னைத் தொல்லைப்படுத்து; மாறாக, உன்னுடைய அந்தக் குறும்புக ளைப் பணிப்பெண்களிடம் விட்டுவிட்டாயே!"

"அதோ பார்! நேரடியாக என் இதயத்தைத் தாக்கும்பொருட்டு, மன்மதன், தன் கரும்பு வில்லோடு ஒளிந்து நிற்கிறான். வண்டுகளும், மது அருந்திய கிளிகளும் ரீங்காரமிடுகின்றன. என் நாயகியே! தென்றல் நிதானமாக வீசுகிறது; படைப்புத் தொழிலைச் செய்பவன், என்னை வதைப்பதற்காகத்தான் உன்னைப் படைத்தானா?"

"உன்னால் கைவிடப்பட்டு, உறக்கமற்றுப்போன எனக்கு ஆறுதல் கூற எவருமில்லாமல், என்னுடைய நாட்டிலேயே வேற்று ஆளாகவும், சுற்றிலும் ஏச்சுகளைக் கேட்பவனாகவும், கடந்தனவற்றையெல்லாம் எண்ணி அசைபோடுபவனாகவும், விதியைச் சபிக்கின்றவனாகவும் ஆக்கிவிட்டாயே! சிறிதேனும் இரக்கம் காட்டக்கூடாதா?"

"ராமா! இப்படியொரு குழப்பத்தை எவராலேனும் உண்டாக்க முடியுமா? வதங்கிப்போன பழம் இரும்புத் தடைகளைத் தாங்குமா? என் நாயகியே! போதும்! நான் உனக்குக்கூற விரும்புவது, நாம் நமது காதல் விளையாட்டை நடத்துவோம் என்றவொன்றுதான்."

"இரக்கம் காட்டு; என்னை மன்னித்துவிடு; என்னை உன் கரங்களில் எடுத்துக்கொள்; நல்லதை நான் உணருமாறு செய்; என்னோடு உறவு கொள்; என் உணர்ச்சிகளை மதித்திடு; என்னிடம் நேசம் காட்டு; எனக்கு மகிழ்ச்சி நிறையுறுமாய் செய்; உன் கோபத்தை மறந்துவிடு; அதை என்னால் தாங்க முடியாது, ராதிகா! உன்னைக் கெஞ்சுகிறேன்."

"காதற்கலையில் தேர்ந்தவள் நீ; என்னைத் திருப்தி செய்விக்கக்கூடிய ஒரேயொருவள் நீதான்; உன்னை இரந்து வேண்டுபவனாய், உன்னை நம்பி வந்து நிற்கிறேன்; ஆனால், நீயோ, உன் பணிப்பெண்களின் கருணைக்கு என்னை ஆட்படுத்தி, அந்தச் சொரணையற்றோரின் வார்த்தையை நீ கேட்கிறாய்."

இவ்விதக் கெஞ்சல்கள், செவிட்டுக் காதுகளில் விழுந்தவைபோல, மறுமொழி கிடைக்காமற் போகவே, சௌரி மெதுவாக அந்தக் கிளியிடம், "என் அன்பான கிளியே! உன் உதவியை நான் கோருகிறேன்.

சிறு பட்சியே! நீயும் கோபமாயிருக்கிறாயா? நான் கூறுவதைக் கேள்! என்மேல் சிறிது இரக்கம் காட்டு, அவளுடைய அன்பையும், கருணையையும் என்னிடம் கொண்டுவா!"

இந்தக் கோரிக்கையைக் கேட்டுத் திடுக்குற்று, எப்போதும் தன் தலைவியிடம் நேர்மை குறையாத அந்தக் கிளி, கிசுகிசுத்து, மன்றாடும் விதமாகச் சிறகடித்துக் கொண்டு, ஹரியிடம் வந்தது.

"நன்று, நன்று! யார் இவர்? சந்திரனையொத்த முகமும், கருமேனியும், முத்துகளைப் போன்ற பற்களையும், காதலைத் தூண்டுவதான துளைக்கும் பார்வையும், நீண்ட கரங்களையுமுடைய இவர் யார்?"

"ஓ! அந்தச் சீர்மிக்க கோபாலன் அல்லவா? நீர் எங்கு வசிப்பவர்? சிலகாலமாக உம்மை இங்கே கண்டதில்லையே! உமது தாமரைப் பாதங்களைக் காண, நாங்கள் பெற்ற பேறுதான் என்ன? கடைசியாக, எங்கள் விருப்பங்கள் நிறைவேறியுள்ளன."

இந்த ஏளனம் கலந்த சொற்களைக் கேட்டதும், ஹரி, தன் கைகளில் அக்கிளியை எடுத்துத், தடவிக்கொடுத்து முத்தமிட்டான். அன்பும் கனிவும் நிறைய இணக்கமாக,

"இனிமையாகப் பேசக்கூடிய பறவை கிளி; காதற் கடவுளைச் சுமந்து செல்வதும் நீ; அந்தக் காமதேவனின் தந்தையான என்னை அவமதிப்பது சரியா? அன்புள்ள பறவையே! இதுபோலப் பேசுவதை நிறுத்து; என்மேல் சிறிது இரக்கம் காட்டுமாறு ராதாவுக்கு அறிவுரை கூறு."

பறவை பேசியது; ''என்னை ஒதுக்கிவிட்டு, வேறொருவளிடம் அவன் சென்றான்; அன்புள்ள சேடியரே! நான் மீண்டும் அவனைக் காண வேண்டுமா? அவனிடம் நான் எவ்வாறு பேசுவது? என் காதலை, என் இடத்தை அவன் வேறொருவளுக்குக் கொடுத்துவிட்டான்; எல்லாச் சத்தியங்களையும் அவன் தகர்த்துவிட்டான். என் தோழியரே! நான் இனியும் அவனை நம்ப வேண்டுமா? எனக்குச் சமமானவர்களின் முன்பாக அவன் என்னை அவமதித்துவிட்டான்; அப்படியிருந்தும், அவனிடம் நான் அன்பு பாராட்ட வேண்டுமா? என்கிறாள் அவள்.''

அவன் பக்கமாகத் திரும்பி அக்கிளி கூறியது; ''எரிகின்ற கொள்ளியிலிருந்து வெளிவரும் பாம்பினைப்போல், சீறிப் படமெடுத்து நிற்கிறாள் அவள். அவளிடம் உன்னை நான் எவ்வாறு அழைத்துப் போக முடியும்? எல்லாம் அறிந்திருந்தும், நீ என் உதவியைக் கோருகிறாய். ஆனால், என் ஐயனே! முன்போல் இப்போது இல்லை. எல்லாம் மாறிவிட்டன. உங்களிருவரையும் இணைப்பதென்பது, என்னாலாகாத காரியம்.''

அதனை, மீண்டும் தன்வயப்படுத்த முற்பட்ட கிருஷ்ணன், ''கிளிகளின் இனத்துக்கு அரசனே! உன்னைத் தவிர வேறெவராலும் இதைச் செய்ய முடியாது, தயவுசெய்து என் நிலைமையை அவளிடம் விளக்கு'' என்றதும், கிளியின் மனந்தளர்ந்த்து. அவன் மேலும் தொடர்ந்தான்.

''என் அன்புத் தலைவியே! உன் மருமகனை அவமதிக்காதே; அவனை வளர்த்தவளான உனக்கு, அவன் எப்படிப்பட்டவன் என்பது தெரியும்; நீயே அவனை உதறிவிட்டால், அவனைப் பற்றிக் கவலைப்பட வேறு யார் இருக்கிறார்கள்? அவனே, தன் தவறுகளை ஒத்துக்கொள்ளுகிறான். உன் முத்தங்கள் மட்டுமே அவனை வாழவைக்க முடியும்; அப்படிப்பட்டவொரு ஆண் மகனைக் காண்பது அரிது என்று அவளிடம் சொல்லு.''

''என் மகனை எங்கும் நீ தூக்கிச் செல்வதில்லையா? அவனே நான் என்று பாசாங்கு பேசு; ஏனெனில், நானும் அவனுமொன்றே; எனவே, ஏதேனுமொரு உபாயத்தைக் கண்டுபிடித்து, என் நம்பிக்கை இழந்துவிட்ட நிலைமைதனை அவனிடம் தெரிவி.''

“கிளியே! நடுநிலையோடிரு; என் வாய்ப்புகளைக் கெடுக்காதே; என் உயிரைக் காப்பாற்ற உன்னால் மட்டுமே முடியுமென்று, நான் உறுதியாக நம்புகிறேன். இனிமையாகப் பேசும் அவளைத் தயவுசெய்து என்னிடம் அழைத்து வா.”

அதைக்கேட்ட கிளி, மறுமொழியாக, “என்னிடம் எந்தத் தவறு மில்லை; நான் உன்னை முற்றிலும் நம்புகிறேன். நீ சொன்னதை அவளிடம் சென்று தெளிவாகத் திரும்பவும் கூறுவேன்; ஆனால், ஐயத்துக்கிடமில் லாதவாறு கடவுள் உன் பக்கமிருக்க வேண்டும். தாமரைக் கண்ணனே! என்னிடம் சிறிது நம்பிக்கை வைத்திரு.”

இவ்வாறு சொல்லிவிட்டு, அந்தக் கிளி, உள்ளே பறந்து சென்று ராதையிடம் அவன் கூறியதை அப்படியே திரும்பக் கூறியது. அதைக் கேட்டுக் கிருஷ்ணனின் மனஉளைச்சலுக்கு மகிழ்ந்து, மறுயோசனை செய்ய வேண்டுமாய், ராதையை அந்தக் கிளி இரந்து நின்றது.

“பெரியதொரு கருங்குழலை உடையவளே! எங்கள் பொருட்டு, இப்போது, தன்னை உன் வேலையாள் என்று கூறிக்கொள்பவனாகிய, அந்த அரக்கரை அழித்தவனைக் கூப்பிடு; போய்விடென்று நாங்கள் பலமுறை விரட்டியும், கழுத்தைப் பிடித்து வெளியே தள்ளியும், மேற்கூரையில் ஊசலாடுபவனைப்போல், மறுத்தவாறே நின்று கொண்டிருக்கிறார்.”

இதைக்கேட்ட ராதாவின் கோபத்தை, அவளுடைய காற்சிலம்புகள் எதிரொலிக்கக் கிளி கூறியதைச் செவிமடுக்காததுபோலத் தன் தலையைத் திருப்பிக்கொண்டவாறு பாசாங்குடன் நகர்ந்து நின்றாள்.

பயமும் வேட்கையும் மிகுந்த இதயத்துடன், மன்மதனின் தந்தை அவளுடைய அறையின் கதவினருகே வந்து காத்திருந்தான்.

அவள் என்ன சொல்லுவாளோ? எவ்விதம் நடந்து கொள்ளுவாளோ? என்ன நினைப்பாளோ? நானென்ன சொல்லுவது? எவ்விதம் நடந்து கொள்வது? எங்கள் மீட்சிக்குக் காமதேவனே வர வேண்டும்; காரணம்

ராதிகா சாந்தமானாள் | தெலுங்கு மூலம்: முத்துப்பழனி | 129

நாங்கள் ஒருவரையொருவர் காதலிப்பதை எவ்வாறு நிறுத்த முடியும்? இவ்விதமான கவலையும் எண்ணங்களும் அவனைத் துன்புறுத்தவே, கதவைத் திறந்துகொண்டு, அவன் மெல்ல உள்ளே வந்தான்.

பணிவுடன் நின்று, அவளுடைய பாதங்களுக்குக் காற்று வீசினான்; அந்தக் காற்று அவளுடைய சினத்தை அதிகரித்தது. அந்தத் தாமரைக் கண்ணியிடம் முரளி, சாவதானமாகப் பேசினான்.

"நீ ஏன் நீராடவில்லை? புத்தாடை உடுத்தவில்லை? உன் நெற்றி ஏன் வெறிச்சோடியிருக்கிறது? உன் ஆபரணங்கள் எங்கே? உன் கூந்தலில் ஏன் பூ முடியாதிருக்கிறாய்? அந்த வாசனைத் திரவியம் எங்கே? நான் என்ன குற்றம் புரிந்தேன்? என் இனியவளே! உன்னைத்தான் கேட்கிறேன், சிறிது விவரமாகக் கூறு."

"ஒரு சமயம் கதிரவனைப் போன்ற முகம் எரிகின்றது. காமனின் கணைகளைப்போல, உன் கூரிய பார்வைகள் துளைக்கின்றன. உன் உறுதியான கொங்கைகள் விட்டுக் கொடுக்காத கோட்டையாக மாறி யுள்ளன. உன் பளபளக்கும் தேகம், தங்கம்போல் அரிதானதாக மாறியிருக் கிறது; உன் இணையற்ற அழகு, என்னை ஒதுக்குகின்றது; இந்தக் கோபத்துக்கான காரணந்தான் என்ன? உன்னை வேண்டுகிறேன், தயவு செய்து கூறு."

"இன்குரலாளே! முன் இருந்திராத மௌனம்! ஏன் பேசாதிருக்கிறாய்? செய்யாதவொரு குற்றத்தை என்மீது சுமத்தி, உன் இதயத்தை எனக்குத் தராமலிருப்பதேன்? அடர்ந்த கூந்தலுடையவளே! நமது நட்பை மறந்து, இப்போது உன் முகத்தை மறைத்துக் கொண்டிருக்கிறாயே!"

"இரக்கமுடையவளே! உன்னையே நம்பியிருக்கும் என்னை, ஏன் புறக்கணிக்கிறாய்? தாமரைப் பாதம் கொண்டவளே! என்னை ஏன் நீ ஒதுக்குகிறாய்? காமதேவனும் பழிவாங்குவதாய் இருக்கிறான்; சிறிது அன்பையாகிலும் காட்ட மாட்டாயா? கொஞ்சம் இரக்கம்?"

"என்னை வளர்த்தவள் நீ; அவளை வளர்த்தவளும் நீ; அவளுக்கு நல்ல

பயிற்சியளித்ததோடு, என்னையும் நீதான் அனுப்பிவைத்தாய்; பின் இப்போது கோபப்படுகிறாய் என்னிடம்? இது சரியா?''

''அப்போதெல்லாம் என்னை நீ மன்னித்தாய்; உன் மார்பகங்களின் மீது வைத்துக்கொண்டாய்; நம் உதடுகளை ஒன்றாக்கி, என்னை மயக்கி வசப்படுத்தினாய், தயவுடையவளே! இதமாகச் காதல் செய்.''

''சமுத்திரங்களின் அரசனான காளிங்கனை நான் மிதித்தது, அவன் உனது கற்றைக் குழலோடு போட்டியிட்டதால்தான்; கம்ஸனின் வில்லை நான் ஒடித்தது, அது உன்னுடைய கண்புருவங்களோடு போட்டியிட்டதால் தான்; என் தேனே! கோவர்த்தன மலையை நான் அடியோடு தகர்த்தது, அது உன் கொங்கைகளோடு போட்டியிட்டதால்தான்; உன் முகத்தோடு போட்டியிட்டதால்தான், சந்திரனையும் அவன் இனத்தையும் அழித்தேன்; குவலயாபீடனை நான் சிதைத்தது, ஏனென்று நினைக்கிறாய்? உன் இணையற்ற நடையோடு போட்டியிட்டதாகத் தோன்றியதால்தான் அந்த யானையை நான் தாக்கினேன். என்னிடம் நீ இவ்வாறு நடந்துகொள்வது சரிதானா? அன்ன நடையாளே! அதையெல்லாம் எண்ணிப் பார்.''

''என் சிறுபிராயத்தில் நீ என்னை வளர்த்தாய்! உன் வாயிதழ்களிலிருந்து இனிப்பான பானங்களைத் தந்தாய்; என்னை அணைத்தாய்; மயக்கினாய்; காதல் செய்தாய்; நீயே கட்டளையிட்டாலும், உன்னை நான் எவ்வாறு துறப்பேன்? ராதிகா! நீ எவ்வளவு வாதித்தாலும் அது வீணே.''

''நமது மறைவிடச் சந்திப்புகள், அந்த இன்பமயமான தருணங்கள், அவற்றை நீ மறந்தனையா? என் முன்பாகவே, உன் உடைகளை அவிழ்ப்பாய்; மறுகணம், தன்னடக்கத்தோடு நாணமுறுவாய்; நான் திணறிப் போகுமாறு, உன் துடைகளில் தூக்கிக்கொள்வாய்; என் கண்கள் சிவப்பேறும்போது, என்னை நோக்கி நகைத்தவாறு, கற்பனை செய்ய முடியாத வகையில், உன் விரல்களை என் வேஷ்டியினுள்ளே விட்டு, என்னென்னவோ செய்வாய்; அந்தத் தருணங்களையெல்லாம் நீ மறந்தனையா? தாயிடம் வம்பளக்கக் கூடாதென்ற எச்சரிப்போடு, ஆசையை வளர்த்தவள் நீ; இப்போது நீ என்னைக் கைவிடல் நியாயமா?''

''மீண்டுமொருமுறை உன்னருகே நான் இருக்க முடிந்தால், அது போதாதா? உன் புடவை என்மீது மீண்டுமொருமுறை படருமானால், அது போதாதா? உனது இனிய வாயிதழ்கள், மீண்டும் என்னுடையவற்றைத் தொடுமானால், அது போதாதா? அழகியே! என் பாவங்களுக்கு ஈடு செய்து விட்டேன்.''

''உன் காற்சிலம்புகளாக நான் இருப்பேனாயின், நான் உன் பாதங்களி லேயே உழைப்பவனாய்க் கிடப்பேன்; உன் புடவையாக நான் இருப் பேனாயின், உன் மெல்லிடையைத் தொடுவதை நான் பேணியிருப்பேன்; உன் ரவிக்கையாகிய நான் இருப்பேனாகில், உன் கொங்கைகளின் நெருக்கத்தில் மகிழ்வேன்; உன் நெற்றியில் விழும் ரோமங்களாக நான் இருப்பேனாகில் உன் சுவாஸத்தின் நறுமணம் பெறுபவனாக இருப்பேன்.''

''நான் ஏன் மீனாகவும், ஆமையாகவும் பிறப்பெடுத்தேன்? இவற்றி லொன்றாக எப்போது நான் இருப்பேன்? இவற்றையெல்லாம் எண்ணிப் பார்க்காதவனாய் இருந்துவிட்டேன்,''

''என்னைப் பார்! என்னிடம் பேசு! என்னருகே வந்திடு; என்மீது இரக்கங்கொள்; என்னைக் காதலி; இதை மேலும் தாங்கிக்கொள்ள என்னால் இயலாது; என் அன்பே! என்னை மன்னித்துவிடு; பழமையை நினைத்து அழுவது பயனற்றதுதான்; மீண்டும் யோசித்துப் பார்க்க மாட்டாயா? என் கெஞ்சலைக் கேட்க மாட்டாயா?''

''பெண்ணே! நீ அனுப்பினதால்தானே நான் போனேன்! இல்லையேல், எனக்கு வேறென்ன அக்கறை?''

இவ்வாறு கூறிவிட்டு, அவளுடைய கூந்தலை முடித்துவிட்டு, அவன் தரையில் அமர்ந்தான். அவளுடைய உதடுகளோடு, தன்னுடையவற்றைப் பொருத்தியவாறு, உண்மையை அவளிடம் விவரிப்பதாகப் பேசினான்.

''பெண்களிற் சிறந்தவளும், மலரைப் போன்றவளும் கவர்ச்சியுடைய வளுமானவளே! மன்மதனின் மனைவியான ரதியை ஒத்தவளே! நன்கு காதல் செய்பவளான நீ இத்தனை எதிர்ப்புடையவளாக ஏன் இருக்கிறாய்?''

இவ்வாறு அவன் மன்றாடியும், அவள் விட்டுக்கொடுப்பதாக இல்லை. சினத்தையும் அவாவையும் அடக்கிக்கொண்டு கிருஷ்ணன் கூறினான்.

"மன்மதன் என் மகன்; சந்திரன் என் மைத்துனன்; நானே திருமால்; வாயு என் உற்ற நண்பன்; அவர்களால் என்ன தீங்கு விளைவிக்க முடியும்? அவர்கள் தேவையென்று கேட்டால், மகிழ்வோடு என் உயிரையும் தருவேன்."

"என் அன்பே! உன்னை நான் உண்மையிலேயே நம்பலாமா? கருமையான சுருள் கூந்தலும், இயல்மாற்றமுடைய பார்வையும், வளைந்த நெற்றியும், புருவங்களும், வலுவான மார்பகங்களும் கொண்டவளே! உன் முகபாவம் கொடூரமாய் உள்ளதே! என் நாயகியே! இரக்கமென்றால் என்னவென்று உன்னால் புரிந்துகொள்ள முடியுமா? இல்லை, அநேகமாக இல்லை."

'பின்னாலிருந்து காமதேவனின் கணைகள் தாக்கியபோது, நான் அவற்றுக்கு எவ்விதம் பலியானேன், நீ எவ்விதம் நகைத்தாய்?"

"காதலிக்கப்படும் ஒருவரை இழப்பதென்பது, நமது கடும் எதிரிகளுக் குக்கூட நேரக்கூடாதென்பதில், நாம் ஒத்திருக்கிறோம் அல்லவா? காதலனும், காதலியும் தனித்து வாழ்ந்தால் நாம் அவர்களை விமர்சித்த தில்லையா? நம்மைச் சுற்றியுள்ளோரால், நாம் பொறாமைக்கு ஆளானோமல்லவா? நாம், முழுக் கவனமும் ஒருமித்தவாறு, காதல் புரியவில்லையா? நாம் உறவு கொண்டிருந்தது, பழங்கதையாகிவிட்டது; அனைத்தும் மாறிப் போயிருக்கின்றன; சூழ்நிலைகள் சரியான பின்பு, நாம், அநேகமாக ஒருநாள் சந்திப்போம்; என் அன்பே! நான் விடைபெறுகிறேன். புறப்பட அனுமதி கொடு."

இதைக் கேட்டதும், ராதா பொங்கியெழுந்தாள்.

பாம்பு, தன் சட்டையை உரிப்பதுபோல், ராதா, தன் முகத்திரையைத் தூக்கி வீசினாள். புருவங்கள் சிவந்து உயர்ந்திட, கொங்கைகள் பெருமூச்சால் விம்மக், கண்கள் சுடர்விட, உதடுகள் குவிந்திட, அதிகக் கோபத்துடன், தன் காதலன் பக்கமாக முகத்தைத் திருப்பினாள்.

ராதிகா சாந்தமானாள் | தெலுங்கு மூலம்: முத்துப்பழனி

“உன்னை அழைத்தது யார்? நீ ஏன் வந்தாய்? நான் யார்? நீ யார்? ஒருவருக்கொருவர் நாம் யார்? இங்கே நீ வந்ததையறிய உன் காதலி எரிச்சலடைவாள்; இப்போதே திரும்பிச் செல்; ஏற்கெனவே நேரமாகிவிட்டது; நாமிருவரும் ஒன்றாகக் காணப்பட்டால், பழிப்புக்கு ஆளாகிவிடுவோம்.”

“நம் உறவின் மயக்கத்தால், நான் ஒருகணமேனும் உன்னை நினையாமல் இருந்தேனா? ஆனால், எனக்கு மகிழ்ச்சியின்மையைத் தவிர வேறெதுவும் கிடைக்கவில்லை. நீ ராமனென்று நான் நம்பினேன். ஆனால், நீ கிருஷ்ணன்; உன்னோடு நான் எவ்வாறு நட்பு கொண்டிருக்க முடியும்?”

“ஸ்ரீஹரி! அந்த ராதா வேறு, கிருஷ்ணனும்தான்; உன்னைப் போலவே இந்த ராதாவும் மாறிவிட்டாள்; பழையனவற்றை ஏன் நினைக்க வேண்டும்? அந்தச் சண்டைகள், இணக்கமாகுதல், அந்த இன்பங்களை நினைத்துப் பார்ப்பதே கடினமாயிருக்கிறது.”

“அப்போது, நீ என்னை இன்புறுமாறு செய்ய விரும்பினாய்; நாம் நெருங்கியிருந்தோம்; சத்தியங்கள் செய்யப்பட்டு, நம்பிக்கைகள் வென்றன; நீயொரு பாம்பென்றும், நானொரு தவளையென்றும் அறியாதவாறு நீயும் நானும் ஒன்றேயெனக் கற்பனை செய்து கொண்டேன்.”

“உன்னை எறும்புகள் கடித்துவிடுமோ, கொசுக்கள் தொல்லைப்படுத்துமோ என்ற கவலையோடு வளர்த்து, உனக்காக அனைத்தையும் செய்து, இன்று நீ இருக்கும் விதமாக வளர்த்தேன்; முரனை அழித்தவனே! உன்னை விட்டுவிடுதல் எனக்கு மகிழ்ச்சியைத் தருமா? சொல்!”

“விஷமுடையோனின் நண்பன் நீ; ஒருவளின் நஞ்சினைக் குடித்தவன் நீ; கடும் விஷமுடைய பாம்பின் மீதேறி நடனம் புரிந்தவன் நீ; கிருஷ்ணா! உன் மனம் நஞ்சை அகற்றிவிட்டதென்பதை, நான் உன்னிடம் எவ்வாறு எதிர்பார்க்க முடியும்?”

“மீனவரின் நட்பு, கணக்காளரின் வழுவின்மை, விலைமகளின் காதல்,

காமத்தரகர்களின் நேர்மை, ஆண் சிலந்தியின் உண்மைத்தன்மை, கருமியின் தாராள மனப்பான்மை, பொம்மையின் அசைவுகள்; காகத்தின் அழகிய சருமம்; வியாசரின் உண்மைத்தன்மை; இடையரின் காதல்; கயவனிடம் இரக்கத்தன்மை; கள்வனின் நிலைப்பேறு; சூதாடியின் தருமம்; தூக்கிலேற்றுபவனின் தயக்கம்; ஆண்மையற்றவனின் காமலீலை."

"வானத்தில் மலர்கள்; மலடியின் மகப்பேறு; முயலிடம் கொம்புகள்; துர்பீஜரென்னும் பழங்குடியினரிடம் பெருந்தகைமை; தீண்டத்தகாதவரின் தேகத்தூய்மை; மல்லரிடம் இரக்கம்; இவையெல்லாம் எப்போதேனும் சாத்தியமா? ஆகவே, கிருஷ்ணா! உன்னை நான் எவ்வாறு குறை கூற முடியும்?"

"பெண்களை முத்தமிடும் வேறு ஆண்கள் இல்லையா? தம் காதலியரை விட்டு ஓடிவிடாத ஆண்கள் ஒருபோதுமில்லையா? தம் மனைவியருடன் இன்பப் பரவசம் அடையும் ஆண்கள் இல்லையா? உன்னைப்போல், அவர்களெல்லாம் உலகத்துக்கு அதை உரத்து அறிவிக்கிறார்களா?"

"என் மாமியார் இருக்கிறாளே, அவள் பசுந்தோல் போர்த்திய பெண்புலி; என் நாத்தியிடம் நான் பேசுவதில்லை; என் கணவன், கோபமும் சீற்றமுங்கொண்டவன்; என் மாமனார், படுமோசமானவர்; என் மூத்த மைத்துனன், சினம் கொதிப்பேறிய புலியைப்போல் சீறுபவன்; இளையவனோ, வாள்களைச் சுற்றிக் கொண்டேயிருப்பவன்; என் மைத்துனி, எப்போதும் புண்படுத்திக் கொண்டேயிருப்பவள்; என் அண்டை, அயலாரோ எமதூதர்கள்; என் சொந்தச் சகோதரர்களோ, ஆட்டுத்தோல் போர்த்திய புலிகள்."

"உன் மீதுற்ற காதலால், அடக்க முடியாத ஆசைகளோடு, அவர்களை யெல்லாம் ஏமாற்றி உன்னைச் சந்தித்தேன். ஆனால், திருட்டுக் கோபாலனே! இப்போது நீ இவ்விதம் நடக்கிறாய், நேர்மையுள்ளவனைப் போல எனக்குப் பணி செய்யவும் முயலுகிறாய்!"

"எச்சரிக்கைகளைக் காற்றில் பறக்கவிட்டு, எல்லைகள் அனைத்தையும்

ராதிகா சாந்தமானாள் | தெலுங்கு மூலம்: முத்துப்பழனி

மீறித், தடைகளை அலட்சியம் செய்து, உன்னை நான் காதலித்தேன்; ஏராளமான கஷ்டங்களையே நான் அனுபவித்தேன்; அதையெல்லாம் எண்ணுகிறபோது, ஒரு இடையனுடனான நட்பு, எந்தப் பெண்ணுக்கும், ஒருபோதும் நன்மை பயத்திடவில்லை, அல்லவா?"

"முன்பொரு சமயம், உன்னை நெருங்கிய பெண்ணின் மூக்கு அறுபட்டது; அது தெரிந்திருந்தும் உன்னை நான் காதலித்தேன்; உன்னை இப்போது ஏன் குறை கூற வேண்டும்? முந்தைய நாட்களில், இப்போது வருணிக்கவியலாத அற்புதமான மகிழ்ச்சியுடைய உலகத்தில் நாம் வாழ்ந்தோம்; சிறிதுகாலம் ஒன்றிணைந்து பரவசத்தில் திளைத்தோம்; பின்பு நாம் இருவராக ஆகிவிட்டோம்; இருந்தபோதிலும் எப்போது சந்திப்போமென்ற அடங்கா ஆர்வத்துடன் இருந்தோம்; இப்போதோ, நான்கு பேரின் நகைப்புக்குரியவர்களாக, மூவரானோம்; நமது வாழ்க்கைகள் பிரிந்துவிட்டன."

"அந்த மகிழ்ச்சி எங்கே போயிற்று? இனி, நான் எவ்வாறு வாழ்வது?"

"உன் வார்த்தைகள் யாவும் தண்ணீரின் மீதான திவலைகளுக் கொப்பானவை; சுற்றியிருப்போரின் ஏளனத்துக்கு ஆளாகி, இன்னும் நான், ஏனிந்தப் பூமியில் இருக்க வேண்டும், சௌரி?"

"எல்லையற்ற காதலோடு, முறுவல்பூத்து, நீ வருவாயென எண்ணி, நான் முழுவதுமாகக் காத்திருந்தேன்; நீ திரும்புவாய் என்பதற்கான, நற்சகுனங்களையெல்லாம் தேடினேன்; விரைவில் ஒருநாள், நீ என்னு டையவனாகவே ஆகிவிடக் கடவுளரை வேண்டியிருந்தேன்; அதனால்தான், உயிரைப் பிடித்து வைத்துக் கொண்டிருக்கிறேன்."

"ஆக, இப்போது உன்னை நான் கண்டேன்; நீ கூறியவற்றை எல்லாம் கேட்டுக் கொண்டிருந்தேன்; ஆனால் உண்மையாக நீ புறப்படலாம்; பழைய வாழ்க்கையைப் புதுப்பிக்க முடியுமா, என்ன? தாமரைக் கண்ணனே! உன் இளாவிடமே திரும்பிப் போ!"

"உன் காதலி, உன்னை முத்தமிட்டால், என் உள்ளம் ஏன் பாதிக்கப்பட

வேண்டும்? உனக்கு விருப்பமானவள், உன் கன்னங்களை வருடினால், என் இதயம் ஏன் கொதிப்புற வேண்டும்? உன் இனியவள், உன்னோடு விளையாடினால், என் மனம் ஏன் துயரப்பட வேண்டும்? உன் மனைவி, உன்னோடு காதல் புரிந்தால், என் தேகம் ஏன் கஷ்டப்பட வேண்டும்? உன் காதலி, உன்னைத் தன் முலைகளில் வைத்துக் கொண்டால், நான் ஏன் கெடுதியை உணர வேண்டும்? இப்படிப்பட்டதான காதல், என் எதிரிகளுக்குக்கூட இருக்கக் கூடாதென்றே நான் விரும்புவேன்.''

''உன்னைச் சந்தித்துப், பின்பு நீயில்லாமல் வாழ்வது பெருந்துயராயி ருக்கிறது. ஆனால், மீண்டும் நான் உன்னோடிருக்க முடியாது. கோபாலா! இன்பப் பரவசத்தை அனுபவித்தது, உன்னை நான் மீண்டும் இழக்கத்தான்! இந்தத் துன்பத்தை என்னால் தாங்க முடியாது!''

''முன்பு நான் கண்டிராததவொன்றை, இப்போது தெளிவாகக் காண்கிறேன். உனது அனைத்தையும் இளாவுக்கு நீ கொடுத்துவிட்டபின், இனியும் நான் எவ்வாறு நம்பிக்கை கொண்டிருப்பேன், முராரி?''

''காவிரியைப்போல் கண்ணீர் ஊற்றெடுத்துவர, அவற்றைத் துடைத்துவிட எவருமில்லாமல், ஆறுதல் கூற ஒருவருமின்றி, என்னுள்ளே தாங்கொணாத் துயரம் பொங்க, என் உயிரைச் சிதைத்திட நான் முயலும் போது, என்னைத் தடுப்பதற்கு எவரேனும் இருப்பார்களா? காதலாலும், காமவேட்கையாலும், தேகம், தீக்கொழுந்தாக ஆகிட, என்னைத் தேற்றி, என் அச்சத்தைப் போக்க ஒருவருமில்லை.''

''கோபாலா! நானொருவள் ஆசையில் மூழ்கி, மூச்சுத்திணறி வேதனைப் பட்டேன்; அப்போது நீ அங்கில்லை; அப்படியிருக்க இப்போது ஏன்? நேரம் போய்க் கொண்டிருக்கிறது.''

''சுயமரியாதை என்பதொரு பொக்கிஷம்; பெருமைக்குரிய பெண் களுக்குச் சுயமதிப்பென்பது ஒரு ஆபரணம்; தாமரைக் கண்ணா! ஒருமுறை அது போய்விட்டால், பின் ஏன் உயிர் வாழ வேண்டும்?''

ராதிகா கூறியவை, கூறவிருக்கக் கூடியவை எல்லாங் கேட்ட முராரி,

அவளிடம், மரியாதையுடன், "பெண்ணே! ஓர் அடிமையின் தவறை, மறுத்துக்கூறாமல், மன்னித்திடல் வேண்டும்" எனச் சொல்லி மயிற்பீலி தரித்த பேராளன், வணங்கி, ஒலியெழுப்பும் வண்டுகளின் கூட்டத்தைப் போல, அவளுடைய தாமரைத் தாள்களில் விழுந்தான்.

அவ்விதம் அவன் விழுந்ததும், காற்சிலம்புகள் பேரொலி செய்ய, அவள், தன் இடது காலைத்தூக்கி, அவனைத் தள்ளினாள். மயிற்பீலி தரித்தவனும், பிரம்மன், சிவன், ஞானியரான முனிவர்களால் துதிக்கப் பெறுபவனுமான அவன், எதிர்காலத்தில் சத்தியபாமாவின் கோபத்துக்கு ஆளாவதற்கான பயிற்சி இப்போதே கிடைத்ததாய்க் கருதினான்.

சிறிதும் கலக்கமுறாமல், அந்த மாபெரும் யாதவ மன்னன், சாந்தமானவனாக எழுந்து, தன் கைகளை நீட்டியவாறு, "என் அன்புள்ள ராதா! அழகியே! இப்போது நான் ஆசிபெற்றவனாக ஆகிவிட்டேன். ஆனால், என் தலைமீது பதிந்த உன் பாதங்களுக்கு, எந்தப் பாதிப்பு மில்லையென நம்புகிறேன்."

"இனியவளே! உன் கால், என் தலையில் அடித்தபோது, உன் துடைகள் இடிபோல் இடித்தன. உன் புடவை நழுவியது. உனது கொங்கைகள் விம்மின. உன் காற்சிலம்புகள் நடுங்கின. அந்த மனநிறைவை நான் எவ்வாறு வருணிப்பேன்?"

"உனது கைகள் பிரகாசிக்கலாம்; ஆனால், உன் மெல்லிடையின் அழகு மேலானவொன்றாகும்; உன் மார்பகங்கள் திடமானவையாக இருக்கலாம்; ஆனால், உன் புட்டங்கள் கவர்ந்திழுக்கும் விதம் உயர்வானது; உன் புருவங்கள் அழகுற வளைந்திருக்கலாம்; ஆனால் வயிற்றின் உயர்வு மேம்பட்டதாகும்; உன் செவ்விதழிலிருந்து வெளிப்படும் வார்த்தைகள் இனியவைதாம்; எனினும் பேசப்படாத உணர்வுகள், பல தொகுதிகளாக உள்ளன."

"பறக்கும் உன் புடவையே வானம்; என்னுள்ளே ஊற்றப்படும் திரவம், கங்கையே; உன் அடிவயிற்றில் காணப்படும் மடிப்புக்கோடுகள், மேகங்களே; உன் தழுவல்கள் வறண்ட பூமியின்மீது பொழிகின்ற மழையேயாகும்."

“நீ பேசினாலும், பேசாவிட்டாலும், துளைக்கும் உன் பார்வைகளை என்மீது செலுத்து; அல்லது, வெளியேற எனக்கு உத்திரவு கொடு; என்னைப் பாலிலோ, தண்ணீரிலோ நீராட்டு; அல்லது வெளியே தூக்கி எறிந்துவிடு; என் காதல் உனக்குத் தேவையில்லையென்று சொல்லிவிடு, ராதிகா! நீ என்ன சொன்னாலும் செய்தாலும், நான் உன்னை விட்டுவிட்டு வெளியேற மாட்டேன்.”

இதைக்கேட்ட ராதா அழலானாள். “தாமரைக்கண்ணனான என் நாயகனே! கடைசியாக நீ உன் தவறை ஒத்துக்கொண்டாய்; எனக்கு அது போதும் என்பதைவிட மேலானது; சுயமரியாதையைக் காட்டிலும் முக்கியமானது வேறொன்றுமில்லை” என்று அவள் தன்னுடைய காதல், கோபம், அவநம்பிக்கை, பொறாமை ஆகியவற்றை ஒருசேர வெளிப்படுத்தும் விதமாகக் கூறினாள்.

சரிந்திருந்த தன் புடவைத் தலைப்பைத், தன் முகத்தின் எதிரே வைத்துச், சௌரி பார்த்திருக்க, அந்த மதிமுகத்தாள் அழுதாள். உயர்ந்த கொங்கைகளின்மீது, மேருமலையிலிருந்து பெருகும் அருவியைப்போல அது பரவியது.

அவள் அழவே, ஹரி குனிந்து, அவளுடைய பாதங்களைப் பற்றியவனாக, “என் அன்பே! ஏன் அழுகிறாய்? உன்னைவிடவா நான் உயர்ந்தவன்? இன்னும் நீ கோபம் தணியாதிருந்தால், இந்த உன்னுடையவன், முற்றிலும் உன் விருப்பப்படி நடப்பான்” எனக்கூறி அவளைத் தன் மார்போடு இறுக்கமாகப் பிணைத்துக்கொண்டான்.

பிறகு அப்பெண்மணி, காதல் புரியத் தன்னை முழுமையாகத் தந்தாள். அவன், அவளுடைய உதடுகளைத் துடைத்துக் கன்னங்களைத் தட்டிக்கொடுக்க, அவள், அவனை முத்தமிட்டாள்; அவளுடைய அடிவயிற்றின் அடிப்புறத்தை அவன் தடவக் காதற்கடவுள் ஆனந்தத்தோடு கண்டுநிற்க, அவளும், அவளுடைய காதலனும் காமப்போரில் முனைந்தனர்.

காதலின் பேரானந்தமான பின்னொளியில் சிவந்து, ஒருவருடைய

கரத்தில் மற்றவர் விழ, ஒருவரது நறுமணத்தை மற்றவர் நுகர, ஒருவருடைய சிறு குறும்புகளை மற்றவர் பகடி செய்து சிரிக்க, இருவரும் காமலீலையில் ஈடுபட்டார்கள். தன்னை அவன் முத்தமிடுவதை நாணத்தோடு அவள் தடுத்துப், பளபளக்கும் தன் கன்னங்களை அவன் தொடாதவாறு தடுத்துத், தன் கூந்தலில் அவன் விளையாடாது தடுத்துத், தன் உதடுகளை அவன் தொடாதவாறு அவள் செய்தாள். முத்துக்களையும், விலை மதிப்பற்ற மணிகளையும் கொண்டு பின்னப்பட்டிருந்த அவளுடைய ரவிக்கை, விம்முகின்ற அவளுடைய கொங்களைத் தாங்க முடியாமற் கிழிந்தது. ஒருவரோடொருவர் போராடும்விதமாகச் சுவாசம் சிரமப்பட, இறுக்கமான தழுவலோடு, அவன் அவள் மீதேறி அவளுடைய உதடுகளில் முத்தமிடுவதும், அவளது கன்னங்களைத் தட்டிக் கொடுப்பது மாக, அவர்களுடைய காமலீலை தொடர்ந்தது. மஞ்சம் கிறீச்சிட்டது. தேகங்களின் மணம் அந்த அறையில் வியாபித்திருந்தது. சிட்டுக்குருவி களும், அன்னங்களும் வானம்பாடிகளும் அவர்களுடைய நிலையைக் கண்டு, ஒலி எழுப்பலாயின;

அவன், புணரத் தொடங்கியதும், அவள், "நிறுத்தாதே, நம்மிடையே ஓரங்குல இடைவெளிகூட விடாதே; இன்னும் செய், இறுகப்பிடி; என்னை நிரப்பு…" இவ்வாறெல்லாம் அவள் வெளியிட்ட சத்தம், அந்த மாளிகை முழுவதிலும் எதிரொலித்தது; அவன் அழுத்த, அவளும் தன் உறுப்பை இறுக்கி எதிர்செயல் புரியத் தொடங்கினாள். தேகத்தோடு தேகம், கன்னத்தோடு கன்னம் என்றவாறு, இருவரும் புணர்ச்சி செய்து, அவனது விந்து வெளிப்பட, ஒருவர் இதழமுதத்தை மற்றவர் குடித்தவராகக், களைத்துப்போகும் வரை புணர்ந்து, பின் ஓய்வுகொண்டனர்.

காமதேவனின் கூடாரம்போல முகத்தை மறைக்குமளவிலான அவளு டைய குழற்கற்றைகள், இருளை உண்டாக்குவதாக ஆயின; அவளது முகத்தை அழுத்தியிருந்த ஜாதிப்பூக்கள், காயப்பட்டுச் சோர்ந்து விழுந்த தாரகைகள் போலிருந்தன. அவளுடைய மென்மையான நெற்றியில் வியர்வைத் துளிகள் மினுமினுத்தன; அவளது புன்னகை ஒளிமிக்க சந்திரக் கிரணங்களை ஒத்திருந்தது; ஆசையை அவளது அழகு வெளிக்காட்டும் விதமாக, நிலவைப் போன்ற புன்னகை விளங்க, அவள், கிருஷ்ணனின்மீது விழுந்து, மீண்டும் கூடலில் ஈடுபட்டாள்.

அவன்மீது, அவள் விழுந்தது, மலரிதழ்கள் உதிர்வதைப் போன்றிருந்தன. தென்றல் பரவுவதைப் போன்று, அவள், அவனைச் சுற்றிச் சுழன்றாள். விசையூட்டப்பெற்ற பந்தினைப்போல் எங்கும் துள்ளினாள். அவனுடைய கன்னங்களை வருடினாள். மகிழ்ச்சி மேலிட, அவனோடு சுழலும் பம்பரத்தைப்போல் ஆடினாள். அன்போடு கடிவதும், இடையறாது முத்தங்களைப் பொழிவதும், அடிக்கடி அவனுடைய பிறப்புறுப்பைத் தொட்டு, வருடி அதை எழுப்புவதுமாக, ஹரியும் ராதிகாவும் காம லீலையில் ஈடுபட்டனர்.

தாமரைத் தேகமுடையாள், ஹரியை அணைத்தபோது, முத்துக் கழுத்தணிகளும், மாணிக்கப்பரல்களும், மன்மதனின் கணைகளின் நுனியிலுள்ள பூக்களைப்போல, ஒவ்வொன்றாகத் தரையில் விழுந்தன. வேட்கையால் களைத்திருந்த தன் நாயகியைப் பார்த்துக் காமக் கடவுளின் தந்தை கேட்டான்;

"ராதா! உன் மார்பகங்களிலுள்ள குறிகள் யாவை?"

"தாமரைக் கண்ணனே! ஒன்றும் தெரியாதவன்போல்..."

"ராதா! உன் உதடுகள் காயப்பட்டுள்ளனவே, ஏன்?"

"கடவுளரின் தலைவனே! ஒன்றும் தெரியாதவன் போல்..."

"ராதா! கண்மை கறை பட்டிருக்கிறதே?"

"அனைத்துக் கடவுளருக்கும் தலைவனே! ஒன்றும் தெரியாதவன் போல்..."

"உன் தங்கமெல்லாம் எங்கே போயின?"

"மன்மதனின் தந்தையே! ஒன்றும் தெரியாதவன் போல்..."

இவ்விதமாகத் தொட்டுக் கொள்வதும், நச்சுப்படுத்துவதும், மகிழ்விப்பதுமாக அவர்கள் உரையாடினர். வேட்கை அவர்களைப் பெரிதும்

துன்புறுத்த, உயர்ந்து பறக்கும் பறவைகளைப்போல, அவர்கள் போகத்தில் ஈடுபட்டார்கள்.

பிருந்தாவனத்தின் அமைதியான பூங்காக்கள், கோவர்த்தன மலை, அற்புதமாக அலங்கரிக்கப்பட்ட மாளிகைகள், அழகிய பள்ளத்தாக்குகள், மயக்கும் பாரிஜாதக் கொடிப் பந்தர், பீமா நதிக் கரையிலிருந்த புதர்கள், நிலவொளியில் நனைக்கப்பட்ட பட்டணங்கள் ஆகியவற்றில் பெருங் கடவுளும், ராதாவும் வாழ்ந்தார்கள்.

பலன் கூறல்

'ராதிகா சாந்தமானாள்' எனும் காவியத்தைத் தம்மிடம் வைத்திருப் போர், பாராயணம் செய்வோர் அல்லது கேட்போர் ஆகியோருக்குச் செல்வங்கள் நிறையுமென்று இறைவனே, தம் ஆசிகளை வழங்குகிறார்.

இலக்குமியின் முகம்மீது மினுமினுக்கும் வண்டினைப்போல், மழையை நிறைவாகக் கொண்ட மேகங்களைப்போல், கருணை நிறைந்தவனாயும், பல அவதாரங்களை எடுப்பவனும், தீயோரை வதைப்பவனாயும், பெரும் காளிந்தியின் கரைகளில் விளையாடுபவனும், கம்ஸன் முதலிய அரக்கர்களை அழித்தவனும், காளிங்கன் எனும் பாம்பின் மீதிருந்து ஒளிர்பவனும், பிரகாசமான தாமரைப் பாதங்களைக் கொண்டவனும் பாண்டவர்களைக் காத்தவனுமான இறைவனே! உனக்கு வணக்கங்கள்.

கதையென்னும் ஆயுதம் தாங்கிய கதாதரனே! எல்லா நற்பண்புகளும் நிறைந்தவனே! மன்மதனிலும் மேலான அழகு பொருந்தியவனே! பெரும் முனிவர்களால் போற்றப்படுபவனே! பாவங்கள் அனைத்தையும் அழிப்பவனே! எல்லோருக்கும் இறுதி அடைக்கலமாய் இருப்பவனே! உனக்கு வணக்கங்கள்.

காளிந்தியை ஆள்பவனே! மலைகளை நகர்த்துபவனே! கருடனை ஊர்தி யாகக் கொண்டவனே! ஆயிரம் தலைகளைக் கொண்ட ஆதிசேடன்மீது சயனிப்பவனே! இணையற்ற சொற்களின் வேந்தனே! பிரகாசம்

நிறைந்தவனே! ஆபரணங்களைப் பூண்டவனே! ஒப்பீட்டில், மன்மதனைப் பெருவொளியால் மங்கச் செய்பவனே! இந்த அற்புதமான வடிவத்திலுள்ள உனக்கு வணக்கங்கள்.

சின்னக்கண்ணன், மற்றும் தன்னுடைய
ஆசான், தாத்தாச்சாரியாரின் நல்லாசி
களோடும், முத்துக்களையும் தங்கத்தையும்
ஆபரணங்களையும் மற்றம் பல விலை
மதிப்பற்ற வெகுமதிகளையும் வழங்கியுள்ள
தஞ்சை மன்னர், பிரதாபசிம்மரின் பயிற்சி
யாலும் இலக்கியம், இசை நடனம்
ஆகியவற்றில் நன்கு தேர்ந்தவளான
முத்துப்பழனியால் இயற்றப் பெற்ற
'ராதிகா சாந்தமானாள்' எனும் சிங்காரக்
காவியத்தின்,

நான்காவதும் நிறைவானதுமான அதிகாரம்
முற்றிற்று.

ஆபாச இலக்கியமென்று விமர்சித்து, ராதிகா ஸாந்த்வனமு நூலைத் தடை செய்யச் சொல்லி, அக்காலப் பத்திரிகைகளில் வெளியான செய்திகள்.

தமிழாக்கம்: **கமலாலயன்**

1. 1911 – பிப்ரவரி, 1

சசிலேகா பத்திரிகை ஒரு கட்டுரையைப் பதிப்பித்துள்ளது. 'தெலுங்கு இலக்கியமும், ஆபாசப் புத்தகங்களும்' என்பது கட்டுரையின் தலைப்பு. அக்கட்டுரையின் போக்கில் பின்வரும் குறிப்புரைகள் இடம் பெற்றிருக் கின்றன;

தெலுங்கு இலக்கியத்தில் மிக நன்கு தயாரிக்கப்பட்ட, வசீகரமான தோற்றத்திலமைந்த நேர்த்தியான புத்தகங்கள் சமீபகாலமாக நிறையப் பதிப்பிக்கப்பட்டுக் கொண்டிருக்கின்றன. இவற்றில் மிகக் குரூரமான, ஆபாசமான, வஞ்சகத்தன்மை வாய்ந்த படுமட்டமான விவரணைகள் ஏராளமாக இடம் பெறுகின்றன என்பது மிகவும் வருந்தத்தக்க அம்சம். 'ராதிகா சாந்தவனமு' (ராதிகா மன அமைதியடைந்தாள்) என்ற தலைப்பில் ஒரு புத்தகத்தை ஒரு விபசாரி தொகுத்து வெளியிட்டிருப்பதாக தோன்றுகிறது. அதை இன்னொரு விபசாரி பிழைகளைத் திருத்தி, பதிப்புப் பணி செய்திருக்கிறாராம், திருவாளர்கள் வாவிள்ள ராமசாமி சாஸ்த்ரி & சன்ஸ் என்ற நிறுவனத்தினர், இந்தப் புத்தகத்தை மிக நல்ல தாளில் அச்சிட்டிருப்பதுடன், சட்டத்தைப் பற்றிய அச்சம் துளியுமின்றித் துணிந்து அதைக் கடைகளிலேயே விற்பனை செய்வதற்கும் அனுப்பியிருக்கிறார்கள்! எந்த ஒரு கனவானும் மிக எளிதாகப் பின்வரும் பாடல்களை வாய்விட்டுப் படித்து விட முடியும்:

பாடல்களின் எண்கள்: 107, 108, 111, 112, 113, 118, 121, 124, 126, 127, 138, 141, 143,147,149 ஆகியவை. இவை முறையே அத்தியாயம் 1–இல் இடம் பெற்றவை. 1,8,12,113,114,116,132,133,138–143 ஆகியவை அத்தியாயம் 2–இல் இடம் பெற்றுள்ளன. 33,38,53,89,104,105,107,109–117,121–125,127,133 ஆகிய

பாடல்கள் அத்தியாயம் மூன்றில் வந்துள்ளன. 53,55,56,60,101,102,103–105 என்ற எண்ணுள்ள பாடல்கள் அத்தியாயம் நான்கில் வந்திருக்கின்றன. இப்பாடல்கள் அனைத்திலும் மிக ஆபாசமான விவரணைகள் இடம் பெற்றுள்ளன.

எளிதில் உணர்ச்சி வயப்படும் மனங்களை மயக்கி, ஏமாற்றும் நோக்குடன் திட்டமிட்டே இவற்றை இவ்விதமாக அமைத்துள்ளனர். இந்தப் புத்தகத்தினால் விளையக்கூடிய தீமைகள் எவ்வளவு, எப்படிப்பட்டவை என்பதைப் பார்த்தால் அளவிட்டுரைப்பது கூட சாத்தியமே இல்லை. காரணம், மிகச் சாதாரணமான மனித மனங்களில் கூடப் பதியுமளவுக்கு ஐந்து வரிகள் கொண்ட பாடல்களாக இவற்றை எழுதி வெளியிட்டிருக்கிறார்கள் என்பதே. இந்தப் புத்தகத்தின் பதிப்பாசிரியர், இதிலுள்ள ஆபாச வர்ணனைகளுக்குப் பரிந்து கொண்டு வாதிடுகிறார். அதற்கு அவர் முன்வைக்கும் அடிப்படையான வாதம், இவை இறைமைப் பண்பு கொண்ட தலைப்புகள் தொடர்பான பாடல்கள் என்பதுதான்! எந்த ஒரு நன்னடத்தையுள்ள படித்த கண்ணியவானும், தடை செய்யப்பட்ட அளவுகளில் அமைந்திருக்கும் விவரணைகளின் உதவியில்லாமல் கடவுளை அடைய முடியாது என்று கூறும் இத்தகைய பாடல்களைப் படித்து இறைமையை உணரவே முடியாது!

நடத்தைகெட்ட, சோரம் போன ஒரு பெண்ணுடன் வெவ்வேறுபட்ட நாற்பது முறைகளில் பாலியல் உறவுகளில் மனமும் – உடலும் திளைத்திருக்கச் செய்வதனாலும் கடவுளை உணர முடியாது. புனிதமான இறைமைக் கோட்பாடுகளைப் பேசும் தலைப்புகள்தாமே என்ற பொய் வேடத்தின் மறைவில் இம்மாதிரியான ஆபாச வருணனைகள் தடுக்கப் படாமற் போகுமாயின், இந்த வருணனைகளை அப்படியே காட்சிப்பூர்வ மாகச் சித்தரிக்கும் ஓவியங்களையும் ஏன் இவற்றுடன் சேர்த்துத் தரக்கூடாது? விவரிக்கப்பட்டிருக்கும் காட்சிகளின் பிரகாசமான படங்களின் உதவியால், வாசகரின் மனத்திரையில் அக்காட்சிகளை அப்படியே படமாக ஓட்டிப் பார்த்துக் கொள்ள முடியுமல்லவா? இந்தத் தற்போதைய புத்தக வெளியீட்டை அதிகாரிகள் எப்படி நடத்தப் போகிறார்கள் எனப் பார்ப்போம் என்று பதிப்பாளர்கள் விரும்புகிறார்கள் போலும். இந்தப் புத்தகம் பதிப்பிக்கப்பட்டு

விற்பனைக்கும் அனுப்பப்பட்டு பல மாதங்கள் ஏற்கனவே ஓடிவிட்டதால், அனேகமாக அவர்கள், இந்தப் புத்தகத்தைப் படவிளக்கங் களுடன் கூடிய புதிய பதிப்பாக வெளிக்கொணரலாமா என்று யோசித்துக் கொண்டிருக்கவும் கூடும்? சந்தைப்படுத்தக்கூடிய ஒரு சரக்கைப்போல இந்தப் புத்தகம் பொது மக்களுக்கு விற்பனை செய்யப்படுவதற்காகக் கடைகளிலே வைக்கப்பட் டிருப்பதை எவ்வளவு காலத்துக்கு அனுமதித்துக் கொண்டிருக் கிறோமோ, அதுவரையிலும் கலா சாஸ்திரா போன்ற கேவலமான புத்தகங்களுமே கூட இந்தியக் குற்றவியல் சட்டத்தின் பிரிவு 292–யைப் பற்றிய அச்சமேதுமின்றி விற்பனைக்கு வரவும் கூடும்.

சசிலேகா, மெட்ராஸ், பிப்ரவரி 23,1911

'தெலுங்கு இலக்கியமும், ஆபாசப் புத்தகங்களும்.'

தொன்மைக்காலத்தின் ஆரிய இலட்சியங்கள் பின்னணியில் இழையோட, இந்த நாட்டில் ஒரு நோயுற்ற ரசனை வடிவம் பெற்று வளர்ந்து வருகிறது. இந்த ரசனை கவித்துவக் கலையின் இதர பண்புகளையெல்லாம் கைவிட்டு வீட்டுக்கூட தான் மேலோங்கி ஆதிக்கம் செலுத்த முற்படுகிறது. அழகியலின் இந்தக் காதலுங்கூட தன்னை அநாகரிகமான, கண்ணியக்குறைவான விவரணைகளில் வெளிப்படுத்திக் கொள்கிறது. நியாயமான பாலுறவுத் திளைப்புகளின்போது, மனிதர்களின் அந்தரங்க உறுப்புகளைப் பற்றிய வெளிப்படையான வர்ணனைகள் இடம் பெறுகின்றன. இந்த வர்ணனைகள் ஏற்கனவே ஒப்புக்கொள்ளப்பட்டுள்ள கவித்துவ மரபுகள் சார்ந்த, சில நிர்ணயிக்கப்பட்ட வரையறைகளின்படியே மேற்கண்ட வர்ணனைகள் அமைந்திருக்கின்றன.

இயற்கையின் அற்புத அம்சங்களின் செயற்கையான சித்தரிப்புகள் தெலுங்குக் கவிஞர்களைக் கவரும் ஆற்றலற்றவையாக இருக்கும் வேளையில் மேற்கண்ட அந்தரங்க உறுப்புகளின் வர்ணனைகள் மேலோங்குகின்றன. நடப்பிலிருக்கிற கவித்துவ அணியழகுகளில் நிறைவடைந்துவிட இயலாத சில கவிஞர்கள், பெண்களின் அந்தரங்கமான பால் உறுப்புகள் பற்றிய மிக

அந்தரங்கமான வர்ணனைகளை அருகிருந்து உடன் உறவாடித் திளைத்திருப் போரின் உணர்ச்சி வெளிப்பாடுகளுடன் சேர்த்துக் குழைத்துச் சொற்சித்திரங் களாகத் தீட்டி உள்ளனர். அவர்கள் இரண்டு வகையான ஆண்களை மட்டுமே அங்கீகரிக்க முடிந்தவர்களைப்போல் தோன்றுகின்றனர். ஒன்று, அவர்களை, 'தன்னிச்சை வயப்பட்ட' பண்புடையவர்களாக அல்லது சன்னியாசிகளாகச் சித்தரிக்கின்றனர். இவ்விருவரைத் தவிர்த்து மிக நன்கு முறைப்படுத்தப்பட்ட பண்பு மற்றும் சுயகட்டுப்பாடு மிக்க நடத்தையின்மேல் ஒரு மதிப்பைக் கொண்டிருக்கிற ஒரு கண்ணியவானுக்கு அவர்கள் எவ்வித இடமும் அளிப்பது கிடையாது. அவர்களுடைய புத்தகங்கள் வாசகர்களை வெறும், 'காமக்களியாட்டர்களாக' மாற்றியமைப்பதற்கான ஆற்றலை மட்டுமே கொண்டிருக்கின்றன. தார்மீக நற்பண்புகளை உள்ளீடாகத் தருவதற்கோ அல்லது அற்புதமான அழகு நிறைந்த பல்வேறு கட்சிகளைப் பற்றிய எழில்மிகு வர்ணனைகளால் ஆரோக்கியமான மனமகிழ்ச்சியை வரவழைக்கப் பொருத்தமற்றவை அவை. இது மிகக் கடுமையாகக் கண்டிக்கத்தக்கதாகும்.

ஆரோக்கியமான, வீட்டினரின் செல்வாக்கிலிருந்து முற்றாகத் துண்டிக்கப்பட்டிருப்போராகிய நமது இளைய தலைமுறையினர் அத்தகைய ஓர் இழப்புமிக்க சூழலின் கீழ் மதச்சார்பற்ற கல்வியைக் கற்க வேண்டியவர்கள். அவர்களால் அத்தகைய சமத்துவக் கல்வியைப் பெற முடியாமற் போவதைப் பார்க்கையில் மேற்கண்ட கண்டிப்பு மிக அவசியம். பள்ளிகளுக்குப் போகும் மாணவ-மாணவியரின் உள்ளங்களிலிருந்து மதம் சார்ந்த அடிப்படைகள் தகர்த்தெறியப்பட்டுக் கொண்டிருக்கின்றன. மிக வசீகரமான வடிவமைப்பிலமைந்த ஆபாசப் புத்தகங்கள் நாடு முழுவதும் பரந்து விரிந்து விநியோகிக்கப்பட்டிருக்கின்றன. பள்ளிகளுக்குச் செல்லும் மாணவ-மாணவியரின் மனங்களில் எல்லாம் தார்மீக அறப்பண்புகள் தவிர்க்கவே முடியாத அபாய நிலையில் இருப்பதாக அச்சப்படுவதற்கு நமக்குக் காரணங்கள் இருக்கின்றன. மிக மோசமான ஆபாசப் புத்தகங்களுக்குச் சில எடுத்துக்காட்டுகளை இங்கே நாம் முன்வைக்க முடியும்; ஸ்ரீநாதாவின் வீதி நாடகம், பி.வெங்கடரங்க கவியின் ஆபாசமான பாடல்கள் உள்ளிட்ட கவி சௌடப்ப சதகமு, வேணுகோபால சதகமு, தாரா சசாங்க விஜயமு, சிருங்கார படியரத்னாவளி (ஒட்டு மொத்த அளவில் ஆபாசமான பாடல்களைப் பொதிந்து வைத்திருக்கும் கவித்துவத் தொகுதி;) மற்றும்

ஹம்ஸவிம்ஸதி – இது பாலுறவு நடவடிக்கைகளைப் பற்றிய அநாகரிமான வர்ணனைகளே விரவிக் கிடக்கும் தவறான சித்தரிப்புகளால் நிறைந்திருக்கிற புத்தகம் – இவற்றை நாங்கள் சில உதாரணங்களாகத் தந்திருக்கிறோம்.

இதில் மிக வருந்துவதற்குரிய ஒரு நிலைமை என்னவென்றால், தற்போது நாட்டில் பல்வேறு சமூகத்தினரின் வருடாந்திர மாநாடுகள் நடைபெற்றுக் கொண்டிருக்கின்றன: வைசியர்கள், பொற்கொல்லர்கள், க்ஷத்ரியர்கள், கம்மா சமூகத்தினர், நீயோகி, வியுத்கி – இப்படியான பல சமூகத்தினர். எந்த ஒரு மாநாட்டிலும் மேற்கண்ட, ஆட்சேபணைக்குரிய ஆபாச இலக்கியங்களின் பரவல் பற்றி கவனம் செலுத்தி எவ்விதமான விவாதத்தையும் நடத்தவில்லை என்பது உள்ளங்கை நெல்லிக்கனிபோல் தெளிவான காட்சி. அவ்வாறான விவாதங்கள் நடந்தால் தான் மேற்கண்ட ஆபாச இலக்கியங்களுக்கு எதிரான ஒரு பொதுக் கருத்தினை உருவாக்க முடியும். இந்தப் பிரச்னை குறித்துத் தெலுங்குப் பத்திரிகையுலகமும் மௌனம் சாதித்துக் கொண்டிருப்பது மிக விநோதமானதாகும்.

சமுதாயத்தின் அடித்தளங்களையே அரித்து அழித்துவிடுமளவுக்கு இந்த ஆபாசக் குப்பை இலக்கியத்தினால் ஏற்படுத்தப்படும் 'தவறான' தாக்கம் சமூகத்தின்மீது திணிக்கப்படுகிறது. (இத்தகைய இலக்கிய இன்ப நுகர்வுப் பண்பாடுதான்) கிரேக்க, ரோமானியப் பேரரசுகள் அன்றைய உலகில் வகித்திருந்த உச்சநிலையிலிருந்து அவற்றைக் கீழே இழுத்துக் குப்புறத் தள்ளியது என்பது படித்த இந்தியர்களின் கண்களைத் திறப்பதற்குப் பயன்படும் வரலாற்று உண்மையாகும். தாரா சசாங்க விஜயம், ஹம்ஸவிம்ஸதி, சிருங்காரப்படியரத்னாவளி போன்ற அநாகரிகமான ஆபாச இலக்கியங்களை, எந்த ஒரு கற்றறிந்த கண்ணியவானாவது தன் தாய்க்கோ, சகோதரிக்கோ படித்துக் காட்ட முடியுமா? அவருடைய மகனின் கைகளில் இந்தப் புத்தகங்களைக் கொடுத்துப் படிக்கச் சொல்ல அவரால் இயலுமா? நாட்டில் இந்த மாதிரியான புத்தகங்கள் தடையின்றி விற்பனையாகிக் காசைக் குவித்துக் கொண்டிருக்கும் நாள் வரையிலும், தமது குடும்பத்தினரை அறநெறிகளின் பாதையில் பிறழாமல் வழிநடத்த முடியுமென்று எப்படிப் படித்த இந்தியர்கள் நம்பியிருக்க முடியும் என்பதைப் புரிந்துகொள்ள முடியாமல் நாங்கள் தோற்றுப் போய்விட்டோம். அல்லது இந்தியக்

குற்றவியல் சட்டத்தின் பிரிவுகள் 292, 293 மற்றும் குற்றவியல் ஒழுங்கு விதியின் பிரிவு 521 ஆகியவை நடைமுறையில் இருக்கும்போதும் தெலுங்குத் தேசப் பகுதிகளில் இந்தப் புத்தகங்கள் பரவலாகக் கிடைப்பது அதிகரித்துக் கொண்டே வருவதைக் கண்டுகொள்ளாமல் புறக்கணிப்பது அங்குள்ள எண்ணற்ற போலீஸ்காரர்களால் எப்படி முடிகிறது என்பதைப் புரிந்து கொள்ளத்தான் முடியுமா? இந்தப் பிரச்சனையைப் பொறுத்த வரையில் சென்னை மாகாண சட்டமன்றப் பேரவையிலுள்ள தெலுங்குத் தேசத்தைச் சேர்ந்த கட்சி உறுப்பினர்களும் நாட்டுக்கு ஆற்ற வேண்டிய கடமையைப் புறக்கணித்துவிட்டுத் தூங்கி கொண்டிருக்கிறார்கள்.

சசிலேகா, மெட்ராஸ், பிப்ரவரி 28, 1911:

தெலுங்கு இலக்கியத்தின் வளர்ச்சி: சசிலேகாவின் செய்தியாளர் ஒருவர், இந்தப் பொருள் குறித்து ஒரு கட்டுரையைப் பிப்ரவரி, 28 – அன்று வழங்கியிருக்கிறார். அதில் தெலுங்கு கவித்துவப் படைப்புகள் இந்து அரசர்களின் ஆளுகைக்குட்பட்ட பகுதிகளில் பெருகிக் கொண்டிருப்பதைப் பற்றி பின்வரும் குறிப்புகளைத் தந்திருக்கிறார்.

பழங்காலத்திய அரசர்கள்தாம் தெலுங்கு இலக்கியத்தின் புரவலர்களாக விளங்கியிருந்திருக்கின்றனர். அவர்களைப் போன்றே இவர்களும் இன்றைய தெலுங்கு இலக்கிய புரவலர்களாக விளங்க வேண்டும். ஆனால், இவர்கள் போற்றி வளர்த்துப் பெருக்குகிற இலக்கியங்கள், கீழ்த்தரமான எண்ணங்களை வளர்க்க உதவும் ஆபாச இலக்கியங்களே. இவை, அழகியல் கூறுகளைத் தவறாகப் பயன்படுத்தும் கவிஞர்கள் படைக்கும் நூல்களே. இந்த அரசர்களை மகிழ்வித்து ஆதாயம் தேடிக்கொள்ளும் நோக்குடன், பெண்கள் கவனக்குறைவினாலோ, அலட்சியத்தாலோ மறைக்கத் தவறியதால் வெளியே தெரியும் அவர்களுடைய உடலின் அந்தரங்கப் பிரதேசங்களைப் பச்சை வர்ணனைகள் மூலம் மனக்கண்களின் முன்னால் காட்சிப்படுத்துகின்றனர்.

சுய மரியாதையையும், கண்ணியத்தையும் காப்பாற்றத் தவறும் அந்தப் பெண்களின் அங்கங்களுக்கு உவமைகளாக மேற்கொண்ட கவிஞர்கள் சித்தரிப்பவை மலைச்சிகரங்கள், மணற்குன்றுகள், கலசங்கள், வாழைத்

ராதிகா சாந்தமானாள் | தெலுங்கு மூலம்: முத்துப்பழனி | 149

தண்டுகள் போன்றவையே. இன்னொன்றையும் சுட்டிக் காட்டுவது நியாயமாயிருக்கும்.

கடந்த காலத்தில், சுமார் இருபத்தைந்து அல்லது முப்பது ஆண்டுகளுக்கு முன்பு வெளியான புத்தகங்களில், மிக அரிதாகவே ஏதேனுமோரு புத்தகத்தை ஒரு தந்தை அல்லது சகோதரர் மகன், என யாராவது அறநெறிகளைக் கற்றுத்தரும் நோக்குடன் தங்களுடைய மகள் சகோதரி அல்லது தாயார், இவர்களுள் எவரேனுமொருவருக்கு படித்துக்காட்டக்கூடிய விதத்தில் கிடைத்து வந்தன. சுருங்கச் சொன்னால், இராமாயணம், மகாபாரதம், பாகவதம் போன்ற, அவற்றைப் படிப்பவர்களின் மனத்தில் நல்லறச் சிந்தனைகளை எழுப்புமென்று பொதுவாக மதிக்கப்படும் புத்தகங்களுங்கூட, வர்ணனைகளிலிருந்து விடுதலை பெற முடியவில்லை. பாடப்புத்தகங்களில் கூட இம்மாதிரியான அநாகரிகமான வர்ணனைப் பகுதிகள் இடம் பெறும்போது, பள்ளி ஆசிரியர்கள் வேறு வழியின்றி அவற்றைத் தவிர்த்துவிட்டு இங்கொன்றையும் அங்கொன்றையும் படித்துக் காட்டிவிட்டுப் போக வேண்டியிருக்கிறது. இத்தகைய ஆபாச முத்திரைகளைப் பதிப்பதையே தமது அடையாளமாக கொண்டிருக்கும் கவிஞர்களுக்கு வீட்டுத் திண்ணை களில் உட்கார்ந்து கொண்டு தெருக்களிலே தண்ணீர் குடங்களைச் சுமந்து கொண்டு போகும் பெண்களின் அங்கங்களைப் பற்றிய வர்ணனைகளைத் தாம் எழுதும் கவிதைகளில் பொருத்தமான இடங்களில் சேர்த்து விடுகிறார்கள். அல்லது, காமவேட்கையின் கடவுளாக கருதப்படும் கோபாலனின் கதையைப் பாடும் பாடல்களில், இரட்டை அர்த்தம் கொண்ட சொற்களை நாசூக்காகக் கலந்து தமது ஆபாசச் சிந்தனைகளைப் பிறரறியா வண்ணம் மறைத்துக் கொள்கின்றனர்.

கடந்த தலைமுறையினரின் படைப்புகளை மட்டம் தட்டுவது என் நோக்கத்திற்கு முற்றிலும் அப்பாற்பட்டது. ஆனால், நுண்ணுணர்வு படைத்த ஆண்கள், பெண்கள் அல்லது பள்ளிச் செல்லும் சிறுமிகள் எவரின் கைகளிலும் இருப்பதற்கே தகுதி அற்றவை அவை என்பதில் சிறிதும் ஐயமில்லை. இங்கு கருத்து என்னவெனில், முந்தைய தலைமுறையினருக்குப் படிப்பதற்கு இலகுவாக கிடைத்து வந்திருந்த புத்தகங்கள் பெண்களின் மனங்களில் மாசுபடியச் செய்யும் கல்வியை வழங்கக் கூடிய விதத்திலும், படிப்பதற்குச்

சுவையாக அமைந்ததற்கு முக்கியக் காரணம், அவற்றிலுள்ள இம்மாதிரியான சிற்றின்பச் சுவை தோய்ந்த பகுதிகளாகும்.

பெண்களுக்கு கல்வி அளிப்பது தீமை பயக்கும் என்று பிற்போக்கான சிந்தனைகளை ஆண் வாசகர்களின் மனங்களில் விதைப்பதில் நன்கு வேர் பிடித்துவிட்ட இப்புத்தகங்கள் பெண் வாசகர்களின் மனங்களையும் கவ்விக் கொண்டிருப்பதற்கு, இப்புத்தகங்கள் விதைக்கும் கருத்துகளும் முக்கிய காரணமாகும். தாராசசாங்க விஜயமு, பித்தநீயமு, விஜயவிலாஸமு போன்ற மிகப் பிரபலமாகிவிட்ட ஆபாசப் புத்தகங்களைப் பற்றி மட்டும் நாம் இங்கு பேசவில்லை. நளன், அரிச்சந்திரன், தர்மராஜா, ராமன், தமயந்தி, சந்திரமதி, திரௌபதி, சீதை போன்ற காவிய நாயகர்கள், நாயகிகளின் கதைகளைக் கூறும் புத்தகங்கள் கூட, வாசகர்களின் மனங்களிலே தூய மேன்மைமிக்க எண்ணங்களை விதைப்பதை விடவும், மட்டமான சிற்றின்ப வேட்கை மிக்க எண்ணங்களை விதைப்பதிலேயே மாபெரும் ஆர்வத்தை வெளிக்காட்டுப வையாக அமைந்துள்ளன.

சசிலேகா, சென்னை. மார்ச் 9, 1911

ஆபாச புத்தகங்கள்

சசிலேகா பத்திரிகையின் செய்தியாளர் ஒருவர் மேற்கொண்ட பொருள் பற்றிய ஒரு கட்டுரையை அனுப்பி பங்களித்திருக்கிறார். அதில், பின்வரும் குறிப்புரைகள் இடம் பெற்றுள்ளன. பழைய தெலுங்குக் கவிஞர்களால் எழுதப்படும் புதிய கவிதைகளிலே மிக வக்கிரமான ஆபாச வர்ணனைகளுக்கு ஓர் எல்லையே இல்லை என்னுமளவுக்குப் பெருகிக் கொண்டிருப்பதற்கு அவை காதலின்பக் கவிதைகள் என்ற முத்திரைகள் பயன்பட்டுக் கொண்டிருக்கின்றன. உங்கள் செய்தியாளர் காதல் இன்பச் சுவையையும், மிக வன்மையான பாலியல் வேட்கைச் சுவையையும் ஒன்றாகக் கலந்து குழப்பியிருக்கிறார். ராதிகா சாந்தவனமு, வீதி நாடகமு, ச்ரவணாநந்தமு, ரஸிக ஜன மனோரஞ்சனமு போன்ற புத்தகங்கள் ரசக் குறைவான வர்ணனைகளால் நிரம்பியிருப்பவை. ஆதலால் இவை முற்றாக அழித்தொழிக்கப்படுவதற்கே திறம் வாய்ந்தவை. இத்தகைய சீர்குலைந்த எழுத்துகளின் ஆசிரியர்களின்

தரப்பில் வக்காலத்து வாங்கும் நோக்கத்துடன் நவீன சிந்தனைகளின் வெளிச்சத்தில் இவர்கள்மீது தொடுக்கப்படும் விமர்சனங்களுக்கு ஆட்சேபம் தெரிவித்து 'கிருஷ்ணபத்திரிகா' போன்ற இதழ்கள் கருத்துரைகள் எழுதியிருப்பது வருத்தத்திற்குரியது. நாட்டுக்கு அழிவை தரும் சிந்தனைகளால் நிரம்பிருக்கும் இத்தகைய ஆபாச புத்தகங்களின் கீழ்த்தரமான சிந்தனைகள் நிராகரிக்கப்பட வேண்டியவை என்று திடமாக முத்திரை இட்டு அதை ஒதுக்கித் தள்ளுவது நமது கடமை ஆகும். இவற்றை காதலின்பச் சுவைக் கவிதைகள் என அழைப்பது முறையற்ற செயல்.

இவை காம வேட்கையைத் தட்டி எழுப்பக்கூடிய மட்டமான, கீழ்த்தரமான சிந்தனைகளைத் தூண்டும் வர்ணனைகளால் நிரம்பியிருப்பவையே இவை. நல்லறக் கருத்துகளை விதைக்க வேண்டிய தருணங்கள் எழும் போதுகூட, 'ராதிகா சாந்த்வனமு' போன்ற நூல்களிற் காணப்படுகிற கேவலமான வர்ணனைகளை இட்டு நிரப்பியிருப்பது முறையற்ற காரியமே. தெலுங்கு இலக்கியத்தின் ரத்தின களஞ்சியத்தினுள் 'ராதிகா சாந்த்வனமு' போன்ற படுமட்டமான ஆபாசக் கவிதை நூலை இடம் பெறச் செய்ய முயற்சிப்பது படுமோசமான குற்றச்செயலாகும். தார்மீக நெறிகளின்பால் உண்மை மதிப்புக் கொண்டிருக்கும் எந்த ஒரு கவிஞரும் இத்தகைய புத்தகங்களை மதிக்கத்தக்கவை என்று உயர்த்திப் பிடிக்க முடியாது. ஒரு வேளை உங்கள் செய்தியாளர் அழகின் வசீகரத் தோற்றத்தை உடைய ஆண்களையும், பெண்களையும் காமச் சுவை நிரம்பிய சிந்தனைகள் உடையவர்களாகச் சித்தரிக்கும் முயற்சியில், விபச்சாரிகளுடன் இவர்களை இணையாகக் கருதி எழுதியிருப்பாரோ, என்னவோ!

'ராதிகா சாந்த்வனமு' ஒட்டுமொத்தமாகவே ஆபாசம் நிறைந்த புத்தகங்களுக்கும், அழகுமிகுந்த வசீகரத் தோற்றங்கொண்ட குடும்பப் பெண்களுக்குமிடையே மிகப்பெரிய வேறுபாடு இருக்கிறது. கண்ணியமான காதல் இன்பச்சுவை மிகுந்த கவிதைகளைப் பாடும் எல்லாக் கவிஞர்களும் மேற்கண்டவர்களைப்போல் கேவலமான கவிஞர்களல்லர் என்பது உண்மையாயிருக்கலாம்; ஆனால், ராதிகா சாந்த்வனமு போன்ற ஆபாசப் புத்தகங்களைப் படைத்துத் தரும் கவிஞர்கள், நேரடியாகவே ஒழுக்கமின்மையைப் பெருக்குவதற்கு நேரடியான பொறுப்பாளிகளாகின்றனர். தொழில்ரீதியான

விபச்சாரிகளைக் காட்டிலும்கூட, மனித மனங்களைக் கறைப்படுத்துவதில் இத்தகைய மோசமான புத்தகங்கள் மேலதிக வலிமைமிக்கவையாகவும், செயல்திறன் நிரம்பியவையாகவும் அமைந்த முகவர்களாக, தார்மீக அறநெறி களைக் களங்கப்படுத்துவதில் முன்நிற்பவையாக உள்ளன. இத்தகைய புத்தகங்கள் சமூகத்தைவிட்டுத் துடைத்தெறியப்பட்டால் மட்டுமே தார்மீகப் பண்பு சமூகத்தில் உயிர் பிழைத்திருக்கும். சீதா, சாவித்திரி, காந்தாரி போன்ற தாய்மைப் பண்புக்கு இலக்கணமாகக் கருத்தப்படுகின்ற ஒரு நாட்டில் மேற்கண்ட ஆட்சேபகரமான புத்தகங்கள் தொடர்ந்து தாக்குப்பிடித்து உயிர் வாழ்வதென்பது பொருத்தமானதன்று. சரஸ்வதியைத் தங்களுக்கு உத்வேகமூட்டும் தெய்வமாகக் கருதும், இலக்கியம் படைக்க அவளே வரமருளும் தெய்வமெனக் கருதி வழிபட்டு வரும் கவிஞர்கள் வாழும் நாட்டிற்கு மேற்கண்ட புத்தகங்கள் முற்றிலும் தகுதியற்ற குப்பைகளாகவே கிடக்கும்.

தேசமாதா, ராஜமுந்திரி, மே 3, 1911

ராஜமுந்திரியில் ஒரு புத்தகக்கடை வைத்திருக்கும் திருவாளர்கள் வாவிள்ள ராமஸ்வாமி சாஸ்திரி & சன்ஸ் என்போரின் முகவரான ஆர். வெங்கட நாராயண சர்மா என்பவரைக் கைது செய்திருப்பது தொடர்பான செய்திக்குறிப்பு இது. தேசமாதா என்ற அப்புத்தகக் கடையிலிருந்து 1911, மே 3–ஆம் தேதி கைது செய்யப்பட்டார் அவர். விவரம் பின்வருமாறு:

தெலுங்கு மொழியில் குறிப்பிட்ட சில தார்மீக நெறிமுறையற்ற படைப்புகள் பதிப்பிக்கப்பட்டு வருகின்றன. அவற்றின் பெயர்கள் ஆண்களாலும் கூட உச்சரிக்கும் தகுதி வாய்ந்தவையல்ல பெண்களின் முன்னிலையில் அவை படிக்கப்படக்கூடியவையே அல்ல. அரசாங்கம் இத்தகைய ஆபாச புத்தகங்களின் பதிப்பித்தலைச் சட்டத்தால் தடை செய்திருந்த போதிலும், சட்டத்தைப் பற்றி அறியாமையினால் அவை தொடர்ந்து பதிப்பிக்கப்பட்டுக் கொண்டே தான் இருக்கின்றன. அனேகமாக, ஒவ்வொரு நகரிலும், ஒவ்வொரு புத்தகக்கடைகளிலும் அவை சுதந்திரமாக விற்பனை செய்யப்பட்டுக் கொண்டேதான் இருக்கின்றன. இவற்றை விற்பனை செய்வதை அதிகாரிகள் அறிவார்களானால் தாங்கள் அதிகாரிகளால்

தண்டனைக்கு உள்ளாக்கப்படுவோம் என்பதை அறிந்திருந்தால், இக்கடைக்காரர்கள் அவற்றை விற்பதற்கு துணிய மாட்டார்கள். இத்தகைய கேடு விளைவிக்கும் புத்தகங்களை ஒடுக்குவதில் அரசாங்கம் காட்டும் ஆர்வம் நல்ல நோக்கம் கொண்டது என்பதை யார் மறுக்க முடியும்? தெலுங்கு மொழியில் பதிப்பிக்கப்படும் இத்தகைய புத்தகங்கள் பலவும் பெண்களின் கைகளால் தொடுவதற்குக்கூடத் தகுதியே இல்லாதவையாகும், எந்த ஒரு நாட்டிலேனும் ஒரு சமூகம் வலிமையாகவும், ஆரோக்கியமாகவும், நல்லநிலையிலும் இருக்கும் பட்சத்தில், நாட்டில் உலாவரும் இலக்கியங் களை அந்தச் சமுகம் சீர்திருத்திச் செம்மைப்படுத்திவிடும். அதன்மூலம் நாட்டு முன்னேற்றத்திற்கும் உதவிகரமாகச் செயல்படும் தார்மீக அறப்பண்பின் மீது மக்களுக்குத் துளியேனும் மதிப்பு இருக்குமானால் கவுரவமான அணுகு முறை இருக்குமானால் அப்படிப்பட்ட ஆபாசப் புத்தகங்களை அழிக்கும் ஆவேசத்துடன் தான் கையாளும். பெண்களுடைய முன்னேற்றத்தின்மீது உண்மையிலேயே ஆர்வம் கொண்டிருப்பவர்கள் யாரோ அவர்கள் இத்தகைய புத்தகங்கள் விளையும் நிலமாகத் தமது மொழியினை மாற்ற ஒருபோதும் அனுமதிக்கவே மாட்டார்கள்.

இளைஞர்களின் எதிர்காலத்தின் நலனை விரும்பும் எவரும் சமூகத்திற்குத் தான் ஆற்ற வேண்டிய கடைமையுணர்ச்சியுள்ள எவரும் ஒரு தனிநபரின் முன்னேற்றமோ அல்லது நாட்டின் முன்னேற்றமோ எதுவாக இருந்தாலும், அதை எல்லாக் காலங்களிலும் நல்ல தார்மீக அறப்பண்புதான் சாதிக்கும் என்பதில் தார்மீக ஒழுக்கமற்ற நடத்தையுள்ள உரையாடல்களில் ஈடுபாடுள்ள ஆண்களைக் கண்டனம் செய்யும் எவரொருவரும், ஆபாச இலக்கியங்களைப் படைக்கும் எழுத்தாளர்களை மட்டம்தட்டி அவர்களை உற்சாகமிழக்கச் செய்வார்கள். இலக்கியத்தில் நம்முடைய நிலை என்பது மற்ற விஷயங்களில் நம்முடைய நிலைமை எப்படி இருக்கிறதோ அப்படியே மோசமானதாக இருக்கிறது. நம்முடைய புத்தகங்கள் என்பவை, நமது சிந்தனைகளின், அபிப்பிராயங்களின் பிரதிபலிப்பதாகத்தான் இருக்கின்றன. எல்லா உலகநாடுகளும் ஒன்றையொன்று விஞ்சி ஆகச்சிறந்த செயல்திறன்மிக்க வையாக ஆவதற்கு முயன்றுவரும் இன்றைய நாள்களில் அந்த நோக்கம் நிறைவேற உதவும் பொருட்டுக் கெட்ட நடைமுறைப் பழக்கங்களை விட்டொழித்து நற்பண்புகளின் பாதையில் நடப்பதற்குப் பாதையமைத்து

அதில் காலடிகளை எடுத்து வைத்திருக்கும்போது, நம்முடைய சில மோசமான கவிஞர்கள் முன்னேற்றத்துக்காக அறிகுறியைத் துளியும் காட்டாமல் இன்னும் ஆபாசப்படம் எழுதிக்கொண்டுதான் இருக்கிறார்கள்! இந்தப் புத்தகங்கள் அவற்றை எழுதிய ஆசிரியர்களின் மோசமான ரசனைகளை வெளிக்காட்டிக் கொண்டிருக்கின்றன. வாசகர்களின் மனங்களின் நிகழ்ந்து கொண்டிருக்கிற தார்மீக சீர்கேட்டைக் காட்டுகின்றன. சமுதாயத்தின் கையறு நிலையை வெளிச்சமிட்டுக்காட்டிக் கொண்டிருக்கின்றன. தெலுங்குத் தேசப் பொதுமக்கள் இந்தப் புத்தகங்களை ஒடுக்கி தூக்கியெறியாமற் போனால், இம்மாதிரி புத்தகங்களை எழுதும் எழுத்தாளர்களை உற்சாக மிழக்கச் செய்யாமற் போனால் நாம் நிச்சயம் முன்னேற்றமடைய முடியாது. ஆபாசப் புத்தகங்களை ஒடுக்குவதன் மூலம் நமக்கு, சமுதாயத்திற்கு உதவும் அதிகாரிகளுக்கு மிகுந்த நன்றியுடையவர்களாக இருக்க வேண்டும். ஆபாச இலக்கிய குப்பைகளை அகற்றி அழிக்கும் தங்களுடைய பணியில் ஆட்சியாளர்கள் தமது அதிகாரங்களைப் பயன்படுத்துவது மிக நியாயமானது தான். எனினும் எந்த ஒரு தனிநபருக்கும் எதிராகத் தங்களின் அதிகாரங்களை ஒரேயடியாகத் தடாலடியாகப் பிரயோகிக்கவே கூடாது. அதற்கு மாறாக எந்தெந்தப் புத்தகங்களைப் பொதுவெளியில் விற்க கூடாது என அதிகாரிகள் கருதுகிறார்களோ அத்தகைய ஆபாச இலக்கிய நூல்களின் பெயர்களை உடனடியாக அரசிதழில் வெளியிட்டு விட வேண்டும். அவ்வாறு அரசு அப்பட்டியலை வெளியிடுமாயின் பொதுமக்கள் அவற்றைப் பதிப்பிப்பது, விற்பது ஆகியவற்றிலிருந்து விலகி நிற்பார்கள். தெலுங்குத் தேசம் முழுக்க இத்தகைய புத்தகங்கள் எல்லாக் கடைகளிலும் விற்பனையாகிக் கொண்டிருக்கையில் ஒரேயொரு தனிமனிதரை மட்டும் இதன் பொருட்டுத் தண்டிப்பது அநீதியானது என்பது எங்களின் கருத்து. ஆபாச இலக்கியங்களை ஒடுக்குவதற்காகத்தான் மேற்கண்ட தனிநபர் கைது செய்யப்பட்டிருக்கிறார் என்றும், இவரைப் போன்ற எல்லாப் பதிப்பாளர்களையும் விற்பனையாளர் களையும் எச்சரிக்கை செய்வதற்காகத்தான் அரசாங்கம் இந்த ஒரு தனிநபரைக் கைது செய்திருக்கிறது என்றும் கூறப்படுகிறது. அது உண்மையெனில், அரசு மீண்டுமொரு முறை தனது நடவடிக்கையை மறுபரிசீலனை செய்து, தாங்கள் ஆபாசமான ஆட்சேபகரமான புத்தகங்கள் எனக் கருதும் நூல்களின் பட்டியலை உடனே தாமதமின்றி அரசிதழில் வெளியிடுவது ஒன்றுதான் நியாயமான நடவடிக்கையாகயிருக்கும்.

ராதிகா சாந்தமானாள் | தெலுங்கு மூலம்: முத்துப்பழனி

சசிலேகா, சென்னை – 1911, ஜூலை 22

ஆபாச இலக்கியம்: தென் இந்தியச் சங்கத்தின் ஆதரவின்கீழ் நடைபெற்ற கூட்டம் தொடர்பாக இந்தக் குறிப்பு எழுதப்படுகிறது. ஆபாசமானவையாக கருதப்படும் சில புத்தகங்கள் தொடர்பாகச் சில குறிப்பிட்ட பதிப்பாளர் களுக்கு எதிராக மேற்கொள்ளப்பட்டுள்ள நடவடிக்கைளைக் கணக்கிலெடுத் துக்குக் கொண்டு, தெலுங்கு இலக்கியத்தைப் பாதுகாப்பதற்கு என்னென்ன நடவடிக்கைகளை மேற்கொள்வது என்று பரிசீலனை செய்வதற்காக மேற்கண்ட கூட்டம் நடத்தப்பட்டுள்ளது. சசிலேகா பத்திரிக்கை தனது ஜூலை 22 தேதியிட்ட இதழில் மேற்கண்ட சட்டப்பூர்வமான வழக்கை அரசாங்கம் திரும்பப் பெற்றுக் கொள்ள வேண்டுமென்று மேற்கண்ட கூட்டத்தில் தீர்மானம் ஒன்று நிறைவேற்றப்பட்டதாகச் செய்தி வெளியிட்டுள் ளது. இக்கூட்டத்தில் ஒரு குழுவும் உருவாக்கப்பட்டுள்ளது. இந்தக் குழு, தெலுங்கு மற்றும் சமஸ்கிருத இலக்கியப் படைப்புகளை ஆராய்ந்து, ஏதேனும் ஆபாசப் பகுதிகள் அந்தப் புத்தகங்களில் இடம் பெற்றிருக்கும் பட்சத்தில் அவற்றை நீக்கிச் சரி செய்யும் பொறுப்பையும் இந்தக் குழுவே ஏற்றுக் கொள்ள வேண்டுமென்றும் மேற்கண்ட கூட்டத்தில் தீர்மானிக்கப் பட்டது.

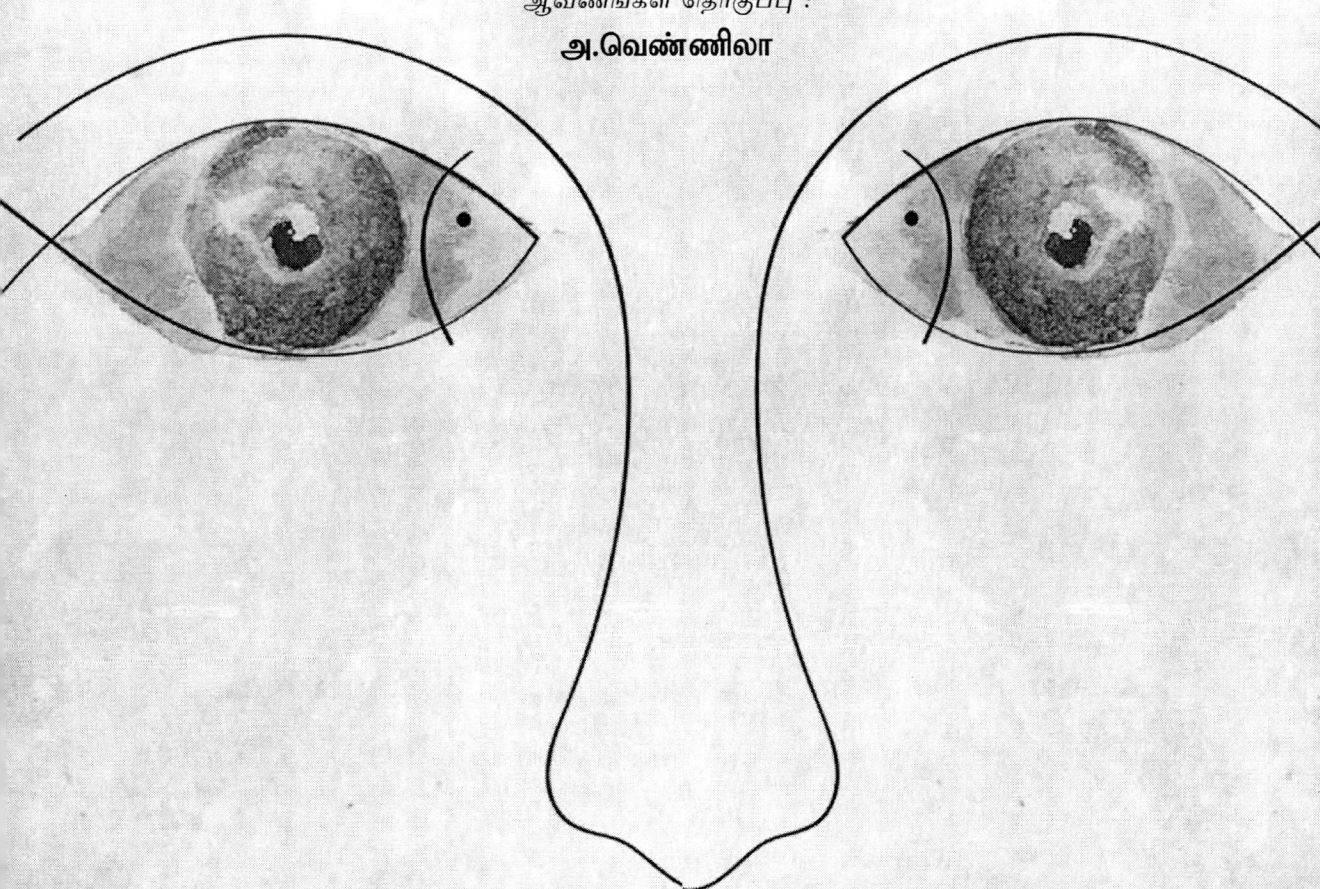

ராதிகா சாந்த்வனமு நூலுக்கு எதிராக

பிரிட்டிஷ் சர்க்கார் எடுத்த சட்ட நடவடிக்கைகளும்

தடைசெய்த அரசாணைகளும்;

ஆவணங்கள் தொகுப்பு :

அ.வெண்ணிலா

Confidential

Sectt. 31-48—23,702—27-11-28.

Judicial (1912). Department.

Press SERIES.

G.O. No. 348.

Confidential.

DATED 4. 3. 1912.

Confidential

[Despatch Abstract.]

...ive publications.

...ing orders in regard to the ...
...ch certain conditions of the ...
...ition instituted in the Chief ...
...nce Magistrate's Court ...

Government of Madras.

JUDICIAL DEPARTMENT.

CONFIDENTIAL.

Recd.	} 1912.	*Enclosures*
Regd.		*Spare copies*

G.O. No. 348, 4th March 1912.

C L.

Obscene publications.

Passing orders in regard to the withdrawal on certain conditions of the prosecution instituted in the Chief Presidency Magistrate's Court against a publisher of Telugu books in Madras for an offence under section 293, Indian Penal Code.

CONFIDENTIAL.

GOVERNMENT OF MADRAS.

JUDICIAL DEPARTMENT.

READ—the following papers :—

I

Official Memorandum No. 3505-1, Judicial, dated 22nd July 1911.

It has been brought to the notice of Government that M.R.Ry. N. Venkateswarulu Sastri of Messrs. Ramaswami Sastrulu & Sons of Madras has been charged before the Chief Presidency Magistrate under section 293, Indian Penal Code, in respect of certain Telugu books which, it is represented to Government, are classics. The Government desire to be informed whether the accused Venkateswarulu Sastri is a person of respectable character and good reputation, and also whether it appears that his object in selling these books is the *bonâ-fide* promotion of the study of classical literature, or whether there is reason to believe that his motive is the corruption of morals. The Commissioner of Police is requested to make careful enquiries and report to Government on these points.

2. Pending the further orders of Government, the Commissioner should move for an adjournment of the magisterial enquiry into the case.

(By order.)

S. H. SLATER,
Under Secretary to Government.

To the Commissioner of Police, Madras.
Copy to the Deputy Inspector-General of Police, C.I.D.
" " Chief Presidency Magistrate.

II

Letter—from M.R.Ry. G. V. APPA RAO Pantulu Garu, B.A.
To—the Chief Secretary to Government.
Dated—Madras, the 22nd July 1911.

I have the honour to submit herewith an account of the proceedings of a meeting of Sanskrit and Telugu scholars and other men interested in Telugu literature held at the Ranade Library Hall, Mylapore, on the 20th instant, and to request that you may be pleased to place resolution No. I passed at the meeting before His Excellency in Council for favourable consideration.

2. It is requested that all communications on this subject be addressed to M.R.Ry. P. Nagabhushanam Garu, M.A., B.L., High Court Vakil, Mylapore (Secretary of the Committee referred to in Resolution No. III).

Enclosure.

Proceedings of a meeting of Telugu and Sanskrit scholars and others interested in Telugu literature held at Mylapore on the 20th July 1911.

3

Present:

M.R.Ry. G. V. Appa Rao Pantulu Garu, B.A. (*in the chair*).

(1) Diwan Bahadur N. Pattabhirama Rao Garu, B.A.
(2) Rao Bahadur B. N. Sarma Garu, B.A., B.L.
(3) R. Venkatasubba Rao Pantulu Garu, B.A., B.L.
(4) M. Venkataratnam Garu, B.A.
(5) Pandit D. Gopalacharlu Garu, A.V.S.
(6) A. Lakshmipathi, B.A., M.B. & C.M. (Secretary, Vignana Chandrika Series).
(7) V. Subba Rao Garu (Telugu Pandit, Presidency College, Madras).
(8) A. Rama Rao Garu, B.A.
(9) A. Kaleswara Rao Garu, B.A., B.L.
(10) (Pandit) M. Nagalinga Sastri Garu.
(11) (Pandit) V. Prabhakara Sastri Garu (of the Oriental Library, Madras).
(12) V. Ramadoss Pantulu Garu, B.A., B.L. (late Secretary, Andhrabhashabhi Vardhani Sangam, Masulipatam).
(13) G. Venkataranga Rao Garu, M.A.
(14) S. Srinivasa Aiyangar, B.A., B.L.
(15) P. Nagabhushanam Garu, M.A., B.L.
(16) P. Narasimham Garu, M.A.
(17) M. Ramakrishnayya Garu, M.A.
(18) (Pandit) A. Ganapathi Sastri.
(19) P. Somasundaram Garu, B.A., B.L.
(20) B. Perumal Nayudu Garu.
(21) G. Rangiah Nayudu Garu.
(22) K. Subba Sastri Garu (Telugu Pandit, Thondaimandalam High School).
(23) S. Rangacharyulu Garu (Telugu Pandit, Pachaiyappa's College).
(24) S. Ramanujam Chetti Garu, M.A., B.L.
(25) G. Bapayya Nayudu Garu.
(26) P. Ramachandrayya Garu.
(27) S. Sivasankara Sastri Garu (Canarese Pandit, Presidency College).
(28) E. Venkatarama Sarma Garu, B.A., B.L.
(29) G. Seshacharyulu Garu (Editor, *Sasilekha*).
(30) G. C. V. Srinivasa Charyulu Garu.
(31) P. Narasimharao Nayudu Garu (Telugu Pandit, Muthialpet High School).
(32) M. R. Sundara Aiyar, B.A., B.L.
(33) G. Perraja Garu.
(34) M. Purushotham Garu.

Resolution No. I.—That in view of the fact that the nine Telugu publications in respect of which a prosecution is now pending in the Court of the Chief Presidency Magistrate, Madras, are amongst ancient classical Telugu literary works and in view of the general character of Sanskrit literature and of Telugu literature which is largely modelled on Sanskrit literature, the Government be humbly requested to drop the said prosecution.

Proposed by V. Ramadoss Pantulu Garu, B.A., B.L.; seconded by G. Seshacharyulu Garu, and carried unanimously.

Resolution No. II.—That efforts should be made to induce publishers to bring out expurgated editions of Telugu classical works, where they contain objectionable passages, and that a Conference of Telugu people be held for the purpose at such time and place as may be notified hereafter.

Proposed by P. Nagabhushanam Garu, M.A., B.L.; seconded by A. Lakshmipathi Garu, B.A., M.B., & C.M., and carried unanimously.

Resolution No. III.—That the following gentlemen, with power to add to their number, do form a committee for submitting resolutions Nos. I and II to the Government and to organize the conference referred to in resolution No. II, and that Mr. P. Nagabhushanam be the Secretary of the Committee:—

(1) Diwan Bahadur N. Pattabhirama Rao.
(2) Rao Bahadur B. N. Sarma Garu.
(3) P. Nagabhushanam Garu.
(4) G. Venkataranga Rao Garu.
(5) R. Venkatasubba Rao Garu.
(6) V. Ramadoss Garu.

No. 348, JUDICIAL, 4TH MARCH 1912.

(7) A. Lakshmipathi Garu.
(8) G. V. Appa Rao Pantulu Garu.
(9) M. Ramakrishnayya Garu.
(10) S. Srinivasa Aiyangar.
(11) Pandit D. Gopalacharlu Garu.
(12) S. Ramanujam Chetti Garu.
(13) M. Venkataratnam Garu.
(14) M R. Sundara Aiyar.
(15) G. Seshacharyulu Garu.
(16) V. Ramesam Garu.

MADRAS,
22nd July 1911.

P. NAGABHUSHANAM,
Secretary of the Committee.

III

Letter—from S. H. SLATER, Esq., I.C.S., Under Secretary to Government, Judicial Department.
To—M.R.Ry. G. V. APPA RAO Pantulu Garu, Madras.
Dated—the 28th July 1911.
No.—O.M. 3854–1.

I am directed to acknowledge the receipt of your letter, dated the 22nd instant, forwarding a copy of the resolution passed at a meeting held at the Ranade Library Hall, Mylapore, on the 20th instant regarding the prosecution of the publisher of certain Telugu books, and in reply to state that the matter is receiving consideration.

IV

Letter—from F. ARMITAGE, Esq., Commissioner of Police, Madras.
To—the Chief Secretary to Government.
Dated—the 7th August 1911.
No.—547 I.D.

In reply to Judicial Department Memorandum No. 3505–1, dated 22nd July 1911, I have the honour to report that M.R.Ry. V. Venkateswarulu Sastri is said to be of respectable character and good reputation.

He has succeeded his father, the late V. Ramaswami Sastri, in conducting the business of the firm of Messrs. V. Ramaswami Sastrulu & Sons, book-sellers and publishers. I have no reason to believe that his publication of the books in question was due either to a *bona-fide* desire to promote the study of classical literature or to an intention to corrupt morals. It appears to me that he has published them as a business venture in the hopes of making a profit thereby.

I enclose a copy of a note upon the nine works, which form the subject matter of the prosecution, prepared for me by the Acting Assistant Commissioner M.R.Ry. Rao Sahib S. Bavanandam Pillai.

2. The prosecution has been initiated by the C.I.D. I have accordingly referred to the Deputy Inspector-General, C.I.D., for an expression of his opinion and he has informed me that the obscenity of the books was first brought to his notice, unofficially, by the Telugu Translator to Government, who thought them disgraceful. Mr. Thomas also says that, in the course of the investigation, several respectable and educated Indian gentlemen have stated that they could not allow the books (probably certain of them) to be read in their houses and he is of the opinion that the obscenity of the books has been relied upon to further their sale.

ENCLOSURE.

The following are brief descriptions of the nine Telugu books which are the subject matter of the present prosecution :—

(1) *Ganikagunoprovartana Taravali.*—The author of this book is one Rajavati Kavi who flourished about 100 years ago. He is not known to have written any other book. This book

consisting of 27 verses is intended to expose the villainies and trickeries of dancing girls. The professed intention of the author is to show the ruinous consequences of extravagance and profligacy. The better class of Indians are inclined to think that those who read this work may learn more vice than any moral lesson or wholesome warning such as the author imagined. It would have been no loss to Telugu literature if the work had never been composed as it is not one of the classics.

(2) *Tarasasanka Vijayamu.*—The author of this work is one Sesham Venkatapati. He is recognized as one of the standard authors although he is not known to have written any other work. This work is considered to be one of the classics. The verses are of very high poetic merit. The style is so difficult that it can be understood only by scholars. It is supposed to have been written between 1704 and 1731.

The book describes the love of Chandra (the Moon God) with Thara (wife of Brahaspathi-Jupiter). The plot is taken from one of the epics, Mahabharata. Telugu scholars are of opinion that it will be a loss to the Telugu classical literature if it is suppressed.

(3) *Bilhaniyamu.*—This work is a translation from Sanskrit. The translator "Pandi Peddi Krishnaswami Sarma" is considered to be a great Telugu poet although he is not known to have written any other work. This book is supposed to have been written about 150 years ago and is considered to be one of the classics. The plot is—a Sanskrit tutor falls in love with his female student who reciprocates the love.

This work has been translated into English verse by Sir Edwin Arnold.

Eminent Telugu scholars consider that Telugu literature can illafford to lose this work.

(4) *Vaijayanti Vilasamu.*—The author of this work is one Saranga Tammaya. He is not known to have written any other work. Nevertheless this book is considered to be one of the classics about 100 years old. It deals with a well-known story of a Tamil Saint "Thondaradipodi Alwar". His trials, tribulations, and temptations and his final deliverance by the grace of God are described in this book. In describing his temptations there are amorous passages.

(5) *Hamsavimsati.*—This is considered to be one of the classics written by one "Iyala Razu Narayana Muthia" in 1800. It contains twenty stories supposed to have been told by a swan to prevent a young woman from going astray.

(6) *Sri Nathuni Vidhi Natakamu.*—The authorship of this work is ascribed to an eminent Telugu poet "Sreenatha" who has written many classic works. He describes the manners and characteristics of the women of various communities. This work is supposed to have been written about 1435.

(7) *Venugopala Satakamu.*—Author's name is not known. It is written in classic style. It is a satire on the character of misers, immoral persons and ill-bred people.

(8) *Kavi Chowdoppa Satakamu.*—The author of this work is one Chowdappa. He is not known to have written any other work. It contains popular sayings regarding various subjects. It is considered more or less a satire. This is one of the most popular Sathakas.

(9) *Radhika Santwanamu.*—This book is supposed to have been written in 1760 by a dancing girl named Muthupalani of Tanjore palace. This was edited by a modern dancing woman named Nagaratnam with a preface criticising the observations of Rao Bahadur K. Veerasalingam Pantulu regarding this work in his book "on the lives of Telugu poets."

Nagaratnam's edition was published by V. Venkateswarlu Sastri, the accused in the present case.

S. Bavanandam Pillai,
Ag. Assistant Commissioner of Police.

31st *July* 1911.

V

Official Memorandum No. 3505-3, Judicial, dated 24th August 1911.

With reference to the correspondence ending with his letter No. 547-I.D., dated the 7th August 1911, regarding the prosecution of M.R.Ry. V. Venkateswarulu Sastri before the Chief Presidency Magistrate under section 293, Indian Penal Code, the Commissioner of Police, Madras, is directed to obtain an undertaking in writing from M.R.Ry. Venkateswarulu Sastri that he will not publish hereafter unexpurgated editions of the nine works in respect of which the prosecution has been instituted. The Commissioner should then arrange for the destruction, under his personal supervision, of the copies already printed.

2. On the above conditions the prosecution against M.R.Ry. Venkateswarulu Sastri may be withdrawn, the undertaking to be obtained from him being submitted to Government with a report of the action taken in accordance with these orders.

(By Order.)

S. H. Slater,
Under Secretary to Government.

To the Commissioner of Police, Madras (O.M. only).

Copy to the Deputy Inspector General of Police, C.I.D., in continuation of O.M. No. 3505-1.

No. 348, JUDICIAL, 4TH MARCH 1912.

VI

Letter—from F. ARMITAGE, Esq., Commissioner of Police, Madras.
To—the Chief Secretary to Government.
Dated—the 5th September 1911.
No.—547-I.D.

With reference to Judicial Department Memorandum No. 3505-3, dated 24th August 1911, I have the honour to transmit the reply of M.R.Ry. Venkateswarulu Sastri to the conditions offered him by copies. He has quoted in the margin of his reply the terms of the undertakings which I framed for his acceptance.

The further orders of Government are awaited.

ENCLOSURE.

Before submitting what I have to say with reference to the conditions so kindly offered to me for acceptance in respect of certain Telugu publications of mine which have recently been the subject of legal proceedings, I most respectfully beg to tender my humble and loyal thanks to the Government for the gracious consideration shown to me in the matter.

Condition No. I.—I, V. Venkateswarulu Sastri of Messrs. V. Ramaswami Sastrulu & Sons, do hereby undertake that I will not hereafter publish unexpurgated editions of the following nine works:—

(1) Tarasasanka Vijayamu.
(2) Ganikagunapravartana Taravali.
(3) Bilhaniyamu.
(4) Vaijayanti Vilasamu.
(5) Hamsavimsati.
(6) Sri Nadhuni Vidhi Natakamu.
(7) Venugopala Satakamu.
(8) Kavi Chowdappa Satakamu.
(9) Radhika Santwanamu.

Regarding the first condition (noted in the margin) I request permission to state that all the nine books referred to therein are old works which are widely current throughout the Telugu land and have acquired a reputation for poetic merit or practical wisdom. Consequently I am unable to make out authoritatively what passages in them may be considered objectionable by the legal and other advisers of Government and so deserve to be expurgated. It may happen that an edition of one or more of these works expurgated according to my lights and the lights of my pandit co-workers will not be considered to have been duly expurgated according to the opinion of the advisers of the Government in the matter. Such being the indefiniteness of this condition, if I am vouchsafed authoritatively the information required to enable me to expurgate those works to the satisfaction of Government and its advisers or if I am at least referred to a body of experts in the confidence of Government whose guidance and advice I may seek on this question of expurgation, I shall most readily and willingly accept the above-noted first condition In the absence of such authoritative guidance and advice, I am afraid I shall have to be in constant peril of being subjected to legal proceedings, however conscientiously my undertaking in the matter of expurgation might be carried out. In this connection I may further mention that in the absence of such guidance and advice this danger may as well arise to me in relation to other classical and standard publications in Sanskrit as well as in Telugu which I have now on hand or which I might bring out in the future. In view of the reasonableness of my request, I trust you will kindly see your way to have it granted.

Condition No. II.—I, V. Venkateswarulu Sastri, agree to the destruction of the printed copies of my edition of the nine works, in respect of which I have given an undertaking, by the Commissioner of Police, Madras.

In regard to the second condition (noted in the margin), I request to be allowed to urge upon your kind attention that I would have deserved the punishment involved in this condition—indeed the proposed wholesale destruction of the publications now seized can be nothing other than punishment—if I had wantonly endeavoured to vitiate public morals by publishing objectionable works knowing them to be such. In bringing out my editions of the nine works in question, I did not, as I have already pointed out in what I have submitted above in relation to the first condition, even for a moment feel that I was doing anything wrong, particularly because they were widely current and well-known works, freely published by others engaged like me in the book-publishing trade. That it was possible to look upon these publications as objectionable, in fact, came to my knowledge for the first time when the printed copies of the said books in my possession were seized by the Police. I am hopeful that you will therefore see the injustice of putting me to the serious loss which my acceptance of the second condition unreservedly in its proposed form will bring upon me. In making this statement I want to guard myself against the inference that even after these works have been suspected to be objectionable, I am intending to put them on the market just as they are. I beg to assure you, Sir, if I may, that I am as anxious as anybody to keep the public mind free from moral pollution by avoiding the publication of undesirable literature. If, in order to enable me to comply with the first condition, my request made in reference thereto be granted, then I would naturally be in a position to know what portions in these works are considered objectionable and have tended to bring me into the clutches of the law. I undertake that, on knowing this, I will remove from all my printed copies of these works all such passages as are taken objection to, leaving, however, the rest of the printed matter intact,

No. 348, Judicial, 4th March 1912.

which might be looked upon as objectionable in these works cannot be more than a few in each case. Hence to have the whole of my present property in these publications destroyed for the sake of these few possibly offending passages does not seem to be really required either in the interest of justice or in the interest of public morality. I therefore request that the second condition be so altered as to enable me to accept it without serious loss to myself and without the least possibility of my putting on the market these publications in their present unexpurgated form. My experience of your past kindness in dealing with me in this affair leads me to believe that, with your open mind and love of fairness and in consideration of the fact (vide copies of testimonials, etc., hereto appended) that I represent one of the oldest Indian firms in this city which has admittedly rendered no small service for the spread and popularisation of valuable classical literature in Sanskrit and Telugu, you will be pleased to see that I am in no way unreasonable in the requests I have herein submitted and that I am fully amenable to the official control under which I have to place myself as a member of the book publishing trade. I need hardly mention that the pecuniary loss that I have already incurred in this matter in seeking and obtaining legal advice and such other things has been too heavy for a man of my circumstances. If, for any reason, it is not found possible to grant my requests, it may eventually lead to the ruin of my business and good name.

Sub-Enclosure.

Copies of Testimonials.

(i)

Hon'ble N. Subba Rao Pantulu (Member, Imperial Legislative Council)—letter, dated 30th September 1910.

I am much pleased to see that the enterprising firm of Messrs. V. Ramaswami Sastrulu & Sons is bringing out readable and useful books in Telugu as well as reprinting standard works in Telugu literature on good paper and in clear type.

The Telugu public is much indebted to them for their labours in the cause of Telugu literature.

(ii)

Diwan Bahadur Y. Janakiramayya Pantulu, District Judge, Guntūr.

I congratulate you on the good work you are doing in the cause of Sanskrit and Telugu literatures and have no objection to be a contributor to the Telugu monthly you propose to bring out.

(iii)

C. Ramalinga Reddy, Esq., B.A. (Cantab), Professor of History, Maharaja's College, Mysore.

Your "Vasucharitra" is a magnificent production of which any firm may well be proud.

(iv)

G. V. Appa Rao, Esq., B.A., Private Secretary to His Highness the Maharaja Kumarika Sahiba of Vizianagram.

I congratulate you on your splendid edition of "Vasucharitra."

(v)

M.R.Ry. N. Kuppuswami Iyah, B.A., Pleader, Tirupati.

. . . . "Your editions of the Telugu classics leave nothing to be desired; the volumes are so excellent in every respect. . . . .

(vi)

M.R.Ry. K. Chengayya Garu, B.A., Pleader, Tirupati.

. . . . Your editions are really unsurpassed in all respects. I am very proud you are doing useful work to the country. . . . .

(vii)

Swami Vidyananda Paramahamsa, B.A.

Messrs. V. Ramaswami Sastrulu & Sons have taken up the noble task of getting up the Telugu classics, in the most approved modern style, and I can give my testimony to the get up of "Vasucharitra." They have engaged the services of scholars to edit the works, which are therefore bound to be correct versions. I wish them success and perseverance in the path of virtue. . . .

(viii)

The "Indian Patriot," dated 11th July 1910.

. . . . Messrs. V. Ramaswami Sastrulu & Sons, the oldest Telugu and Sanskrit firm in Madras, has creditably taken up the task of editing and publishing, neatly, Telugu classics and translations of English books. Able scholars have put their hand to the work of translations. Their attention is not only confined to the publication of classics but also to that of modern books to best suit the times.

Their biographies of eminent men are very cheap and attractive. We are in receipt of a copy of "Ivanhoe" they recently brought out. This will, in our opinion, be very useful to students. It is well written and very much serves the purpose for which it is intended. Though the present University Regulations have considerably reduced the demand for vernacular books, we hope the learned public will offer their help to this firm." . . .

(ix)

The "Hindu", dated 27th January 1910.

. . . . The old and well-known firm of Messrs. V. Ramaswami Sastrulu & Sons, Booksellers, are showing much enterprise in the publishing line. Though the recent University Regulations considerably reduced the demand for Telugu books, they have been issuing new editions of Telugu classics on good paper, neatly bound . . .

(x)

His Highness the Raja of Venkatagiri, K.C.I.E.

. . . . I quite appreciate the work you have been doing in the case of Telugu literature. . . .

(xi)

Sri Raja A. V. Jagga Rao Bahadur, F.M.U., etc., of Vizagapatam—letter, dated 28th May 1910.

. . . . In recognition of your labours in the cause of Telugu literature, I resolve to help you in the matter of printing the novel "Ivanhoe." . . . .

(xii)

The Private Secretary of the Raja of Pithápuram writes on 1st *May* 1910.

. . . . The Raja is pleased to see the work you are doing. . . . The Raja would be glad to pay you half the total cost of printing and binding "Kalapurnodayam" and "Raghavapandaveyam" if you would bring out an edition according to his suggestions, so far as type size, and binding are concerned. Of course the books would all be yours.

(xiii)

G.O. No. 658, *Public, dated* 1*st September* 1910.

Sanctioned the purchase of eight sets of the Telugu commentary on "Adhyatma Ramayana" published by Messrs. V. Ramaswami Sastrulu & Sons, Madras, at a cost of Rs. 13 per set.

(xiv)

The following gentlemen have patronised the firm with liberal contributions in recognition of the services rendered in the cause of Sanskrit and Telugu literatures.

(1) His Highness the Maharaja Mirza Sri Ananda Gajapati Raj Manne Sultan Bahadur of Vizianagram, G.C.I.E.
(2) Hon'ble Rai Bahadur P. Ananda Charlu, B.L., C.I.E.
(3) Hon'ble P. Chentsal Rao Pantulu (Member of the Local Legislative Council).
(4) Raja Sir T. Madhava Rao Garu.

6

VII

Official Memorandm No. 4370-1, Judicial, dated 27th September 1911.

With reference to the correspondence ending with his letter No. 547-I.D., dated the 5th September 1911, regarding the withdrawal, on certain conditions, of the prosecution against M.R.Ry. V. Venkateswarulu Sastri, the Commissioner of Police is informed that the Government have decided that all copies of the book *Radhikasantwanamu* should be destroyed as objectionable passages are found on nearly every page of that work. In regard to the other eight books, the Government are arranging to have them examined by M.R.Ry. G. Kanakaraju, Telugu Translator to Government, Rao Bahadur M. Rangachariyar, Registrar of Books, and M.R.Ry. G. Venkataranga Rao, Chairman of the Telugu Board of Studies, in order that passages which they consider objectionable may be marked in them. A specimen copy of each of the eight books with such passages expurgated as advised by the gentlemen above named should be obtained and submitted to Government by the Commissioner of Police with an undertaking in writing from M.R.Ry. Venkateswarulu Sastri that none of the books now in stock or future editions or reprints will be issued to the public except with these objectionable passages expunged.

(By Order.)

S. H. SLATER,
Under Secretary to Government.

To the Commissioner of Police, Madras.
Copy to the Chief Presidency Magistrate. } O.M. only.
,, ,, Deputy Inspector-General of Police, C.I.D., }

VIII

Official Memorandum No. 4370-2, Judicial, dated 27th September 1911.

The $\frac{\text{Telugu Translator to Government}}{\text{Registrar of Books}}$ is requested to examine the eight works named in the margin in collaboration with the $\frac{\text{Registrar of Books}}{\text{Telugu Translator to Government}}$ and M.R.Ry. G. Venkataranga Rao, Chairman of the Telugu Board of Studies, and to mark such passages in each as he considers obscene or otherwise objectionable. A specimen copy of each of the books so marked should then be forwarded to Government through the Commissioner of Police.

(1) Ganikaguna Pravartana Taravali.
(2) Tarasasanka Vijayamu.
(3) Bilhaniyamu.
(4) Vaijayanti Vilasamu.
(5) Hamsavimsati.
(6) Vidhi Natakamu.
(7) Venugopala Satakamu.
(8) Kavi Chowdappa Satakamu.

(By Order.)

S. H. SLATER,
Under Secretary to Government.

To the $\frac{\text{Telugu Translator to Government.}}{\text{Registrar of Books.}}$

No. 348, JUDICIAL, 4TH MARCH 1912.

IX

Letter—from the Hon'ble Sir HAROLD STUART, K.C.V.O., C.S.I., Acting Chief Secretary to Government.
To—M.R.Ry. G. VENKATARANGA RAO PANTULU GARU, M.A., Chairman, Telugu Board of Examiners, University of Madras.
Dated—the 27th September 1911.
No.—O.M. 4370–3, Judicial.

Referring to the interview I had with you on the 13th instant on the subject of the prosecution of Mr. V. Venkateswarulu Sastri, I write to inform you that the Government have decided to withdraw the prosecution on the conditions suggested by you. I forward, for your information, a copy of an order that is being issued to the Telugu Translator to Government and the Registrar of Books directing them to collaborate with you in examining the eight works specified in the order, and to mark such passages in them as should in your joint opinion be expurgated on the ground of obscenity.

X

Letter—from P. HANNYNGTON, Esq., Acting Commissioner of Police.
To—the Chief Secretary to Government.
Dated—the 19th December 1911.
No.—547-I.D.

With reference to the correspondence ending with Government Memorandum No. 4370-1, Judicial, dated 27th September 1911, I have the honour to submit, for the orders of Government, the joint report of Rao Bahadur M. Rangachariyar and M.R.Ry. G. Venkataranga Rao, with M.R.Ry. G. Kanaka Razu's minute of dissent and its enclosures. As these gentlemen are not unanimous in their views with regard to the Telugu publications in question, I abstained from calling upon M.R.Ry. Venkateswarulu Sastri to give any undertaking in writing at present.

I await further instructions on the subject.

ENCLOSURES.

(i)

Letter—from M.R.Ry. Rao Bahadur M. RANGACHARIYAR, M.A., Registrar of Books, Madras, and M.R.Ry. G. VENKATARANGA RAO, M.A., Chairman, Telugu Board of Examiners, University of Madras.
To—the Chief Secretary to Government.
Dated—Triplicane, the 4th December 1911.

With reference to your Memorandum No. 4370-2, (Confdl.), Judicial, dated 27th September 1911, we have the honour to submit that the Telugu works therein referred to were all carefully examined by us and the Telugu Translator to Government, and that at three meetings the passages that may be expurgated and amended were selected. They are noted down in the enclosed tabular statement and are also marked in the accompanying specimen copies of the books under reference.

2. It appears to us that if dealt with as noted in the accompanying tabular statement, the Telugu publications under reference will be rendered quite unobjectionable. The amended readings suggested relate to places where the context has not permitted the omission of a whole stanza, or where, in an otherwise good stanza, the objectionableness is due to a few gross expressions. These suggested readings are chiefly intended to serve as a guide to editors and

3. In this connection we request to be permitted to state that it is desirable in the interest of printers and publishers to make it known that all editions of literary works intended for common popular use in schools and colleges should be free from erotic descriptions which are two gross and open—references to and descriptions of the reproductive organs and sexual intercourse being scrupulously avoided. Authoritative Indian writers on rhetoric and poetics have declared that such open descriptions in erotic poetry, which they call *Vivrita Sringara,* are not permissible as being opposed to the canons of cultivated artistic taste. They, however, recognise that there are forms of literature in which even such descriptions may appropriately find a place. Moreover, the standard of taste which determines the amount of openness in erotic descriptions, which may be held to be appropriately permissible, is apt to vary from time to time in every country, and is also affected by the idiosyncrasies of particular writers as also of their patrons and *clientèle*. In these circumstances it cannot be conducive to the best interest of literary scholarship and the knowledge of the history of the literary art to interfere with the integrity of artistic works produced by competent authors, on the score that in those works there are certain things which are not suited to modern taste.

4. The relation between æsthetics and ethics is no doubt a question of importance; but it is bound to be a vexed question always. Further, it is not easy to judge aright the poetic ideas and sentiments finding expression in any language by means of translations into a foreign language, the spirit and genius of which are entirely different, as such translations seldom convey the poetry and meaning of the original accurately and well. It is often observed that the very process of translation adds a touch of vulgarity or broadness to descriptions, which, in the original, may not offend against good taste or decency. While, therefore, it is necessary that the minds of the young and the common folk should be kept free from the infection of indelicate eroticism, it is equally, if not more, necessary to see that on this account no genuine student of the poetic art is deprived of the opportunity of examining and understanding the standards of poetic thought and expression as they have been embodied from time to time in notable works of approved classical character. For the attainment of this latter object, we recommend that permission may be given to publishers to issue complete library editions of all ancient classics, howsoever free the erotic poetry therein may be, on the understanding that their price is made sufficiently high and prohibitive and they are not given a place in the libraries of schools and colleges. As a matter of fact the gulf between the spoken speech and the literary language of poetry in every one of the South Indian vernaculars is so wide, and the possibility of any but scholars understanding this language of poetry is so little, that even this precaution may prove to be superfluous. Still it will be erring on the right side to take the precaution. We request that the Government may take the necessary action in the matter on the lines herein suggested.

5. There are really two things to be borne in mind in connection with this question. On the one hand there is the safeguarding of public morals and the discipline of college-students and school-children, and on the other the prevention of hasty and ill-considered literary iconoclasm. We feel that, in the suggestions we have made, we have, in the light of what is generally done in regard to the publication of standard works that may appear to modern critics to be of more or less questionable taste in European literatures, pointed out the means by which both these objects may well be attained.

6. We further recommend that, with a veiw to give a decidedly healthy tone to contemporary literature, it may be ruled that modern writers will make themselves liable to censure and even more serious consequences, if they endeavour to imitate in any of their writings earlier classical authors in respect of their freedom in the expression of the sensual and the erotic in poetry.

7. The memorandum under reply obviously requires that we two and the Telugu Translator to Government should jointly submit the list of passages to be expurgated from or amended in those books, along with such remarks as may appear necessary to us to be placed before Government for their consideration. Your letter to Mr. G. Venkataranga Rao sent with the above memorandum makes it clear that is the joint opinion of all the three of us that is required. Accordingly, after settling the passages to be expurgated and amended, the draft of this report, on which both of us had agreed, was placed in the hands of the Telugu Translator, so that he might, in the light of the discussion we had with him on the matter at the last of the meetings referred to above, make up his mind either to join us in case he agreed with us or to append a "minute of dissent" in case he disagreed with us. He kept the draft with him for three days and then wrote a letter to Professor M. Rangacharriyar as Registrar of Books (a copy of which is sent herewith for information) declining in effect to co-operate with us in the matter and asking us to send our tabular statement of passages and our report to him so that he might forward them to you with a separate report and list of passages of his own prepared altogether outside our knowledge. We could not, of course, act up to his desire, as it appeared to us to be not in conformity with your intention as conveyed in the memorandum under reply and in the covering letter sent to Mr. G. Venkataranga Rao. Accordingly, we have had to send this report independently of the Telugu Translator. We are of opinion that he has committed a breach of official etiquette in acting as he has done, and regret the necessity of having to draw your

SUB-ENCLOSURES.

A TABULAR statement of passages to be omitted or amended.

Serial number.	Name of the book.	Canto.	Page.	Number of the verse.	Whether line or verse as a whole to be omitted.	Change of language, if any proposed.
1	Vidhi Natakamu..	..	4	4	Whole verse.	
			4	5	3rd line ..	Change [illegible] into [illegible].
			6	13	Whole verse.	
			6	15	3rd line ..	Change [illegible] into [illegible].
			7	19	Whole verse.	
			9	27	Do.	
			9–10	30	Do.	
			10–11	34	Do.	
			11	37	Do.	
			12	41	Do.	
			12	42	Do.	
			12	43	Do.	
			12	44	2nd line ..	Change [illegible] into [illegible].
			13	45	Whole verse.	
			13	46	Do.	
2	Tarasasanka Vijayamu.	I	8	28	8th line ..	Change [illegible] into [illegible].
		II	48	94	Last line ..	Change [illegible] into [illegible].
			49–50	101	Whole verse.	
			50	103	Do.	
			54	118	Lines 22 and 23.	
			58	137	Whole verse.	
		III	81	87	Do.	
			82	89	Do.	
			82	90	Do.	
			82	91	Do.	
			82	92	Do.	
			82	93	Do.	
			83	94	Do.	
			83	95	Do.	
		III.	83	96	Do.	
			83	97	Do.	
			84	98	Do.	
			84	99	Do.	
			85	103	Do.	
			86	107	Do.	
			86	108	Do.	
			86	109	Do.	
			86	110	Do.	
			86–87	111	Do.	
			87	112	Do.	
			88	113	Do.	
			88	114	Last line ..	Change [illegible] into [illegible].
		IV	97	36	Whole verse.	
			98-99	42	Do.	
			104	61	Do.	
			104	62	Do.	
			104	63	Do.	
			104	65	Do.	
			105	66	Do.	
			105–106	68	Do.	
			106	69	Do.	
			106	73	Do.	
			107	74	Do.	
			107	75	Do.	
			107	76	Do.	

No. 348, JUDICIAL, 4TH MARCH 1912.

A tabular statement of passages to be omitted or amended—*cont.*

Serial number	Name of the book	Canto	Page	Number of the verse	Whether line or verse as a whole to be omitted	Change of language, if any proposed
2	Tarasaanka Vejayamu—*cont.*	VI	107	77	Whole verse.	
			108	80	Do.	
			108	81	Do.	
			108–109	83	Do.	
			118	121	Do.	
3	Hamsavimsati	I	11	93	Do.	
			11	94	Do.	
			31	242	Do.	
		II	40	51	Last line	Change ___ into ___.
			40	52	Whole verse.	
			40	53	Do.	
			40	54	Do.	
			46	106	Last line	Change ___ into ___.
			46	107	Whole verse.	
			46	108	Do.	
			46	109	3rd line	Change ___ into ___.
			47	111	Last line	Change ___ into ___.
			57	200	Whole verse.	
			57	201	Do.	
			57	202	Last line	Change the line into ___ ___.
			57	206	Do.	Change ___ into ___.
			57	207	Do.	Change ___ into ___.
			57	208	1st line	Change ___ into ___.
			62	249	Whole verse.	
		III	70	34	Last word	Change ___ into ___.
			75	85	2nd line	Change ___ into ___.
			75	86	Do.	Change ___ into ___.
			75	89	Whole verse.	
			76	92	Last line	Change into ___.
			76	95	Do.	Change ___ into ___.
			76	96 & 97	Whole verses.	
			77	103	Omit the verse.	And substitute ___ to supply the connecting link between what precedes and follows the omission.
			84	159	Last line	Change ___ into ___.
			84	161	Whole verse	
			84	162	Portions	Omit ___ and ___.
			84	163	2nd line	Change ___ into ___.
			85	172	Last line	Change ___ into ___.
			91	230	Do.	Change into ___.
			92	231	4th line	Change into ___.
			92	232	Whole verse.	
		IV	100	39	Do.	
			107	104	Do.	
			107	105	Do.	
			107	106	One word	Omit the word ___.
			108	109	Last line	Change ___ into ___.
			108	110	Whole verse.	
			108	111	1st line	Change ___ into ___.
			108	111	2nd line	Change into ___.
			112	140	Whole verse.	
			113	147	Last line	Change ___ into ___.
			113	151	Do.	Change ___ into ___.
			113	153	Do.	Change into ___.
			113	154	2nd line	Change ___ into ___.
			114	159	2nd and 3rd lines.	Change ___ in second line into ___ and in the third line ___.

A tabular statement of passages to be omitted or amended—*cont.*

Serial number.	Name of the book.	Canto.	Page.	Number of the verses.	Whether line or verse as a whole to be omitted.	Change of language, if any proposed.
3	Hamsavimsati—*cont.*	IV	118	201	1st and 2nd lines.	Remove portion తక్కువ దాశుభిక్షి ర తాలు దాక్షిణ్య సాంఘ్య.
			127	230	Whole verse.	And substitute శకటకి సరోమాం నళా రాంశాని సుస్తీరుయింగ్ శీల యశం రక్షార సేకు.
			127	231	Do.	
		V	137	73	Last line	Change into రాశ రిక్షుహారి తప్పు యాయశక దక్షిణం తాప్పం సంప్రమంలార్.
			137	74	Whole verse.	
			144	129	Do.	
			144	130	Do.	
			144	131	Do.	
			144	132	1st line	Change into శకట రంరశ వరిం.
			145	142	Last line	Change రచుంశ into రరశ.
			146	145	Omit the whole.	And substitute శృత శాతా విషు సంబేప్ హ్యాసం దు మనికల యశకి మీ శారశికి నాం.
			146	146	Do.	
			146	147	Do.	
			146	148	Do.	
			146	149	Do.	
			146	150	Do.	
			146–147	151	Do.	
			147	156	Do.	
			147	157	3rd and 4th line.	Change సంశరారఃరణశ into శరీరశదశక.
			148	158	2nd line	Change సంకల్పిష into శంక్రప్రిజ.
			149	173	Last line	Change తప్పు into శత్తు.
			149	174	Whole verse.	
			149	175	Do.	
			149	176	Do.	
			153	218	Do.	
			155	236	Whole	Remove the word సర్పశ and substitute సర్పశాశంశ సర్మశ్రి ఉపశ్రక.
			155	237	Do.	
			182	296	2nd line	Change రాస into శత.
			182	299	1st and 2nd lines.	Change శంకరంశ్రి into శంకశారశ.
			183	307	Last line	Change రాశం into శంశ శం.
			183	311	Do.	Change శత into శరంశ.
			183	312	Whole verse.	
4	Ganikaguna Pravartana Taravali.	..	5	5	Do.	
			7	9	Do.	
			9	13	Do.	
			9–10	15	Do.	
			10	16	Do.	
5	Kavi Chowdappa Satakamu.	..	4	16	Do.	
			8	36	Do.	
6	Venugopala Satakamu.	..	7	10	Line 4 only.	
			10–11	17	Whole verse.	
			12	20	3rd line only.	
			14	24	Lines 3 and 4 only.	
			15	27	Whole verse.	
			19	35	Do.	
			25	48	5th line only.	
			27	51	Lines 7 and 8 only.	
			30	58	6th and 8th	Change line 6 into శశంక్షం and 8 into

A tabular statement of passages to be omitted or amended—*cont*.

Serial number.	Name of the book.	Canto.	Page.	Number of the verse.	Whether line or verse as a whole to be omitted.	Change of language, if any proposed.
6	Venugopala Satakamu—*cont.*	..	35–36	70	Whole verse.	
			37	73	Do.	
			38	76	Lines 7 and 8 only.	
			42	84	Whole verse.	
			43	86	Do.	
			43	87	The 1st line.	
			43–44	88	2nd line ..	Change the word [illegible] into [illegible].
			46	93	2nd line ..	Insert the word [illegible] in the dotted portion of the verse.
			47	95	Lines 7 and 8 only.	
			50	101	Line 8 only.	
			50	102	Lines 9 and 10 only.	
× 7	Bilhaniyamu ..	II	50	86	Line 8 ..	Change [illegible] into [illegible].
			54	104	Whole verse.	
			62	148	11th line ..	Change into [illegible]
			64–65	155	Whole verse.	
			65	156	Do.	
			65	157	Do.	
			65–66	158	Do.	
		III	82	90	Do.	
			84	101	Do.	
			84	105	Do.	
			87	118	Do.	
			89	130	Do.	
			89	134	Do.	
8	Vaijayanti Vilasamu.	II	41	40	Do.	
		III	67	13	Last line ..	Change into [illegible].
			69	28	Whole verse.	
			70–71	35	Do	
			72–73	46	Do.	
			73	49	3rd line ..	Change the word [illegible] into [illegible].
			78	71	2nd line ..	Change [illegible] into [illegible].

No. 348, JUDICIAL, 4TH MARCH 1912.

SUB-ENCLOSURE.

Letter—from M.R.Ry. G. KANAKARAJU Garu, Telugu Translator to Government.
To—the Registrar of Books.
Dated—Madras, the 30th November 1911.

With reference to your letter of this date, I beg to state that I have considered over the matter and finding myself unable to subscribe to your report or the tabular statement attached thereto, I have been busily preparing a separate report of my own with a similar statement. Inasmuch as I understand from the tenor of the Government memorandum that I have to send the results of our examination of the books referred to us, I request you will be good enough to get your report and statement typed or copied fair and verify the marks made by me in a specimen copy of the books and return the same to me for being despatched to Government with my report and enclosures. I herewith return your draft report and statement with the books.

(ii)

Letter—from M.R.Ry. G. KANAKARAJU Garu, Telugu Translator to Government.
To—the Chief Secretary to Government.
Dated—Madras, the 15th December 1911.
No.—168.

With reference to your Confidential Memorandum Judicial No. 4370-2, dated 27th September 1911, I have the honour to state that, on receipt of this memorandum, I was under the impression that it was I who should take the initiative and submit the report to Government in this matter. Accordingly I obtained copies of the books referred to in the memorandum from the Commissioner of Police and supplied them to the Registrar of Books and the Chairman of the Telugu Board of Studies. We then met together three times in the house of the Registrar of Books and examined the books; when the draft report prepared by my learned colleagues was read out to me, I found that I materially differed from the views expressed therein. I got their report so as to enable me to consider the question fully and to prepare my report and then requested the Registrar of Books to have his report copied fair and sent back to me, so that I might add my own report to it. But as I now understand that my learned colleagues have sent their report to Government through the Commissioner of Police, I herewith submit my minute of dissent with the request that it may be considered along with their report.

SUB-ENCLOSURE.

Minute of dissent to the Report of the Registrar of Books and the Chairman of the Telugu Board of Studies.

Keeping in view the fact that there is a pending criminal prosecution upon the books under reference, which are either complete or partly expurgated editions, I entertain grave doubts about the legality and advisability of the recommendation of my learned colleagues in favour of granting permission for the publication of unexpurgated editions of these books or of any other Telugu classical books in the alleged "interests of literary scholarship and the knowledge of literary art". The question of expurgation necessarily links itself with the criminal law as embodied in the Indian Penal Code and Criminal Procedure Code, and no considerations of the integrity of ancient books or the promotion of literary scholarship and art can justify the publication and distribution of works which are admittedly obscene, nor can any prohibitive price fixed on wholesale obscene books, like the *Tarasasanka Vijayamu, Hamsa Vimsati and Vithi Natakamu* or, for the matter of that, on any other book with obscene descriptions, place them outside the reach of the Criminal law, nor safeguard the morals of the youth of the country, inasmuch as manuscript copies can be multiplied to any number. And there is nothing in the Criminal Procedure Code to prevent even a private individual from launching a prosecution against such unexpurgated editions or nominally expurgated editions, though they might be issued with the express permission of Government. I fear the grant of the permission, by means of an executive order, for the publication of unexpurgated editions on the lines proposed by my learned colleagues, does not add an exception to sections 292 and 293 of the Indian Penal Code, if it is not altogether *ultra vires*. I apprehend that the immediate effect of granting such permission will be to encourage irresponsible publishers to rush through print, fixing nominally an exorbitant price, many demoralizing works written in classical style, like the *Kala Sastra* of

Errana and the *Chandra Rékha Vilápamu*, which are now withheld from publication on account of the povisions of the Criminal law. Further, I see no workable plan of preventing the abuse of this permission if granted or of enforcing the proposed restriction regarding the sale of these books at exorbitant prices in the absence of a special law and special establishment to work it out.

2. The practice which is said to obtain in the west with regard to "the publication of the standard works of more or less questionable taste in European literatures" is beside the point. In support of my opinion, I beg to quote the dictum laid down by the eminent jurist of the Allahabad High Court, Mr. Straight, J., in *Emperor of India v. Indermar*, reported in Indian Law Reports, 3 Allahabad, 837, at page 843. As I have remarked, it is indifferent whether the applicant himself originated the indecent matter or took it literally or in a garbled form from the books of another author. There it is in his books and he is equally responsible in the one case as in the other. The observation that many works of a similar description have escaped prosecution is beside the question. There are many books in many languages, which, if brought to the test of public trial, could not but be pronounced obscene. But the immunity they have so far enjoyed, is not because the law was not strong enough to reach them, but because its aid has not been invoked or the authorities have thought it wiser not to put it in force.

3. I beg to add that, after all, none of the eight books under consideration have attained or deserve the exalted rank of a classic or standard work, seeing that the poetical compositions in *Tárásasanka Vijayamu, Bilhaneeyamu, Hamsa Vimsati and Vaijayanti Vilasamu* are second-hand imitations of the models found in earlier works like *Manu Charitra and Vasucharitra* and I have no doubt it will be absurd to call the other petty books *Kavi Chavdappa Satakamu, Ganikaguna-parvarlana, Tárávali, Venugopála, Satakamu and Vithi Natakamu* classicial or standard works. Most of the Telugu poets, including classical writers, have not felt—I blush to admit—any hesitation in freely indulging in depraving and lascivious descriptions of the details of sexual intercourse, of which the contents of enclosures V to XII afford fair specimens. I do not think that any useful purpose, literary, historical or artistic, is served by preserving these demoralizing descriptions in complete editions. Nor can I endorse the view of my learned colleagues that the language of Telugu poetry is outside the comprehension of any but scholars. I am supported in my view by the opinion expressed in his "Lives of the Telugu Poets" by Rao Bahadur K. Virêsalingam Pantulu Garu, whose views on the matters of Telugu literature are entitled to great respect, regarding *Tárásasanka Vijayamu*: "The author having narrated this immoral story in elegant and *easily intelligible language* which may be compared to a coating of sugar over poison, this poem has been ruining a large number of youths." It cannot be said that the style of the other books under notice is more difficult to understand. That there is a large demand for these books and that they are sold by thousands by itinerant book-sellers for the nominal value of a few annas in weekly markets of mufassal villages of any the least importance, is a solid proof that they are widely read by the generality of the Telugu public. The fact that my learned colleagues have thought fit to propose expurgated editions for "the common folk" and "for common popular use" amounts to an admission on their part that Telugu poetical works, particularly the books under reference, do not require any special scholarship in order to understand them. Moreover there are several publishing agencies supplying the reading public with a large number of Telugu ancient works with elaborate explanations and annotations. The reading public has considerably increased now-a-days and is bound to expand in course of time. Education has made substantial progress among women also. There is a large number of boys receiving education in high schools and colleges, away from the healthy influences of parental control. In this connection I beg to invite the attention of Government to the strong views expressed by the Telugu press on this matter, which were published in the confidential weekly press reports noted here: Paragraph 40 of the report of the week ending with 4th February 1911, paragraph 36 of the report of the week ending with 4th March 1911, paragraph 35 of the report of the week ending with 18th March 1911 and paragraph 22 of the report of the week ending with 13th May 1911. Under these circumstances, I feel considerable hesitation in recommending the grant of permission for publishing complete editions in an unexpurgated form, even of the classics and standard works, not to speak of the books under consideration.

4. So long as the Government maintains the Oriental Library, I do not share with my learned colleagues the apprehension that any dangerous interference with "the intergrity of artistic works produced by competent authors", or "with the best interest of literary scholarship and the knowledge of the history of literary art" will take place by prohibiting the publication of unexpurgated editions. On the other hand, if, with the fancied object of avoiding dangers of this intangible character, the Government allows the publication of complete editions, with all their characteristic demoralizing and depraving obscenity, the more important and vital purpose of safeguarding the public morals which the law intends, will be seriously jeopardized.

5. In the case of three out of the eight books under reference, *Vithi Nátakamu, Hamsa Vimsati and Tárásasanka Vijayamu*, I think it is not possible to suggest any satisfactory and exhaustive process of expurgation other than their total destruction, from the standpoint of safeguarding the morals of the youth and common folk, for in these books the trend of ideas is completely immoral and obscene, as enclosures II, III, IV, V, VI and VII will show. From start to finish nothing but exciting descriptions of female organs and sexual intercourse are freely indulged in with suggestions of finer touches and poses for prompting sensuous

pleasure under the cloak of erotic poetry. These books being conceived in a spirit of revolt against conjugal fidelity, serve no purpose except that of perhaps enhancing the sexual bliss of humanity of a very objectionable type. They are as injurious to public morals as *Rádhiká-sántwanamu* which, I understand, has been ordered by Government to be destroyed. Seeing that there is no provision of law dealing with immoral books of this type, it will be altogether undesirable to weaken the rigour of law applicable to the debasing obscene portions therein, by granting permission for issuing unexpurgated editions. I fear all the combined force of religion, law and public opinion, will not be able to counteract the deleterious influence of such complete editions.

6. In conclusion, I beg to submit that in the interests of the morals of the school-going population and of the generality of the Telugu community and in view of the imperative provisions of the criminal law, relating to obscenity, it is not desirable to permit the publication of unexpurgated editions of any obscene book, be it a classic or otherwise, that expurgated editions may safely be permitted, and that literary, historical and artistic interests of Telugu literature can best be served by preserving the unexpurgated editions in the Oriental Library maintained by the Government, under such conditions regarding their use by the public as the Government may deem fit to impose.

7. Inasmuch as I believe it will be presumption on my part to usurp the function of a poet and suggest unobjectionable lines and expressions in the place of what is found objectionable in the books under reference, I feel the necessity to frame a tabular statement (Enclosure No. I) of the passages suggested for expurgation, different from what has been prepared by my learned colleagues. I submit this statement and a set of books in which the passages, which, in my opinion, are obscene or otherwise objectionable, have been marked by me, as directed by Government.

Prepared by the Telugu Translator.

Tabular statement of portions to be expurgated in the eight books.

[Enclosure No. I to the Minute of Dissent.]

Serial No.	Name of the book.	Canto.	Page.	Verse.	Remarks, if any.
1	Vithi Natakamu	..	4	4	
		..	..	5	
		..	..	7	
		..	6	13	
		..	..	15	Seeing that except verses 1—3 and 51—54, all the rest embody lustful thoughts concerning women of the different classes of the Hindu society, I find it difficult to make a satisfactory selection for expurgation.
		..	..	16	
		..	7	18	
		..	9	27	
		..	9, 10	30	
		..	10, 11	34	
		..	11	37	For English translations of verses 41 to 46 and 4, 7, 13, 27, 30 (*vide* enclosure No. V).
		..	12	41	
		..		42	
		..	..	43	
		..	..	44	
		..	13	45	
		..	..	46	
2	Tárásasanka Vijayamu	I	8	28	
			43	73	
			44	75	
			..	77	
			45	81	These verses are selected for their immoral tendency.
			..	83	
			46	84	
			..	85	
			..	86	
		II	48	94	
			49, 50	101	
			..	102	
			..	103	
			54	118	Lines 22 and 23 alone to be omitted.
			58	137	
			61	3	
		III	76, 77	63	
			79	79	
		..	80	82	

Tabular statement of portions to be expurgated in the eight books.—*cont.*

Serial No.	Name of the book.	Canto.	Page.	Verse.	Remarks, if any.
2	Tarasasanka Vijayamu—*cont.* ..	III	81	86	
			..	87	
			..	88	
			82	89	
			..	90	
			..	91	
			..	92	
			..	93	For English translations of verses 82, 88, 93, 94, 95, 96, 97, 107, 108, 109, 110, 111, 112, 113, 114, in canto III and of verses 61, 62, 63, 65, 68, 69, 70, 72, 73, 74, 75, 76, 77, 78, 80, in canto IV—*vide* enclosure No. VII attached to the minute of dissent, where they are given in the order in which these numbers are inserted in this column.
			83	94	
			..	95	
			..	96	
			..	97	
			84	98	
			..	99	
			85	103	
			..	104	
			86	106	
			..	107	
			..	108	
			..	109	
			..	110	
			86,87	111	
			..	112	
			87 & 88	113	
			..	114	
		IV	98 & 99	42	I am not for changing words and retaining the verse.
			103	59	
			104	61	
			..	62	
			..	63	
			..	65	
			105	66	
			105 & 106	68	
			106	69	Selected on account of their immoral tendency.
			..	70	
			..	72	
			..	73	
			107	74	
			..	75	*Vide* enclosure No. VII for English translations.
			..	76	
			..	77	
			..	78	
			108	80	
3	Hamsa Vimsati		..	81	
			108,109	83	
			..	84	
			118	121	
		I	11	91	I prefer leaving the task of supplying the context to the intending publishers. I think it will be enough if the Government lay down the lines on which expurgation process is to be carried out. In this respect I agree with my learned collaborators that "erotic descriptions which are too gross and open, references to and descriptions of the reproductive organs and sexual intercourse, should be scrupulously avoided."
			..	93	
			..	94	
			12	100	
			..	101	
			..	102	
			30	241	
			31	242	
			..	243	
			..	244	
		II	40	52	
			..	53	
			..	54	
			46	107	
			..	108	
			..	109	
			47	111	
			..	147	For English translations of verses 91, 93, 94, 100, 102, 136, 242 and 244 in canto No. I and of verses 52, 53, 54, 107, 108, 109, 111, 147, 148, 170, 199, 200, 201, 206, 207, 208, 249 in canto II—*vide* enclosure No. VI which follows.
			51	148	
			54	170	
			..	199	
			57	200	
			..	201	
			..	202	
			..	206	
			..	207	
			..	208	
			62	249	
		III	75	85	
			..	86	
			..	89	
			76	92	
			..	96	
			..	97	
			77	103	
			84	159	

Tabular statement of portions to be expurgated in the eight books—*cont.*

Serial No.	Name of the book.	Canto.	Page.	Verse.	Remarks, if any.
3	Hamsa Vimsati—*cont.*	III	..	161	
			..	162	
			..	163	
			85	172	
			89	205	
			91	227	
			..	230	
			91,92	231	
			..	232	
		IV	100	38	
			..	39	
			101	48	
			107	104	
			..	105	
			108	113	
			..	111	
			112	140	
			113	147	
			..	151	
			..	153	
			..	154	
			114	169	
			..	161	
			118	201	
			127	230	
			..	231	
		V	131	18	
			137	73	
			..	74	
			144	129	
			..	130	
			..	131	
			146	145	
			..	146	
			..	147	
			..	148	
			..	149	
			..	150	
			146,147	151	
			147	156	
			147,148	157	
			..	158	
			149	174	
			..	175	
			..	176	
			153	218	
			155	237	
			182	296	
			..	299	
			183	307	
			..	311	
			..	312	
4	Ganikagunapravartana Táràvali ..	..	4	3	For English translation of verses 5, 9, 13, 15, 19 and 18—*vide* enclosure No. VIII.
		..	5	5	
		..	7	9	
		..	8, 9	13	
		..	9, 10	15	
		..	10	16	
		..	..	18	
		..	11	16	
5	Kavi Chaudappa Satakamu .. *Vide* Exhibit IX for English translation of verses 16, 30, 36, 49 and 54.	..	41	16	The poem under consideration is already an expurgated edition. The full edition available in ordinary bazaar shops is full of grossly vulgar and obscene verses.
		..	7	30	
		..	8	36	
		..	11	49	
		..	12	54	
6	Venugopála Satakamu .. .. *Vide* exhibit IX for English translations of verses 10, 17, 20, 27, 31, 38, 51, 53, 66, 73, 76, 84 and 86.	..	7	10	In some of these verses, the obscene portion is confined to one or two lines in each verse. Unwilling to assume the function of a poet and supply innocent lines in their place and also seeing that if the verse is permitted to be reprinted with the lines dotted, an unhealthy curiosity may be roused in the minds of the readers to hunt up for the omitted portions in the older editions scattered all over the country, I have preferred to recommend the omission of the whole verses, which after all are not of such a highly ethical character as to deserve their propagation.
		..	10, 11	17	
		..	12	20	
		..	15	27	
		..	19	35	
		..	20, 21	38	
		..	25, 26	48	
		..	27	51	
		..	28, 29	53	
		..	29	66	
		..	30	68	
		..	37	73	
		..	38	76	
		..	42	84	
		..	42	86	
		..	46	93	
		..	49, 50	101	
		..	50	102	

Tabular statement of portions to be exprugated in the eight books—*cont.*

Serial No.	Name of the book.	Canto.	Page.	Verse.	Remarks, if any.
7	Bilhaneeyamu	I	7	39	
			55	111	
			60	136	
				138	
			..	140	
			62	148	
			64, 65	155	For English translations of verses 136, 140, 155, 156, 157, 158 in canto II, and of verses 130, 134 in canto III—*vide* enclosure No. XI.
			..	156	
		II	..	157	
			65, 66	158	
			66	159	
			82	90	
			84	101	
			..	105	
			87	118	
			88	127	
			89	130	
			..	134	
8	Vaijayanti Vilasamu	II	41	40	
		III	67	13	
			..	26	*Vide* Exhibit XII for English translations of verses 40, 13, 26, 28, 35 and 42.
			69	28	
			70, 71	35	
			72	42	
			72, 73	46	

NOTE.—The figures in column 4 represent the verses which are to be expurgated on account of their obscenity, except in the case of some, against which it is specially remarked in the fifth column that they are selected for their immoral tendency.

* * * *

Order—No. 348, Judicial, dated 4th March 1912.

Rádhikásántwanamu.
Vithi Natakamu.
Hamsa Vimsati.
Tárásanka Vijayamu.
Ganikagunapravartana Taravali.
Kavi Chaudappa Satakamu.
Venugopála Satakamu.
Bilhaniyamu.
Vaijayanti Vilasamu.

The papers read above relate to a prosecution for an offence under section 293, Indian Penal Code, instituted in the Chief Presidency Magistrate's Court against M.R.Ry. V. Venkateswaralu Sastri of Messrs. V. Ramaswami Sastrulu & Sons, publishers of Madras, in respect of the publication by him for sale to the public of the nine Telugu books specified in the margin which contain numerous obscene and otherwise objectionable passages. It was represented to Government that the books in question are reprints and that as the sole motive of the accused in bringing them out is the promotion of the study of Telugu classical literature, the prosecution against him might be withdrawn on condition that he undertakes to destroy all copies in stock with him of *Rádhikásántwanamu* admittedly the most obscene of the nine books, and to issue only expurgated versions of the others for sale to the public. The Government have already directed the destruction of copies of the work above named and, as regards the others, appointed a committee of Indian gentlemen, consisting of M.R.Ry. G. Venkataranga Rao Pantulu Garu, Chairman of the Telugu Board of Examiners, University of Madras, M.R.Ry. Rao Bahadur M. Rangacharya, Registrar of Books, and M.R.Ry. G. Kanakaraju Garu, Telugu Translator to Government, for the purpose of marking such passages in the eight works specified, which, in their joint opinion, should be expurgated on the ground of obscenity.

2. The Government have now received separate reports on the subject from the Telugu Translator on the one hand and from his two collaborators on the other giving a list of numerous words and passages in the books which should, in their opinion, be expunged. The latter gentlemen have also suggested revised readings. The Government have given their full consideration to the matter and

have resolved to withdraw the prosecution against M.R.Ry. Venkateswarulu Sastri on condition that all copies of the three works named in the margin in stock with him are also destroyed under the supervision of the Commissioner of Police, as the Government consider the corrupting tendencies of numerous passages in these books to be as harmful as those of *Rádhikásántwanamu*. As regards the remaining five works M.R.Ry. Venkateswarulu Sastri should undertake not to issue, for sale to the public, other than expurgated editions and should be warned that the retention of obscene and objectionable passages will expose him to the risk of a further prosecution. It may be hoped that the Telugu Academy, which, it is understood, has recently been founded in Madras, will assist in the work of expurgation and be instrumental in infusing a healthier tone into the literature of that language.

Vithi Natakamu.
Hamsa Vimsati.
Tárásasanka Vijayamu.

3. The Text-Book Committees and similar organizations are, the Government trust, already undertaking the task of expurgation in respect of classical works of the nature now under notice in so far as they affect the school-going population.

(True Extract.)

H. A. Stuart,
Ag. Chief Secretary.

To the Chief Presidency Magistrate.
,, the Commissioner of Police, Madras.
,, M.R.Ry. G. Venkataranga Rao Pantulu Garu, with C.L
,, M.R.Ry. G. V. Appa Rao Pantulu Garu, with C.L.
,, the Telugu Translator to Government, with books.
,, the Registrar of Books.
Copy to the Deputy Inspector-General of Police, Criminal Investigation Department.
(Q of all and order only.)

CONFIDENTIAL.

JUDICIAL DEPARTMENT.

NOTES CONNECTED WITH G.O. No. 348, JUDICIAL, DATED 4TH MARCH 1912.

[SUBJECT.—*Non-publication of unexpurgated editions of obscene Telugu books.*]

Previous papers :

G.O. 491, *Mis.*, 1st *April* 1910.
„ 970 „ 24th *June*.
„ 208 „ 1st *February* 1911.
„ 507 „ 17th *March* „

Demi-official—from A. Y. G. CAMPBELL, Esq., C.I.E., Private Secretary to His Excellency the Governor.
To—the Hon'ble Sir HAROLD STUART, K.C.V.O., C.S.I., Acting Chief Secretary to Government.
Dated—Ootacamund, the 27th June 1911.
No.—C. 164-1.

"Mr. C. Venkataranga Rao, Secretary to the Madras Landholders' " Association, had an interview with His Excellency last Thursday, " June 22nd. In the course of the interview he informed His Excel- " lency that Messrs. V. Ramaswami Sastrulu & Sons and two others " have been prosecuted before the Chief Presidency Magistrate for " having published certain Telugu works which are alleged to be " obscene. Mr. Venkataranga Rao said that these works were 'classics' " and were written by poets who lived one or two centuries ago or are " translations of old Sanskrit works and that other editions of them " are now extinct; he stated that one of the books had been brought " out under the auspices of the Raja of Venkatagiri, that particular " book having been published by C. Sundarama Sastri. His Excel- " lency asked Mr. Venkataranga Rao to send a statement to me " about the books on which these persons are being prosecuted. " His Excellency asked me before he left Ootacamund to send the " statement to you and ask you to have the matter enquired into.

" Mr. Venkataranga Rao has not sent me the statement yet, but he " came to see me to-day and said that he was unable to draw up the " statement here as he had not got the necessary papers with him. " He is leaving for Madras to-morrow and promises to send me the " statement by Monday next. He is anxious the prosecution should " be stayed in the meanwhile. Do you think this can be done ? " According to Mr. Venkataranga Rao there is a good deal of feeling " in Madras about these cases."

Demi-official—from A. Y. G. CAMPBELL, Esq., C.I.E.; Private Secretary to His Excellency the Governor.
To—the Hon'ble Sir HAROLD STUART, K.C.V.O., C.S.I., Acting Chief Secretary to Government.
Dated—Ootacamund, the 28th June 1911.
No.—C. 164-2.

" With reference to my note of yesterday regarding certain cases " before the Chief Presidency Magistrate, I see from the *Hindu* and " *Indian Patriot* of the 26th instant that proceedings in the case " against V. Venkataswarulu of Messrs. V. Ramaswami Sastrulu & " Sons have been stayed by the High Court."

There are papers about this firm's prosecution, but there was no mention of ancient literature. Put up sharp please.

H. A. STUART.

NOTES TO G.O. No. 348, JUDICIAL, 4TH MARCH 1912.

Under Secretary—

With reference to **A** in the Private Secretary's demi-official on page 1 *ante* it will be seen from the article in the *Indian Patriot* of the 26th instant that the transfer application will come up before a Division Bench after the re-opening of the High Court (17th July) and that till then further proceedings in the case have been stayed. Mr. Venkataranga Rao's statement is expected on the 3rd. No action is, therefore, necessary on the Private Secretary's demi-official.

2. As regards the prosecution of Messrs. V. Ramaswami Sastrulu & Sons, attention is invited to the papers recorded in G.O. No. 507, dated 17th March 1911. The Government had before them the translations of the objectionable passages in only one (*Radhikasantwanamu*) of the nine books in respect of which the prosecution has been instituted, but the Deputy Inspector-General of Police, C.I.D. said that inquiry was being made as regards the other eight books also.

C.V.—30-6-11.

T.V.T.—1-7-11.

Chief Secretary—

Mr. Venkataranga Rao's statement may be awaited.

S. H. SLATER—1-7-11.

Yes. Meanwhile please see if there was not another case of obscene publication against this firm in which they apologised and said they did not know the work was obscene when they published it. The Government decided that no further action need be taken.

H.A.S.—1-7-12.

Under Secretary—

The case referred to by Chief Secretary is G.O. No. 997, dated 17th June 1911, regarding the obscene publication "Indrajalasangrahamu". The firm of printers there was different—R. Venkateswar & Co.

C.V.—6-7-11.

T.V.T.—6-7-11.

Chief Secretary—

S.H.S.—7-7-11.

Note on the prosecution of Messrs. V. Ramâswami Sastrulu & Sons, Book-sellers, Esplanade, Madras, for the publication of certain Telugu works alleged to be obscene.

For some time a controversy has been going on in the Telugu press with much bitterness on the propriety of the sensuous element in Telugu poetry. A small coterie of radical social reformers seem to have carried the matter from the press to the police with the object of justifying their position by a magisterial decision. On the strength of translations furnished by the Telugu Translator to Government of passages in certain Telugu poems which he considered to be objectionable, the police confiscated all the copies of those books in the market and launched a prosecution against Messrs. V. Ramaswami Sastrulu & Sons in the Chief Presidency Magistrate's Court on a charge of publishing obscene literature.

2. The books condemned are, (1) Râdhikâsântwanamu, (2) Târâsasânka Vijayamu, (3) Bilhaniyamu, (4) Vaijayanti Vilâsamu, (5) Hamsavimsati, (6) Vithi Nâtakamu, (7) Venugôpâla Satakamu, (8) Kavi Chowdappa Satakamu, (9) Ganikâguna Pravartana Târâvali.

3. *Râdhikâ sântwanamu*—or the melting soul of Radhika—is an amatory poem of high literary merit in four cantos by Muddupalani, a courtesan who flourished about the year 1760 and was attached to the Court of Pratapa Simha, a Chola king of Tanjore. The subject

of the poem is the love of Krishna for the beautiful cowherdess Rādhā, the estrangement of the lovers and their final reconciliation. It is an adaptation of a Sanskrit poem called *Rādhā Madhava Samvadamu*. The story is Puranic in origin and has been immortalised in the well-known Sanskrit lyric *Gita Govinda* by Jayadeva, a native of Bengal and contemporary of a Bengal king named Lakshmana Sena. *Gita Govinda* has been translated into German by Rückert and into English poetry by Sir Edwin Arnold under the name of Indian Song of Songs. *Radhikāsāntwanamu*, like its Sanskrit original and prototype, contains passages which describe the transports of sensual love with all the exuberance of an impassioned imagination. It was first published with marginal notes by the great Telugu scholar Mr. C. P. Brown to whom Telugu literature owes a deep debt of gratitude. There have since been other editions of the poem, besides the one in question, which are still on the market. As in the case of Solomon's Song of Songs in the Bible, there is in this poem and other works relating to the love between Rādhā and Krishna a widely recognised under-current of spiritual allegory and divine devotion.

4. *Tārāsasānka Vijayamu*—a celebrated Telugu poem, as Mr. C. P. Brown describes it—deals with the seduction of Tāra, wife of Brahaspati, the chief priest of the Gods, by Chandra, the moon, and is mythical in origin and erotic in sentiment. It is worth noting in this connection that Brahaspati is also the name of the planet Jupiter. The poem was composed by Seshamu Venkatapati, who belonged to the early years of the eighteenth century and was a contemporary and favourite of the Pandiya king Vijayaranga Chokkânâda (A.D. 1704—1731). The story of the poem is based on a well-known Puranic episode, representing a lunar myth and seems to have been taken by the author from *Harivamsa*, which is a sequel to the great epic *Mahabarata*. The story is briefly as follows. The moon God Chandra carries away the wife of Brahaspati and no persuation induces him to relinquish her. There is a civil war in heaven in consequence and Brahma compels a surrender. But of this *laison* is born Budha, the planet Mercury, whom many leading royal families of ancient and modern India claim as their progenitor. At the conclusion of the story, the Telugu Harivamsa has a verse which says, "whoever reads this story incessantly and with devotion, or listens to it, is purged of his sins and will flourish with long life, progeny and prosperity." This is enough to indicate the motive of the myth. The story is probably a survival of a period in the history of civilization when marital relations were loose and an injured husband had no objection to receive into his house an erring wife. Hindu orthodoxy imbibes from this poem no kind of impulse in favour of sensuous indulgence, as the events therein narrated are all believed to belong to the world of the Gods. Thus a living mythology takes it out of the sphere of puristic criticism. It must be evident that a theme like this, though mythical in origin, is calculated to afford ample scope for the poetic display of a warm and creative fancy. The poem was first published by Mr. C. P. Brown in 1827 with a commentary and index of words. Several editions of it, besides the one now condemned, are still extant. The story has been dramatised by more than one writer and is enacted throughout the Telugu country.

5. *Bilhaniyamu* is a lyrical poem composed over 150 years ago by Chitrakavi Singanarya and expresses the exuberance of the emotion of love with great artistic skill. It is an adaptation of the well-known Sanskrit poem *Chaura Panchāsati* by a Kashmerian poet called Bilhana, belonging to the later half of the eleventh century. According to tradition, the poet fell in love with a princess whose tutor he was, and his love was reciprocated. When this came to the knowledge of the king, her father, the poet was condemned to death. He thereupon composed fifty stanzas in which he described with glowing enthusiasm the superb excellence of the beauty of the princess and the joys of love he had experienced in her society. Their pathos and poetic fervour touched the heart of the king and he forgave the poet and bestowed on him the hand of his daughter. These fifty verses are incorporated in the Sanskrit *Bilhaniyamu* and reproduced in the Telugu work. In illustrating the spontaneity and

fascinating power of love, this poem has not many rivals in the whole field of Indian poetic literature. The Sanskrit original has passed through countless editions and has been translated into German by Solf and into English by Sir Edwin Arnold. An edition of it in Telugu character and with Telugu meanings and notes was recently brought out at Madras by Mr. V. Venkataraya Sastri, the late Senior Sanskrit Pandit in the Madras Christian College.

6. *Vaijayanti Vilasamu* is a celebrated poem by Sarangu Timmayya who lived between 1581 and 1611 and deals with the story of a well-known Tamil Saint Vipranârayana or Thondaradippodi Alwar, his trials, his temptations and his final victory by the grace of God. This poem is a classic and is often cited as an authority in works on Telugu grammar and poetics. This was first published by Mr. Brown in 1833 with a commentary, and he remarks about it, "The poem is a very entertaining one and deserves publication" and "like most of the 'devout' tales, it is blasphemous. It resembles the Romish legends describing the temptations of St. Anthony." Rao Bahadur K. Veerasalingam Pantulu brought out some years ago an edition of this book at Rajahmundry and the story has been recently dramatised by a Telugu writer in the Gōdāvari district. Since the poem depicts the psychology of the passage of a delicately responsive heart from sensuality and worldiness to spiritual devotion and self-dedication to God and His service, it is hard to see how it can be classed among obscene works.

7. *Hamsavimsati.*—This is a collection of amorous tales on the same plan as Sukasaptati, a well-known Sanskrit work which has passed through numerous editions. It consists of twenty stories told by a *hamsa* or swan to prevent the wife of one Vishnudasa from carrying on a criminal intrigue during his absence. The wife, while her husband is travelling abroad, feels inclined to seek another lover and turns to her husband's pet swan for advice. The bird, while seeming to approve of her plans, warns her of the risks she runs and makes her promise not to go and meet any paramour, unless she can extricate herself from difficulties as so and so did. Requested to tell the story, the swan does so, but only as far as the dilemma, when it asks the lady what course the person concerned should take. As the lady cannot guess, the swan promises to tell her if she stays at home that night. Twenty days pass in this manner, when the absent husband returns and the wife abandons her wild love projects. This poem was composed by Ayyalaraju Narayana Kavi, who lived towards the end of the eighteenth century. It has considerable literary merit and shows great wealth of observation and insight into human nature. Each tale introduces idioms and expressions peculiar to certain castes or trades. Mr. Brown says in the introduction to his Telugu dictionary that as a "rhetorical composition, it has received great applause." It has passed through many editions and a prose version of it is largely in use throughout the Telugu country. From the very brief description of its contents as given above, it cannot fail to be evident that the object of the poem is not to encourage unchastity but to give warnings against its pitfalls and dangers.

8. *Vithi Nâtakamu* is a short poem of a dramatic type attributed to the great poet Srinâdha, who lived at the end of the fourteenth and the beginning of the fifteenth century. He is a remarkable figure in the history of Telugu literature and his style and sentiments have inspired not a few of his successors. He visited the courts of many princes of his day and has left a record of his experiences and impressions in the condensed poem Vithi Nâtakamu of which only a fragment is now extant. The *Vithi*, according to the technical definition, is a dramatic representation, in one act, of a love story, carried on in comic dialogue, consisting of equivoque, evasion, enigma, quibble, jest, repartee, wilful misconstruction and misapplication, ironical praise, extravagant endearment and jocose abuse. (Wilson's Select Specimens of the Theatre of the Hindus, Vol. I, page xxx). This poem is a Telugu classic, has passed through several editions and verses from it are often quoted by rhetoricians to illustrate their rules. From the very description of the nature of a work of this kind as given by Wilson one may well

see that it should contain pleasurably poetic representation of absurdities of all sorts, sensual absurdities not excepted; and it is hard to see who will go to the pages of such a work to receive lesson on moral conduct.

9. *Venugopála Satakamu* is a century of comic and humorous verses by an unknown ancient author, satirizing the vices and follies of society. It was first published in 1843 under the auspices of Mr. Brown at the Vepery Mission Press, Madras. There have been other editions of the work and most of the stanzas in it have passed into common currency among the Telugu people. A poem like this can be obscene only to those whose head is too obtuse to catch the satire in it.

10. *Kavi Chowdappa Satakamu* is a century of didactic verses broad in places and full of what is apt to appear as coarse and vulgar humour. Even in Sanskrit poetry the erotic is sometimes combined with the didactic, witness the famous *Panchatantra* and the centuries of *Bhartrahari* in which the evils of sensuality are made to serve as a warning against unrighteousness. Even the verses of Vemana, the greatest of Telugu moralists, often contain sensuous ideas with a view to show the extreme repulsiveness of unrestrained sensuality. Mr. Brown quotes Chowdappa Satakamu in his dictionary and refers to it as a "comic series of satarical verses." An edition of it, with its broadness much toned down, was recently published by Mr. R. Venkatasubba Rao, B.A., B.L., of Mylapore. The edition of Messrs. V. Ramaswami Sastrulu & Sons is similar to this edition. Even in the case of this poem the danger is in missing its satirical vein.

11. *Ganikáguna Pravartana Taravali* by an unknown author is a poem of 27 stanzas which describe the character and conduct of nautch girls. It is a vehement denunciation of nautch girls who are generally public women and a telling exposure of their wiles and villainies. It has also passed through many editions. Here also the motive of the author is to give warning but not to offer temptations.

12. It will be seen from what has been stated that all the above books are old classics in Telugu, written mostly by standard Telugu authors and have passed through several editions. Some of them have been edited and published by men of recognised merit and scholarship and of character above reproach, and are highly popular throughout the Telugu country.

13. It may at once be admitted that these books do contain passages which, taken in isolation, are prone to offend the modern taste; but it must be borne in mind that they are the products of an age and surroundings in which delicacy of sentiment and refinement of thought in the depiction of the sensuous were not what they are now required to be according to the ideas of a class of puristic critics. These works share their merits and defects with the rest of Telugu literature and whatever may be considered objectionable in them appears, in a more or less pronounced form, in works which by common consent stand at the head of Telugu literature. After all there can be no absolute and inviolable standard of decency in the artistic treatment of human love. It has been different in different ages and among different people, and the propriety of a work of art should be judged in the relation to the mental and moral atmosphere of the age and the country which produced it. The nude in ancient and modern art is not different in character from the broad in oriental poetry. Among Roman poets Catallus, Tribulus and Ovid "all labour under the common defect that they preceded upon free love or perfectly promiscuous attachments, including reference to sexual pleasures." In many of his poems Horace touched only "the lighter aspects of love." During the period of Italian Renaissance "some of the humanists were pagans, not as Seneca was but as Petronius Arbiter, and far from suffering in public esteem, enjoyed the applause of princes and prelates. Not a little that was odious or shameful occasionally marked their conduct and disfigured their writings" (Cambridge Modern History, Vol. I, page 568.) Leaving continental writers alone, England presents periods of lax literary morals. Chaucer abounds in fran-

348 Judl.—2

NOTES TO G.O. NO. 348, JUDICIAL, 4TH MARCH 1912.

and joyous humour, while the pre-Shakesperean dramatists lived a Bohemian life. In 1599 Marlow's Translation of Ovid's Elegies "with their objectionable passages rather heightened than toned down" were burnt at the Stationers' Hall by order of the Archbishop of Canterbury and the Bishop of London (*vide* Dyce's Marlow, Routledges Old Dramatists, page xxxviii). Both Marlow's Ovid and his adaptation of the story of Hero and Leander from the Greek Musæus are included in modern editions of Marlow. Critics are agreed that Shakespeare's great comical creation Fallstaff "grossly defies the laws and decencies of life." The tavern scenes of Henry IV are as indecent as anything in Telugu literature and far more vulgar, while in the *Rape of Lucrece* Shakespeare overstepped the bounds of decency in describing the person of the heroine. In *Venus and Adonis* the great poet revels in sensual passion. The restoration dramatists also deserve prominent mention in this connection. In the nineteenth century literature the history of the fleshy and satanic schools of poetry and the modern school of free love demonstrate the fluctuations in public taste and public morals and an eminent poet and critic like Swinburne has given expression to the extreme view that "the worth of a poem has properly nothing to do with its moral meaning or design." There are other contemporary writers who emphasise the principle of freedom in art. Such variations in the standard of taste in literature render severely puristic judgments in regard to literary works quite inappropriate and out of place.

14. In the literary treatment of sensual aspects of love, the Indian Aryan appears to have been somewhat of a different type from that of the European Aryan. Though Aryan tribes of India lived a free vigorous life, high moral ideals had established themselves by the time the great Sanskrit classics came into existence. Vedic and puranic mythologies, no doubt, present occasional instances of erring Gods, but in the main faithfulness and unerring chastity have long been bright features of Indian domestic life and have formed a constant theme of Indian poets. But it may be said by some that what may be called a sense of delicacy in expression does not show itself so prominently in Indian poetry as it does in some specimens of modern European poetry. In Vedas and Puranas sensual matters are frequently treated of in the most matter of fact manner. Sanskrit literature, in so far as it is based on vedic and puranic mythology, naturally reflects the old spirit of extreme openness in depiction. The great epics Ramayana and Mahabarata present a galaxy of devoted wives and heroines, but at the same time abound in realistic descriptions of sensual life in many of its revolting aspects. With that thoroughness which characterised their treatment of every science, the Aryan authors highly developed the science and art of Erotics and Hindu rhetoricians have made a minute classification of heroes and heroines according to their temperaments and analysed erotic emotions in all their diverse forms of manifestation. Classics in Telugu which are modelled on Sanskrit classics and mainly draw their inspiration from them, follow the precepts of such rhetoricians and largely indulge in the description of warm blooded love and its unchecked outflow. According to Indian writers on poetics, poetical description of erotic love are either *Samvrita* (veiled) or *Vivrita* (open). *Vivrita* or open descriptions are not generally encouraged on account of possible indelicacy. But the determination of what is *Vivrita* and what is *Samvrita* has necessarily to be made according to the public taste of the age and the literary and artistic ideal of the author.

15. If stray obscene passages in poems be a legitimate ground of prosecution, there is hardly a Telugu or Sanskrit work that will escape and the publication of Telugu prabandams must cease. If, however, it is a question of degree in respect of such obscenity, it will be utterly impossible to draw the line and of all places the Police Court is the one least fitted to be entrusted with this delicate function of drawing the line. It will be interesting to contemplate how even great Shakespeare would fare in a modern Court of Law W. Basil Worsford remarks, "a poem or other work of creative literature must not be condemned as inartistic, because the views

to the received opinions of the majority of his fellow countrymen. It is very difficult, of course, to fix the line so as to distinguish between what is merely a *divergence from a temporary or local standard of sentiment or conduct* and what is really inconsistent with the principles of morality and can never, therefore, be in agreement with the general sense of mankind. Owing to this *natural difficulty* and a failure to pay due respect to the independence of art, charges of "obscenity" and "immorality" have been made almost invariably against the works of great writers by their contemporaries." (Judgment in literature, page 54).

16. Speaking of Telugu literature generally, Mr. C. P. Brown remarks in the preface to his Telugu grammar: "Some who have not studied Hindu books speak of them as licentious. But there is more license in Ovid's Metamorphoses, in Congreve's, plays and in Lesage's Romances than will easily be found in all Hindu literature."

17. Telugu prabandams or poems, unlike the works of Shakespeare or Marlow which are generally intelligible, are clothed in a difficult literary dialect which can only be understood by scholars. Each of the southern languages, says Mr. Brown, has a poetical and a vernacular dialect which vary as widely as Saxon varies from English. Mr. A. D. Campbell in his preface to his grammar of Telugu language says, "nearly the whole body of Telugu literature consists of poetry written in what may be termed the superior dialect of the language, but so different is this from the inferior or colloquial dialect in common use among all classes of people that even to the learned the use of commentaries is indispensable for the correct understanding of the best works." Owing to this general unintelligibility of Telugu prabandams or poems to the common people, their power for evil, if any, is bound to be extremely limited.

18. In these circumstances, it is submitted that prosecutions for the publication of accepted literary works of classical merit on the ground of their alleged indelicacy are certainly ill-advised. It is always safe to leave to advancing civilization the work of modifying public taste and sentiment and of elevating literary ideals. No forced promulgation of the ideas of literary coteries can satisfactorily accomplish this desirable end, force and art being as wide apart as the poles. A magisterial decision in the present condition of Telugu literature will tend to establish a standard of decency which will either sweep away all the old and much of contemporary Telugu poetry or legalise the literary morals of an earlier age in a period of transition, both of which are results far from wholesome or helpful.

G. VENKATARANGA RAO.

Demi-official—from the Hon'ble Sir MURRAY HAMMICK, K.C.S.I., C.I.E., Member of Council.
To—the Hon'ble Sir HAROLD STUART, K.C.V.O., C.S.I., Acting Chief Secretary to Government.
Dated—the 8th July 1911.

"These are the papers His Excellency was speaking about "yesterday. I don't think we need interfere with the prosecution, "but I had better see all the papers again."

Under Secretary—

The file is submitted.

C.V.—10-7-11.
T.V.T.—10-7-11.

Chief Secretary—

S. H. SLATER—10-7-11.

Honourable Member—

H. A. STUART—11-7-11.

Notes to G.O. No. 348, Judicial, 4th March 1912.

There can be no doubt, I should say, that the person who possesses this book Radhikāsāntwanamu for sale has made himself liable under 293, Indian Penal Code. It is possible that the other books are as bad.

It is proper that the circulation of books containing these passages should be stopped.

The intention of the seller of these books, Mr. Venkateswara Sastri may not have been to deprave, and if he consents to destroy the books and not to sell again unexpurgated editions, I should say the Police might withdraw the prosecution.

I quite agree that we should not deal with these cases in the same way as the Police deal with the publishers of obscene literature in London, where the clear intention is different.

C. P. Brown may have read and commented on these works, but I don't suppose he would have approved of their issue in cheap editions for the general public.

I think the Police might report what is the character of the defendant in these cases and if he is a respectable person who is a *bonâ fide* student of Telugu and presumably publishes these books as classics and not in order to place them in the hands of the young for bad purposes, he might be warned and the prosecution withdrawn, the existing copies being destroyed.

We had better get a report and meanwhile the Magistrate might be asked to adjourn the cases.

M. H[ammick]—12-7-11.

Draft an official memorandum to the Commissioner of Police please.

H. A. Stuart—13-7-11.

Under Secretary—

A draft official memorandum is submitted. It is proposed to send a copy of it to the C.I.D. and the Chief Presidency Magistrate.

C.V.—16-7-11.

T.V.T.—18-7-11.

Chief Secretary—

For approval.

S. H. Slater—19-7-11.

Issue and then send the file to Private Secretary to His Excellency the Governor for information with reference to his demi-official at page 1 of the notes.

2. I have a vague recollection that the Hon'ble Mr. Krishnaswami Aiyar asked to see these papers. If so, the file should go to him on return from Private Secretary to His Excellency the Governor.

H. A. Stuart—20-7-11.

[Issued as Official Memorandum No. 3505-1, dated 22nd July 1911.]

Private Secretary to His Excellency the Governor u.o.

Seen. Thanks.

A. L[awley]—25-7-11.

Under Secretary—

With reference to paragraph 2 of Chief Secretary's note above, submitted that what the Hon'ble Mr. Krishnaswami Aiyar wished to see was G.O. No. 997, dated 17th June 1911, referred to on page 2 *ante*. This is put up for submission to Honourable Member.

C.V.—28-7-11.

T.V.T.—29-7-11.

NOTES TO G.O. No. 348, JUDICIAL, 4TH MARCH 1912.

Chief Secretary—

S.H.S.—31-7-11.

Hon'ble Mr. Krishnaswami Aiyar—

H.A.S.—1-8-11.

I think with my Honourable colleague that the prosecution should be withdrawn on an undertaking from the man not to publish in future unexpurgated editions. They are old books many times published though very obscene in parts. They don't stand on the same footing as new works.

V. K[RISHNASWAMI AIYAR]—1-8-11.

Under Secretary—

This may await the Commissioner's reply.

C.V.—2-8-11.

T.V.T.—2-8-11.

S.H.S.—3-8-11.

From the Commissioner of Police, dated 7th August 1911, No. 547-I.D.

Under Secretary—

Submitted for orders.

C.V.—17-8-11.

T.V.T.—20-8-11.

Deputy Secretary—

With reference to the Honourable Member's note on page 8 *ante*.

S.H.S.—21-8-11.

Chief Secretary—

The Commissioner may be directed to obtain an undertaking from Mr. Venkateswara Sastri not to publish hereafter unexpurgated editions of the nine specified works and himself to supervise the destruction of the copies already printed. Upon these terms the prosecution may be withdrawn.

C. W. E. COTTON—22-8-11.

Yes.

H.A.S.—23-8-11.

Under Secretary—

A draft official memorandum to the Commissioner of Police is submitted. [The correspondence will be closed by a Government Order and printed on receipt of the Commissioner's reply.]

C.V.—23-8-11.

T.V.T.—23-8-11.

Issue.

S.H.S.—23-8-11.

NOTES TO G.O. No. 348, JUDICIAL, 4TH MARCH 1912.

From the Commissioner of Police, dated 5th September 1911, No. 547-I.D.

Honourable Member—

Hon'ble Mr. Krishnaswami Aiyar—

His Excellency the Governor—

I have to-day had an interview with Mr. Venkataranga Rao, who came to see me about this case. After some discussion, he finally admitted that the book *Radhikasantwanam*, could not be expurgated, the objectionable passages being found on nearly every page. He agreed, therefore, that copies of this work should be destroyed.

2. I understood from him that the communication from Venkateswarulu Sastri which has been forwarded by the Commissioner of Police, was written after consultation with Mr. Venkataranga Rao, and he suggested to me that a copy of each of the remaining books in respect of which the prosecution has been lodged should be examined by (1) the Telugu Translator to Government, (2) Professor Rangacharya, Registrar of Books, and (3) Mr. Venkataranga Rao himself who is Chairman of the Telugu Board of Studies; that objectionable passages should be marked; and that the publishers should be required to cut out these passages from all copies of the books in stock. I recommend that this course be adopted and that the publishers be required to submit to Government a specimen copy of each book as expurgated before issuing them in this form to the public.

3. Mr. Venkataranga Rao also left with me the annexed lists. The first shows the names of the booksellers who sell these nine books. The second list gives the names of printers who are now printing the nine books in question, or who have printed them up to date. It will be observed that Rao Bahadur K. Viresalingam Pantulu, who is the principal mover in the matter of the prosecution, has himself printed one of the books—*Vaijayanti Vilasam*. As soon as the question of expurgation has been settled, these lists may be forwarded to the Commissioner of Police and to the Criminal Investigation department with a view to action being taken similar to that adopted in respect of the editions issued by Messrs. Ramaswami Sastrulu & Co.

I never thought the mover was disinterested. The Telugu Translator is the follower of Viresalingam.

V. K[RISHNASWAMI AIYAR.]

H. A. STUART—13-9-11.

Lists handed over by Mr. Venkataranga Rao.

These nine books can be had of the following publishers, Madras:—

(1) Barur Tyagaraya Sastri, Govindappa Naick Street.
(2) V. Krishnasawmy Chetti, Mint Street.
(3) Madaramuthu Mudaliar & Co., Chulai.
(4) E. Venkatasawmy Naidu, Chulai.
(5) V. Kupusawmy Mudaly, Washermanpet.
(6) P. Tyagaraya Chetti, Washermanpet.
(7) S. Kalyana Sastri, Tondiyarpet.
(8) Ramanarayana & Co., Esplanade.
(9) M. Nagalinga Sastri, Varadamuthiappen Street.
(10) Vignana Chandrika office, Chintadripet.
(11) B. Ratna Naicker, Kandasawmy temple.
(12) T. Saminatha Sastri, Mint Street.
(13) B. V. Rangiah Chetti & Son, Govindappa Naick Street.
(14) A. Hayagriva Sastri, Washermanpet.
(15) Veerannah Brothers, Sanjeevarayanpet.
(16) Y. Sanjeeviah & Son, Anderson Street.
(17) V. Venkatakrishnama Chetti & Sons, Anderson Street.
(18) R. Venkateswara & Co., Loane Square.
(19) R. Venkatasubba Row, Mylapore.
(20) K. Markandeya Sarma, Chintadripet.
(21) M. Sanyasyya, Rajahmundry.
(22) Karra Atchayya, Rajahmundry.
(23) Yerra Yellayya, Rajahmundry.
(24) Kola Appala Narasimhulu, Rajahmundry.
(25) S. Gunneswara Row Brothers, Rajahmundry.
(26) K. Venkataramiah & Co., Masulipatam.
(27) Motumarri Seetayya, Masulipatam.

(28) U. V. Subba Row, Guntur.
(29) N. Chelapati Row, Ellore.
(30) Sri Rama & Co., Ellore.
(31) Bharati Ware House, Ellore.
(32) B. Ramayya & Co., Vizagapatam.
(33) Central Book Depot, Vizianagram.
(34) Sreram Jayaram, Hyderabad.
(35) D. V. Ramana Row & Co., Tanuku.
(36) V. Krishna Sastri, Book Depot, Bangalore.
(37) Satram Subbramaniah, Bangalore.
(38) B. Chakravarti Aiyangar & Sons, Mysore.

The following printers are now printing the nine books in question :—

(1) *Tvrasasankavijayamu*—
1. B. Tyagaraya Sastri.
2. V. Krishnasawmy Chetti.
3. B. Ratna Naicker.
4. K. Tyagaraya Chetti.
5. Kupusawmy Mudaly.
6. Veerannah Brothers.

(2) *Banikagunapravartana Taravali*—
1. B. Tyagaraya Sastri.
2. V. Krishnasawmy Chetti.

(3) *Bilhaniyamu*—
1. V. Venkatakrishnama Chetti & Sons, Ananda Press.
2. B. Tyagaraya Sastri.
3. Kolu Appalanarasimhulu, Rajahmundry.

(4) *Vaijayanti Vilasamu*—
1. Manjuvani Press, Ellore.
2. Rao Bahadur K. Veerasalingam Pantulu.
3. Pundla Ramakrishnia, Nellore.

(5) *Hamsavimsati*—
1. B. Tyagaraya Sastri.
2. V. Krishnasawmy Chetti.
(A prose version also is in the market.)

(6) *Sri Nadhuni Vidhi Natakamu*—
1. P. Tyagaraya Chetti.
2. B. Tyagaraya Sastri.
3. V. Krishnasawmy Chetti.

(7) *Venugopala Satakamu*—
1. M. V. Naidu & Co.
2. B. Tyagaraya Sastri.
3. V. Krishnasawmy Chetti.

(8) *Kavichowdappa Satakamu*—
1. R. Venkata Subba Row.

(9) *Radhika Santwanamu*—
1. Y. Sanjeeviah (printed at the "Parijata Press")
2. Nallampakam Raghavulu.

I agree to the course proposed by the Chief Secretary.

M. H[AMMICK]—15-9-11.

I would rather have P. Srinivasa Charlu, B.A., B.L., an excellent Telugu scholar in place of the Telugu Translator or P. Rama Rayangar, M.A. But I won't object if the Translator is kept on.

V. K[RISHNASWAMI AIYAR]—16-9-11.

I accept the Chief Secretary's recommendations.

A. L[AWLEY]—18-9-11.

Under Secretary—

Draft official memoranda to the Commissioner of Police, the Telugu Translator to Government and the Registrar of Books, and a draft letter to Mr. Venkataranga Rao are submitted.

[It is presumed that action with reference to the concluding portion of paragraph 3 of Chief Secretary's note on page 10 should be taken after the case of Venkateswarulu Sastri is settled.]

C.V.—25-9-11.

T.V.T.—25-9-11.

Deputy Secretary—

S. H. SLATER—26-9-11.

Issue.

C. W. E. COTTON—26-9-11.

[Official Memorandum to the Commissioner of Police, No. 4370-1, dated 27th September 1911.]

[Official Memorandum to the $\frac{\text{Telugu Translator to Government}}{\text{Registrar of Books}}$,

No. 4370-2, dated 27th September 1911.]

[Official Memorandum to M.R.Ry. G. Venkataranga Rao Pantulu, No. 4370-3, dated 27th September 1911.]

From the Criminal Investigation Department, dated 25th October 1911.

Chief Secretary—

Vide G.O. 507, 17th March 1911.

With reference to the prosecution of the publishers of obscene books undertaken by the Criminal Investigation department in consequence of information supplied to me by the Telugu Translator to Government, the Criminal Investigation Department officer in charge of the investigation has registered eight cases under section 293, Indian Penal Code, in respect of eighteen books as detailed in the attached list.

Two of these cases have been charged before the Chief Presidency Magistrate. The defendants were (1) the author of the book *Indrajala Vidya Sangraham* named Venkateswaradu, and the printer (Ananda Press) named Ranganatham Chetti, (2) the editor and printer of the book *Rādhikāsāntvanamu* named V. Venkateswara Sastrulu of Messrs. V. Ramaswami Sastrulu & Sons, Madras. In the case of (1), the Government ordered in G.O. No. 997, Judicial, dated 17th June 1911, that the institution of criminal proceedings was not desirable and the case was dropped.

In the case of (2), Government ordered in Judicial Memorandum No. 3505-3, dated 24th August, that the prosecution should be withdrawn, and in a subsequent order (Judicial Memorandum No. 4370-1, dated 27th September), Government ordered that all copies of the book *Rādhikāsāntvanamu* should be destroyed.

In the same memorandum Government ordered that eight other books in the list attached (Nos. 3 to 10) should be examined by the Telugu Translator, the Registrar of Books, and the Chairman of the Telugu Board of Studies, but the Criminal Investigation Department have no further information. In respect of the ten above books two criminal cases have been registered, of which one case has been withdrawn and the other is pending (in respect of nine books). It appears from Judicial Memorandum No. 4370-1 that Government intended that the prosecution should be withdrawn in this case, but as it is still on the Criminal Investigation Department file, definite orders to withdraw it are solicited. The books seized might be handed over to the Commissioner of Police, pending the report of the Telugu Translator. There are still six cases pending in respect of eight books (Nos. 11 to 18, in the list, inclusive).

The books in all these cases have been examined by the Translator and are obscene In respect of book No. 11 *, 411 copies have been seized. In the other cases no books have yet been seized but they could be seized at any moment in large quantities.

* *Sringarapadya Ratnavali.*

In the light of the previous Government orders, it does not seem desirable to institute a prosecution in these additional cases and I recommend that the cases should be dropped, but that all available books should be seized by the Criminal Investigation department and handed over to the Commissioner.

They might then be examined by the Telugu Translator, the Registrar of Books and the Chairman of the Telugu Board of Studies and the objectionable passages ordered to be expunged.

Orders are therefore solicited as to what general or special action should be taken by the Criminal Investigation Department in respect of such books. There are hundreds of other similar publications in the presidency by very many authors and printed in very many presses. The Criminal Investigation Department have instituted prosecutions in two or three cases and a fine of Rs. 10 was inflicted in one case, but the results achieved have not been commensurate with the time and men used on the work. I submit that the best course would be for District Magistrates to institute enquiries in their own districts as to the existence of such books and take action themselves. I may mention that book No. 11 which is practically a compilation of books Nos. 3 to 10, was published by the Venkatagiri Samasthanam. This is the book of which 411 copies have been seized.

P. B. THOMAS.

ENCLOSURE.

d er.	Name of the book.	Language.	Author.	Editor.	Printer.	Publisher.	Year in which printed.	Price.	Number of copies printed.	Number of copies seized.
	2	3	4	5	6	7	8	9	10	11
1	Indrajalavidya Sangraham, Part I and II.	Telugu	Pattisapu Venkatiswardu.	Author	Ananda Press ..	Editor	1908	RS. A. P. 1 4 0 per each print.	1,000 copies in each part.	Nil.
2	Radhikaswantwanam ..	Do.	Maddu Pillai ..	Bangalore Nagaratnum.	S. W. Thirumala Charya, India, Printing Works, 15, Broadway.	V. Ramaswamy Shastrulu Sons, 192, Esplanade, 323, Thiruvathur High road.	30th March 1910.	0 6 0	750	388
3	Veethirstakam	Do.	Srinatha (dead) and B. Venkatarangam Naidu Kavi.	V. Ramaswamy Sastrulu & Sons.	Ananda Press ..	Editor	1909	0 1 0	..	1,082
4	Venugopalasatakam	Do.	Not known	P. Suryanarayana Thirthulu.	India Printing works by S. N. Thirumala Charya.	V. Ramaswamy Sastrulu & Sons.	1910	0 2 0	..	600
5	Tarasasankavijayam	Do.	S. Venkatpathy (dead).	V. R. Sastrulu ..	Editor's Press ..	Editor	1st March 1908.	0 6 0	1,500	575
6	Bilhaneeyam	Do.	P. Krishnaswamy (dead).	B. Venkatarangam Naidu Kavi.	Star of India Press.	V. R. Shastrulu ..	1908	0 4 0	198	198
7	Kavichoudappa Satakam ..	Do.	Chavdappa (dead) ..	I. Sadasiva Joshi ..	India Printing Works	V. Ramaswamy Sastrulu & Sons.	1910	0 2 0	..	770
8	Hamsavimsati	Do.	A. Narayana Maheya (dead).	B. Venkatarangam Nayudu Kavi.	Ananda Press ..	Do.	24th April 1909 ..	0 10 0	1,000	656
9	Vijayanti Vilasam	Do. .. .	S. Thimmayya (dead).	P. Suryanarayana Thirthulu.	Progressive Press, Baker's Street, Madras.	Do.	1909	[illegible] 0	..	267
0	Ganikagunapravartana Taravali.	Do.	Rasuveli Kavi (dead).	Saraswati Venkatasubbayya.	India Printing Works	Do.	1910	0 1 0	..	673
1	Sringarapadya Ratnavoli (Anthology), second edition.	Do.	Compiled by Madhi Jaganatha Mult Pooh attached to Venkatagiri Estate.	Author	C. H. Sundara Rama Sastri, Saradamba Vilasa Press, Madras.	Venkatagiri Samastanam.	1908	2 4 0	750	411
12	Virali Vidu Indus (a treatise relating to harlots and prostitutes).	Tamil	Saravanaperumal Kavirayar.	Author	Lakshmi Narayana Vilasam Virabbadra Kavirayar, Madura.	Printer	1903	0 4 0	..	..
13	Do. do.	Do.	Vadivalu Mudaliyar.	Manimangalam Vadivalu Mudaliyar.	Vidyeratnakaram Press by Chidambaram Mudaliyar, Madura.	Do.	1902	..	..	..
14	Varunakuladithan Madal ..	Do.	Gnanananda Swamigal.	Author	Sundaravilasam by Saravanaperumal.	Kuppuswami Mudaliyar.	1904	0 2 0	..	..
15	Venukopalasatakam (for violation of Press Act.)	Telugu	....	....	G. B. R. Press ..	....	1907	..	..	..
16	Nandanar Natagam	Tamil	Natesa Gramani ..	Author	Vardappa Nayudu ..	Printer	1910	0 6 0	..	..
17	Rasikajana Manoranjanam, etc., 14 books.	Telugu	....	....	....	....	....	..	..	..
18	Tharasasankavijayam ..	Do.	....	....	....	....	....	..	..	..

NOTES TO G.O. No. 348, JUDICIAL, 4TH MARCH 1912.

JUDICIAL DEPARTMENT.

Under Secretary—

No reply has been received yet from the Commissioner of Police, and the prosecution must be withdrawn only on the issue of final orders on the recommendations of the committee. The Criminal Investigation Department may be told that final orders as regards the withdrawal of the prosecution against Venkateswarulu Sastri will be passed and communicated to them in due course and that till then the case cannot be struck off their file. They may, perhaps, be told also to keep the books seized by them till then.

This may be done.
C.A.S.—17-11-11.
C.W.E.C.—18-11-11.

Yes,
M. H[AMMICK.]

2. In respect of the eight other books, it is for orders whether the six cases instituted by the Criminal Investigation Department should be withdrawn, copies of them being seized by the Crimina Investigation Department and handed over to the Commissioner fo destruction. Perhaps the Commissioner should first be asked t obtain written agreements from the publishers of these books, as i the case of Venkateswarulu Sastri, before the prosecution is withdrawn. Many of these seem to be mufassal publications. In such cases the agreements should presumably be obtained by the District Magistrates concerned.

3. The general question referred to in the concluding portion of the Criminal Investigation Department's note is for orders.

C.V.—8-11-11.

Submitted these books should be dealt with in the same way as those in which Venkateswarulu Sastri was concerned.
C.A.S.—17-11-11.
C.W.E.C.—18-11-11.

Yes.
M. H[AMMICK.]
20-11-11.

The initiation of proceedings in respect of purely obscene publications may, perhaps, be left to the regular police and the District Magistrates to whom a copy of G.O. No. 970, Judicial, dated 24th June 1910, has already been communicated.

T.V.T.—15-11-11.

Deputy Secretary—

The enquiry into books of an obscene nature is one eminently for the Criminal Investigation department who can follow a general policy with regard to them. If such enquiries are left to District Magistrates no two districts will act alike. That is not to say that District Magistrates should not take any action. They must do so whenever occasion arises but the enquiry into the matter should, as now, be left to the Criminal Investigation Department.

C. A. SOUTER—17-11-11.

Honourable Member—

I endorse Mr. Souter's remarks throughout.

C. W. E. COTTON—18-11-11.

I agree. We cannot leave the matter to District Magistrates.

M. H[AMMICK]—20-11-11.

I should like to speak to Deputy Secretary about this matter.

H. A. STUART—21-11-11.

To lie over till the report of Venkataranga Rao's committee is received.

C.W.E.C.

From the Commissioner of Police, No. 547-I.D., dated 9th December 1911.

From the Telugu Translator to Government, No. 168, dated 15th December 1911.

Under Secretary—

Telugu Translator to Government. The Translator saw the report of the other two gentlemen but did not show his separate report to them. In submitting a separate report without their knowledge they consider that he "has committed a breach of official etiquette."

2. There are thus two separate lists of passages in the eight books published by Venkateswarulu Sastri sent (1) by the Registrar of Books and Mr. Venkataranga Rao on the one hand and (2) by the Telugu Translator on the other. The latter includes the former completely and contains also several additions. These additions mostly consist of passages which are not obscene but which have a tendency, in the Translator's opinion to corrupt the morals of the young. As instances of this kind, attention may be invited to the English translations of verses 91, 100, 101 and 102 in Canto the First of *Hamsa Vimsati* furnished by the Translator. Although the Translator submits lists of passages in respect of all the eight works he considers with regard to three of them, viz., *Vithi Natakamu*, *Hamsa Vimsati*, and *Tara Sasanka Vijayamu*, that "it is not possible to suggest any satisfactory and exhaustive process of expurgation other than their total destruction." He thinks they "are a standing disgrace to the Telugu language and to the Telugu community."

Paragraph 5 of report.

3. Where a word or passage or two and not a whole verse is recommended to be cut out the majority of the committee suggests amended readings, but the Translator considers it presumptuous "to usurp the function of a poet and suggest unobjectionable lines and expressions in the place of what is found objectionable in the books under reference."

Paragraph 3 of report.

4. The majority offer also the following suggestions—

(1) The Government should make it known to printers and publishers "that all editions of literary works intended for common "popular use in schools and colleges should be free from erotic "descriptions which are too gross."

Paragraph 4 of report.

(2) In the interest of the preservation of ancient classics publishers should be permitted to issue complete library editions of ancient classics, provided their price is fixed at a prohibitive figure and that such editions are not placed in the libraries of schools and colleges.

Paragraph 6 *ibid.*

(3) It should be "ruled that modern writers will make "themselves liable to censure and even more serious consequences if "they endeavour to imitate in any of their writings earlier classical "authors in respect of their freedom in the expression of the sensual "and the erotic in poetry."

5. The Telugu Translator is opposed to the suggestions above. Attention is invited to his remarks in paragraphs 1—4 of his "minute."

6. The questions for orders are—

I. Whether the Government will accept the recommendations of the majority in their entirety. If so Educational may be asked to agree as these recommendations may affect the text of books prescribed for schools and colleges.

II. Whether any orders are necessary on the suggestions referred to in paragraph 4 *supra*. These suggestions seem to be mainly for Educational, but before it is decided to remit them to that department, Judicial may consider whether the Translator's remarks about the legality and advisability of such instructions are not pertinent.

7. After the question of withdrawing the prosecution in the case of Venkateswarulu Sastri is finally settled the following points dealt with in this file may be taken up:—

(1) Action in regard to the other editions of the books now in question as directed in the concluding portion of paragraph 3 of Chief Secretary's note, dated 13th September 1911, at page 10 *ante*.

(2) Action in respect of books Nos. 11 to 18 in the C.I.D. list has also to be taken. Attention is invited to page 13 *ante*.

(3) Action on the general question referred to in the C.I.D. note on page 13 *ante* has also to be taken. Attention is invited to

Deputy Secretary—

C.W.E.C.

The Telugu Translator may not be a disinterested critic of these publications (*vide* marginal note at page 10 *ante*), but I venture to think that he shows a clearer perception of the issue than his collaborators. There can, I submit, be no question that the publication of these books is an offence under section 292, Indian Penal Code. Please see Mayne's commentary under that section, and I.L.R, 3, Allahabad, page 837. It will be observed from one of the lists handed over by Mr. Venkataranga Rao that the books are being sold for trifling amounts, about 8 annas on an average. It is questionable whether the publisher's motive is the advancement of classical learning, but even if it were, the law has, I submit, nothing to do with a man's private motives. It is concerned with his acts as they affect the public. The corrupting tendencies of numerous passages in these books are obvious. It is true that the objectionable passages might be removed. But could an order for their expurgation be enforced, or continue in force? I submit that the Government have no power to make such an order. School authorities may, of course, do their best to see that these books are not introduced into schools, and this matter may be considered in Educational? But no executive orders can be binding on the publisher, and I submit that Government should either permit the prosecution to proceed, or else order its withdrawal on the ground that a criminal prosecution is not the best remedy for the disease.

Expurgated text-books may be insisted on for schools, but that is a matter for Educational. It is doubtful if any of these works would be prescribed as text-books even if freely expurgated.

C.W.E.C.

It seems hardly necessary to take notice of the Telugu Translator's "breach of official etiquette". But if it is decided to proceed with the work of expurgation, the Translator's minute of dissent, with its enclosures, may perhaps be sent to the other members for their remarks.

I agree and I would certainly not attempt expurgation for general purposes.

C.W.E.C.

S. H. SLATER—26-1-12.

Deputy Secretary—

C.W.E.C.

Since I wrote the above note, I have seen Mr. Jayanti Ramayya, and he told me that a Telugu Academy is to be established shortly in Madras for the purpose, among other things, of determining certain canons of taste in literature. This may have the effect of creating a healthier public opinion in these matters, and this would be more effectual than the interference of Government.

S.H.S.—1-2-12.

Honourable Member—

If a book is frankly obscene and unmitigatedly obscene a prosecution under section 292, Indian Penal Code, will lie against the publisher and under section 293 against any possessor of a copy and destruction of the offending volumes can be enforced upon conviction —under section 521, Criminal Procedure Code.

In this case it may be possible to persuade the publisher to destroy all copies of—

Vithi Natakamu,
Hamsa Vimsati,
Tara Sasanka Vijayamu,

as the copies of Râdhikâsântwanamu have been destroyed, so as to remove the necessity for a prosecution in respect of those books. But it is no business of Government to expurgate the remaining volumes for *general* use, and in schools it will be sufficient to leave such matters to Text-Book Committees, who will not admit books which consist almost entirely of erotics, even if the title of classics is claimed for them.

C. W. E. COTTON—3-2-12.

I am not inclined to go back from the conditions made in our letter No. 3505, dated 24th August 1911. However as we receded from the position taken then we may be satisfied with the destruction of the three books mentioned above and the omission of all filthy passages from the other books. We cannot decide what passages should be expurgated; that must be left to the author.

Tell the Police to get these three books destroyed *in toto* and the author and publisher warned as regards the other that they must

NOTES TO G.O. No. 348, JUDICIAL, 4TH MARCH 1912.

expurgated or not. The publisher will run the risk, when he reissues the books of being again prosecuted if they are not properly expurgated.

The Text-Book committee must look after schools. But we must do what we can to prevent filth of this sort being retailed at 2 annas or 6 annas a copy to the public.

M. H[AMMICK]—7-2-12.

From the Criminal Investigation Department, dated 8th February 1912, No. D. 1906.

Chief Secretary—

. . . . . I would respectfully draw attention to the request contained in my note No. 1134 M., dated 27th October 1911, regarding obscene publications in which I requested the favour of orders indicating how future obscene publications in general in the Presidency should be dealt with.

P. B. THOMAS—8-2-12.

Under Secretary—

A draft order is submitted for consideration which, if approved, may go to Educational for acceptance.

2. After issue of the order now submitted, the three points mentioned in the office-note on page 16 *ante* will be taken up.

C.V.—19-2-12.

T.V.T.—21-2-12.

Deputy Secretary.

S. H. SLATER—22-2-12.

C. W. E. COTTON—23-2-12.

Honourable Member through *Educational.*

EDUCATIONAL DEPARTMENT.

Honourable Member—

Educational has no remarks to make.

L. DAVIDSON—27-2-12.

LOCAL AND MUNICIPAL DEPARTMENT.

The draft may go.

M. H[AMMICK]—29-2-12.

The file may be returned to Judicial u.o.

R.S.—1-3-12.

M. S. MASCARENHAS—4-3-12.

JUDICIAL DEPARTMENT.

Issue.

S.H.S.—4-3-12.

Government of Madras.

JUDICIAL DEPARTMENT.

Record set

CONFIDENTIAL.

Press

You have not sent us a proof of the issue set of the G.O. But none need be sent as only the headings of all the papers read need be printed & the order in full.

Proof for approval. The translations of the obscene passages given by the Telugu Translator may perhaps be omitted.

Recd. *Enclosures*

Regd. 1912. *Spare copies*

G.O. No. 348, 4th March 1912.

W.S.

It is for orders whether pages 21-31 of the proof which contain the translations of obscene passages by the Telugu Translator should be retained. They are not likely to be missed in the G.O. if omitted.

Obscene publications.

Passing orders in regard to the withdrawal on certain conditions of the prosecution instituted in the Chief Presidency Magistrate's Court against a publisher of Telugu books in Madras for an offence under section 293, Indian Penal Code.

2 No. 348, JUDICIAL, 4TH MARCH 1912.

CONFIDENTIAL.

GOVERNMENT OF MADRAS.

JUDICIAL DEPARTMENT.

READ—the following papers :—

I

Official Memorandum No. 3505-1, Judicial, dated 22nd July 1911.

It has been brought to the notice of Government that M.R.Ry. N. Venkateswarulu Sastri of Messrs. Ramaswami Sastri & Sons of Madras has been charged before the Chief Presidency Magistrate under section 293, Indian Penal Code, in respect of certain Telugu books which, it is represented to Government, are classics. The Government desire to be informed whether the accused Venkateswarulu Sastri is a person of respectable character and good reputation, and also whether it appears that his object in selling these books is the *bond-fide* promotion of the study of classical literature, or whether there is reason to believe that his motive is the corruption of morals. The Commissioner of Police is requested to make careful enquiries and report to Government on these points.

2. Pending the further orders of Government, the Commissioner should move for an adjournment of the magisterial enquiry into the case.

(By order.)

S. H. SLATER,
Under Secretary to Government.

To the Commissioner of Police, Madras.
Copy to the Deputy Inspector-General of Police, C.I.D.
,, ,, Chief Presidency Magistrate.

II

Letter—from M.R.Ry. G. V. APPA RAO Pantulu Garu, B.A., ~~Chairman of the Meeting.~~
To—the Chief Secretary to Government.
Dated—Madras, the 22nd July 1911.

I have the honour to submit herewith an account of the proceedings of a meeting of Sanskrit and Telugu scholars and other men interested in Telugu literature held at the Ranade Library Hall, Mylapore, on the 20th instant, and to request that you may be pleased to place resolution No. I passed at the meeting before His Excellency in Council for favourable consideration.

2. It is requested that all communications on this subject be addressed to M.R.Ry. P. Nagabhushanam Garu, M.A., B.L., High Court Vakil, Mylapore (Secretary of the Committee referred to in Resolution No. III).

No. 348, JUDICIAL, 4TH MARCH 1912.

ENCLOSURE.

Proceedings of a meeting of Telugu and Sanskrit scholars and others interested in Telugu literature held at Mylapore on the 20th July 1911.

PRESENT:

M.R.Ry. G. V. Appa Rao Pantulu Garu, B.A. (*in the chair*).

(1) Diwan Bahadur N. Pattabhirama Rao Garu, B.A.
(2) Rao Bahadur B. N. Sarma Garu, B.A., B.L.
(3) R. Venkatasubba Rao Pantulu Garu, B.A., B.L.
(4) M. Venkataratnam Garu, B.A.
(5) Pandit D. Gopalacharlu Garu, A.V.S.
(6) Dr. A. Lakshmipathi, B.A., M.B.C.M. (Secretary, Vignana Chandrika Series).
(7) V. Subba Rao Garu (Telugu Pandit, Presidency College, Madras).
(8) A. Rama Rao Garu, B.A.
(9) A. Kaleswara Rao Garu, B.A., B.L.
(10) (Pandit) M. Nagalinga Sastri Garu.
(11) (Pandit) V. Prabhakara Sastri Garu (of the Oriental Library, Madras).
(12) V. Ramadoss Pantulu Garu, B.A., B.L. (late Secretary, Andhrabhashabhi Vardhani Sangam, Masulipatam).
(13) G. Venkataranga Rao Garu, M.A.
(14) S. Srinivasa Aiyangar, B.A., B.L.
(15) P. Nagabhushanam Garu, M.A., B.L.
(16) P. Narasimham Garu, M.A.
(17) M. Ramakrishnayya Garu, M.A.
(18) (Pandit) A. Ganapathi Sastri.
(19) P. Somasundaram Garu, B.A., B.L.
(20) B. Perumalu Nayudu Garu.
(21) G. Rangiah Nayudu Garu.
(22) K. Subba Sastri Garu (Telugu Pandit, Thondamandalam High School).
(23) S. Rangacharyulu Garu (Telugu Pandit, Pachaiyappa's College).
(24) S. Ramanujam Chetti Garu, M.A., B.L.
(25) G. Bapayya Nayudu Garu.
(26) P. Ramachandrayya Garu.
(27) S. Sivasankara Sastri Garu (Canarese Pandit, Presidency College).
(28) E. Venkatarama Sarma Garu, B.A., B.L.
(29) G. Seshacharyulu Garu (Editor, *Sasilekha*).
(30) G. O. V. Srinivasa Charyulu Garu.
(31) P. Narasimharao Nayudu Garu (Telugu Pandit, Muthialpet High School).
(32) M. R. Sundara Aiyar, B.A., B.L.
(33 G. Perraja Garu.
(34 M. Purushotham Garu.

Resolution No. I.—That in view of the fact that the nine Telugu publications in respect of which a prosecution is now pending in the Court of the Chief Presidency Magistrate, Madras, are amongst ancient classical Telugu literary works and in view of the general character of Sanskrit literature and of Telugu literature which is largely modelled on Sanskrit literature, the Government be humbly requested to drop the said prosecution.

Proposed by V. Ramadoss Pantulu Garu, B.A., B.L., Seconded by G. Seshacharyulu Garu, and carried unanimously.

Resolution No. II.—That efforts should be made to induce publishers to bring out expurgated editions of Telugu classical works, where they contain objectionable passages, and that a Conference of Telugu people be held for the purpose at such time and place as may be notified hereafter.

Proposed by P. Nagabhusbanam Garu, M.A., B.L.; seconded by A. Lakshmipathi Garu, B.A., M.B., C.M., and carried unanimously.

Resolution No. III.—That the following gentlemen with power to add to their number do form a Committee for submitting resolutions Nos. I and II to the Government and to organize the Conference referred to in resolution No. II, and that Mr. P. Nagabhushanam be the Secretary of the Committee.

(1) Diwan Bahadur N. Pattabhirama Rao.
(2) Rao Bahadur B. N. Sarma Garu.
(3) P. Nagabhushanam Garu.
(4) G. Venkataranga Rao Garu.
(5) R. Venkatasubba Rao Garu.
(6) V. Ramadoss Garu.

No. 348, JUDICIAL, 4TH MARCH 1912.

(7) Dr. A. Lakshmipathi.
(8) G. V. Appa Rao Pantulu Garu.
(9) M. Ramakrishnayya Garu.
(10) S. Srinivasa Aiyangar.
(11) Pandit D. Gopalacharlu Garu.
(12) S. Ramanujam Chetti Garu.
(13) M. Venkataratnam Garu.
(14) M. R. Sundara Aiyar.
(15) G. Seshacharyulu Garu.
(16) V. Ramesam Garu.

MADRAS,
22nd July 1911.

P. NAGABHUSHANAM,
Secretary of the Committee.

III

Letter—from S. H. SLATER, Esq., I.C.S., Under Secretary to Government, Judicial Department.
To—M.R.Ry. G. V. APPA RAO Pantulu Garu, Madras.
Dated— the 28th July 1911.
No.—O.M. 3854-1.

I am directed to acknowledge the receipt of your letter, dated the 22nd instant, forwarding a copy of the resolution passed at a meeting held at the Ranade Library Hall, Mylapore, on the 20th instant regarding the prosecution of the publisher of certain Telugu books, and in reply to state that the matter is receiving consideration.

IV

Letter—from F. ARMITAGE, Esq., Commissioner of Police, Madras.
To—the Chief Secretary to Government.
Dated—the 7th August 1911.
No.—547 I.D.

In reply to Judicial Department Memorandum No. 3505-1, dated 22nd July 1911, I have the honour to report that M.R.Ry. V. Venkateswarulu Sastri is said to be of respectable character and good reputation.

He has succeeded his father, the late V. Ramaswami Sastri, in conducting the business of the firm of Messrs. V. Ramaswami Sastri & Sons, Booksellers and publishers. I have no reason to believe that his publication of the books in question was due either to a *bona-fide* desire to promote the study of classical literature or to an intention to corrupt morals. It appears to me that he has published them as a business venture in the hopes of making a profit thereby.

I enclose a copy of a note upon the nine works, which form the subject matter of the prosecution, prepared for me by the Acting Assistant Commissioner M.R.Ry. Rao Sahib S. Bavanandam Pillai.

2. The prosecution has been initiated by the C.I.D. I have accordingly referred to the Deputy Inspector-General, C.I.D., for an expression of his opinion and he has informed me that the obscenity of the books was first brought to his notice, unofficially, by the Telugu Translator to Government, who thought them disgraceful. Mr. Thomas also says that, in the course of the investigation, several respectable and educated Indian gentlemen have stated that they could not allow the books (probably certain of them) to be read in their houses and he is of the opinion that the obscenity of the books has been relied upon to further their sale.

ENCLOSURE.

The following are brief descriptions of the nine Telugu books which are the subject matter of the present prosecution:—

(1) *Ganikagunapravartana Taravali*.—The author of this book is one Rajavati Kavi who flourished about 100 years ago. He is not known to have written any other book. This book

consisting of 27 verses is intended to expose the villainies and trickeries of dancing girls. The professed intention of the author is to show the ruinous consequences of extravagance and profligacy. The better class of Indians are inclined to think that those who read this work may learn more vice than any moral lesson or wholesome warning such as the author imagined. It would have been no loss to Telugu literature if the work had never been composed as it is not one of the classics.

(2) *Tarasasanka Vijayamu.*—The author of this work is one Sesham Venkatapati. He is recognized as one of the standard authors although he is not known to have written any other work. This work is considered to be one of the classics. The verses are of very high poetic merit. The style is so difficult that it can be understood only by scholars. It is supposed to have been written between 1704 and 1731.

The book describes the love of Chandra (the Moon God) with Thara (wife of Brahaspathi-Jupiter). The plot is taken from one of the epics/ Mahabharata. Telugu scholars are of opinion that it will be a loss to the Telugu classical literature if it is suppressed.

(3) *Bilhaniyamu.*—This work is a translation from Sanskrit. The translator "Pandi Peddi Krishnaswami Sarma" is considered to be a great Telugu poet although he is not known to have written any other work. This book is supposed to have been written about 150 years ago and is considered to be one of the classics. The plot is—a Sanskrit tutor falls in love with his female student who reciprocates the love.

This work has been translated into English verse by Sir Edwin Arnold.

Eminent Telugu scholars consider that Telugu literature can ill-afford to lose this work.

(4) *Vaijayanti Vilasamu.*—The author of this work is one Saranga Tammaya. He is not known to have written any other work. Nevertheless this book is considered to be one of the classics about 100 years old. It deals with a well-known story of a Tamil Saint "Thondaradi-podi Alwar". His trials, tribulations, and temptations and his final deliverance by the grace of God are described in this book. In describing his temptations there are amorous passages.

(5) *Hamsavimsati.*—This is considered to be one of the classics written by one "Iyala Razu Narayana Muthia" in 1800. It contains twenty stories supposed to have been told by a swan to prevent a young woman from going astray.

(6) *Sri Nadhuni Veedhi Natakamu.*—The authorship of this work is ascribed to an eminent Telugu poet "Sreenatha" who has written many classic works. He describes the manners and characteristics of the women of various communities. This work is supposed to have been written about 1435.

(7) *Venugopala Satakamu.*—Author's name is not known. It is written in classic style. It is a satire on the character of misers, immoral persons and ill-bred people.

(8) *Kavi Chowdappa Satakamu.*—The author of this work is one Chowdappa. He is not known to have written any other work. It contains popular sayings regarding various subjects. It is considered more or less a satire. This is one of the most popular Sathakas.

(9) *Radhika Santwanamu.*—This book is supposed to have been written in 1760 by a dancing girl named Muthupalani of Tanjore palace. This was edited by a modern dancing woman named Nagaratnam with a preface criticising the observations of Rao Bahadur K. Veerasalingam Pantulu regarding this work in his book "on the lives of Telugu poets."

Nagaratnam's edition was published by V. Venkateswarlu Sastri, the accused in the present case.

S. Bavanandam Pillai,
Ag. Assistant Commissioner of Police.

31*st July* 1911.

V

Official Memorandum No. 3505-3, Judicial, dated 24th August 1911.

With reference to the correspondence ending with his letter No. 547-I.D., dated the 7th August 1911, regarding the prosecution of M.R.Ry. V. Venkateswarulu Sastri before the Chief Presidency Magistrate under section 293, Indian Penal Code, the Commissioner of Police, Madras, is directed to obtain an undertaking in writing from M.R.Ry. Venkateswarulu Sastri that he will not publish hereafter unexpurgated editions of the nine works in respect of which the prosecution has been instituted. The Commissioner should then arrange for the destruction, under his personal supervision, of the copies already printed.

2. On the above conditions the prosecution against M.R.Ry. Venkateswarulu Sastri may be withdrawn, the undertaking to be obtained from him being submitted to Government with a report of the action taken in accordance with these orders.

(By order.)

S. H. Slater,
Under Secretary to Government.

To the Commissioner of Police, Madras (O M. only).
Copy to the Deputy Inspector-General of Police, C.I.D., } in continuation of O.M. No 3505-1,

VI

Letter—from F. ARMITAGE, Esq., Commissioner of Police, Madras.
To—the Chief Secretary to Government.
Dated—the 5th September 1911.
No.—547-I.D.

With reference to Judicial Department Memorandum No. 3506-3, dated 24th August 1911, I have the honour to transmit the reply of M.R.Ry. Venkateswarulu Sastri to the conditions offered him by copies. He has quoted in the margin of his reply the terms of the undertakings which I framed for his acceptance.

The further orders of Government are awaited.

ENCLOSURE.

Before submitting what I have to say with reference to the conditions so kindly offered to me for acceptance in respect of certain Telugu publications of mine which have recently been the subject of legal proceedings, I most respectfully beg to tender my humble and loyal thanks to the Government for the gracious consideration shown to me in the matter.

Condition No. 1.—I, V. Venkateswarulu Sastri of Messrs. V. Ramaswami Sastrulu & Sons, do hereby undertake that I will not hereafter publish unexpurgated editions of the following nine works:—

(1) Tarasasanka Vijayamu.
(2) Ganikagunapravartana Taravali.
(3) Bilhaniyamu.
(4) Vaijayanti Vilasamu.
(5) Hamsavimsati.
(6) Sri Nadhuni Vedhi Natakamu.
(7) Venugopala Satakamu.
(8) Kavi Chowdappa Satakamu.
(9) Radhika Santwanamu.

Regarding the first condition (noted in the margin) I request permission to state that all the nine books referred to therein are old works which are widely current throughout the Telugu land and have acquired a reputation for poetic merit or practical wisdom. Consequently I am unable to make out authoritatively what passages in them may be considered objectionable by the legal and other advisers of Government and so deserve to be expurgated. It may happen that an edition of one or more of these works expurgated according to my lights and the lights of my pandit co-workers will not be considered to have been duly expurgated according to the opinion of the advisers of the Government in the matter. Such being the indefiniteness of this condition, if I am vouchsafed authoritatively the information required to enable me to expurgate those works to the satisfaction of Government and its advisers or if I am at least referred to a body of experts in the confidence of Government whose guidance and advice I may seek on this question of expurgation, I shall most readily and willingly accept the above-noted first condition. In the absence of such authoritative guidance and advice, I am afraid I shall have to be in constant peril of being subjected to legal proceedings, however conscientiously my undertaking in the matter of expurgation might be carried out. In this connection I may further mention that in the absence of such guidance and advice this danger may as well arise to me in relation to other classical and standard publications in Sanskrit as well as in Telugu which I have now on hand or which I might bring out in the future. In view of the reasonableness of my request, I trust you will kindly see your way to have it granted.

Condition No. 2.—I, V. Venkateswarulu Sastri, agree to the destruction of the printed copies of my edition of the nine works, in respect of which I have given an undertaking, by the Commissioner of Police, Madras.

In regard to the second condition (noted in the margin), I request to be allowed to urge upon your kind attention that I would have deserved the punishment involved in this condition—indeed the proposed wholesale destruction of the publications now seized can be nothing other than punishment—if I had wantonly endeavoured to vitiate public morals by publishing objectionable works knowing them to be such. In bringing out my editions of the nine works in question, I did not, as I have already pointed out in what I have submitted above in relation to the first condition, even for a moment feel that I was doing anything wrong, particularly because they were widely current and well-known works, freely published by others engaged like me in the book-publishing trade. That it was possible to look upon these publications as objectionable, in fact, came to my knowledge for the first time when the printed copies of the said books in my possession were seized by the Police. I am hopeful that you will therefore see the injustice of putting me to the serious loss which my acceptance of the second condition unreservedly in its proposed form will bring upon me. In making this statement I want to guard myself against the inference that even after these works have been suspected to be objectionable, I am intending to put them on the market just as they are. I beg to assure you, Sir, if I may, that I am as anxious as anybody to keep the public mind free from moral pollution by avoiding the publication of undesirable literature. If, in order to enable me to comply with the first condition, my request made in reference thereto be granted, then I would naturally be in a position to know what portions in these works are considered objectionable and have tended to bring me into the clutches of the law. I undertake that, on knowing this, I will remove from all my printed copies of these works all such passages as are taken objection to, leaving, however, the rest of the printed matter intact, so that the loss to be sustained by me may be made as small as possible. I am sure that passages which might be looked upon as objectionable in these works cannot be more than a few in each case. Hence to have the whole of my present property in these publications destroyed for the sake of these few possibly offending passages does not seem to be really required either in the interest of justice or in the interest of public morality. I therefore request that the second condition be so altered as to enable me to accept it without serious loss to myself and without the least possibility of my putting on the market these publications in their present unexpurgated form. My experience of your past kindness in dealing with me in this affair leads me to believe that, with your open mind and love of fairness and in consideration of the fact (*vide* copies of testimonials, etc., hereto appended) that I represent one of the oldest Indian firms in this city which has admittedly rendered no small service for the spread and popularisation of valuable classical literature in Sanskrit and Telugu, you will be pleased to see that I am in no way unreasonable in the requests I have herein submitted and that I am fully amenable to the official control under which I have to place myself as a member of the book publishing trade. I need hardly mention that the pecuniary loss that I have already incurred in this matter in seeking and obtaining legal advice and such other things has been too heavy for a man of my circumstances. If, for any reason, it is not found possible to grant my requests, it may eventually lead to the ruin of my business and good name.

SUB-ENCLOSURE.

Copies of Testimonials.

(i)

Hon'ble N. Subba Rao Pantulu (Member, Imperial Legislative Council)—letter, dated 30th September 1910.

I am much pleased to see that the enterprising firm of Messrs. V. Ramaswami Sastrulu & Sons is bringing out readable and useful books in Telugu as well as reprinting standard works in Telugu literature on good paper and in clear type.

The Telugu public is much indebted to them for their labours in the case of Telugu literature.

* * * * *

(ii)

Diwan Bahadur Y. Janakiramayya Pantulu, District Judge, Guntur.

I congratulate you on the good work you are doing in the cause of Sanskrit and Telugu literatures and have no objection to be a contributor to the Telugu monthly you propose to bring out.

* * * * *

(iii)

C. Ramalinga Reddy, Esq., B.A. (Cantab.), Professor of History, Maharaja's College, Mysore.

Your Vasucharitra is a magnificent production of which any firm may well be proud.

* * * * *

(iv)

G. V. Appa Rao, Esq., B.A., Private Secretary to His Highness the Maharaja Kumarika Sahiba of Vizianagram.

. . . . I congratulate you on your splendid edition of Vasucharitra. . . . .

(v)

M.R.Ry. N. Kuppuswami Iyah, B.A., Pleader, Tirupati.

. . . . "Your editions of the Telugu classics leave nothing to be desired; the volumes are so excellent in every respect. . .

(vi)

M.R.Ry. K. Chengayya Garu, B.A., Pleader, Tirupati.

. . . . Your editions are really unsurpassed in all respects. I am very proud you are doing useful work to the country. . . . .

(vii)

Swami Vidyananda Paramahamsa, B.A. . . . .

Messrs. V. Ramaswami Sastrulu & Sons have taken up the noble task of getting up the Telugu classics, in the most approved modern style, and I can give my testimony to the get up of Vasucharitra. They have engaged the services of scholars to edit the works, which are therefore bound to be correct versions. I wish them success and perseverance in the path of virtue. . . .

(viii)

The "Indian Patriot," dated 11th July 1910.

. . . . Messrs. V. Ramaswami Sastrulu & Sons, the oldest Telugu and Sanskrit firm in Madras, has creditably taken up the task of editing and publishing, neatly, Telugu classics and translations of English books. Able scholars have put their hand to the work of translations. Their attention is not only confined to the publication of classics but also to that of modern books to best suit the times.

Their biographies of eminent men are very cheap and attractive. We are in receipt of a copy of "Ivanhoe" they recently brought out. This, will, in our opinion, be very useful to students. It is well written and very much serves the purpose for which it is intended. Though the present University Regulations have considerably reduced the demand for vernacular books, we hope the learned public will offer their help to this firm. . . .

(ix)

The "Hindu", dated 27th January 1910.

. . . . The old and well-known firm of Messrs. V. Ramaswami Sastrulu & Sons, Booksellers, are showing much enterprise in the publishing line. Though the recent University Regulations considerably reduced the demand for Telugu books, they have been issuing new editions of Telugu classics on good paper, neatly bound . . . .

(x)

His Highness the Raja of Venkatagiri, K.C.I.E.

. . . . I quite appreciate the work you have been doing in the case of Telugu literature. . . .

(xi)

Sri Raja A. V. Jagga Rao Bahadur, F.M.U., etc., of Vizagapatam—letter, dated 28th May 1910.

. . . . In recognition of your labours in the cause of Telugu literature, I resolve to help you in the matter of printing the novel "Ivanhoe." . . . .

(xii)

The Private Secretary of the Raja of Pithapuram writes on 1st May 1910.

. . . . The Raja is pleased to see the work you are doing. . . . The Raja would be glad to pay you half the total cost of printing and binding Kalapurnodayam and Raghavapandaveyam if you would bring out an edition according to his suggestions, so far as type size, and binding are concerned. Of course the books would all be yours.

(xiii)

G.O. No. 658, Public, dated 1st September 1910.

Sanctioned the purchase of eight sets of the Telugu commentary on "Adhyatma Ramayana" published by Messrs. V. Ramaswami Sastrulu & Sons, Madras, at a cost of Rs. 13 per set.

(xiv)

The following gentlemen have patronised the firm with liberal contributions in recognition of the services rendered in the cause of Sanskrit and Telugu literatures.

(1) His Highness the Maharaja Mirza Sri Ananda Gajapati Raj Manne Sultan Bahadur of Vizianagram, G.C.I.E.
(2) Hon'ble Rai Bahadur P. Ananda Charlu, B.L., C.I.E.
(3) Hon'ble P. Chentsal Rao Pantulu (Member of the Local Legislative Council).
(4) Raja Sir T. Madhava Rao Garu.

No. 348, JUDICIAL, 4TH MARCH 1912.

VII

Official Memorandm No 4370-1, Judicial, dated 27th September 1911.

With reference to the correspondence ending with his letter No. 547-I.D., dated the 5th September 1911, regarding the withdrawal on certain conditions, of the prosecution against M.R.Ry. V. Venkateswarulu Sastri, the Commissioner of Police is informed that the Government have decided that all copies of the book *Radhikasantwanam* should be destroyed as objectionable passages are found on nearly every page of that work. In regard to the other eight books, the Government are arranging to have them examined by M.R.Ry. G. Kanaka Razu, Telugu Translator to Government, Rao Bahadur M. Rangachariyar, Registrar of Books, and M.R.Ry. G. Venkataranga Rao, Chairman of the Telugu Board of Studies, in order that passages which they consider objectionable may be marked in them. A specimen copy of each of the eight books with such passages expurgated as advised by the gentlemen above named should be obtained and submitted to Government by the Commissioner of Police with an undertaking in writing from M.R.Ry. Venkateswarulu Sastri that none of the books now in stock or future editions or reprints will be issued to the public except with these objectionable passages expunged.

(By Order.)

S. H. SLATER,
Under Secretary to Government.

To the Commissioner of Police, Madras.
Copy to the Chief Presidency Magistrate. } O.M. only.
 „ „ Deputy Inspector-General of Police, C.I.D.,

VIII

Official Memorandum No. 4370-2, Judicial, dated 27th September 1911.

The Telugu Translator to Government / Registrar of Books is requested to examine the eight works named in the margin in collaboration with the Registrar of Books / Telugu Translator to Government and M.R.Ry. G. Venkataranga Rao, Chairman of the Telugu Board of Studies, and to mark such passages in each as he considers obscene or otherwise objectionable. A specimen copy of each of the books so marked should then be forwarded to Government through the Commissioner of Police.

(1) Ganikaguna Pravartana Taravali.
(2) Tarasasanka Vijayamu.
(3) Bilhaniyamu.
(4) Vaijayanti Vilasamu.
(5) Hamsavimsati.
(6) Vuddhi Natakamu.
(7) Venugopala Satakamu.
(8) Kavi Chowdappa Satakamu.

(By Order.)

S. H. SLATER,
Under Secretary to Government.

To the Telugu Translator to Government. / Registrar of Books.

IX

Letter—from the Hon'ble Sir Harold Stuart, K.C.V.O., C.S.I., I.C.S., Acting Chief Secretary to Government.
To—M.R.Ry. G. Venkataranga Rao Pantulu Garu, M.A., Chairman, Telugu Board of Examiners, University of Madras.
Dated—the 27th September 1911.
No.—O.M. 4370-3, Judicial.

Referring to the interview I had with you on the 13th instant on the subject of the prosecution of Mr. V. Venkateswarulu Sastri, I write to inform you that the Government have decided to withdraw the prosecution on the conditions suggested by you. I forward, for your information, a copy of an order that is being issued to the Telugu Translator to Government and the Registrar of Books directing them to collaborate with you in examining the eight works specified in the order, and to mark such passages in them as should in your joint opinion be expurgated on the ground of obscenity.

X

Letter—from P. Hannyngton, Esq., Acting Commissioner of Police.
To—the Chief Secretary to Government.
Dated—the 19th December 1911.
No.—547-I.D.

With reference to the correspondence ending with Government Memorandum No. 4370-1, Judicial, dated 27th September 1911, I have the honour to submit, for the orders of Government, the joint report of Rao Bahadur M. Rangachariyar and M.R.Ry. G. Venkataranga Rao, with M.R.Ry. G. Kanaka Razu's minute of dissent and its enclosures. As these gentlemen are not unanimous in their views with regard to the Telugu publications in question I abstained from calling upon M.R.Ry. Venkateswarulu Sastri to give any undertaking in writing at present.

I await further instructions on the subject.

Enclosure.

Letter—from M.R.Ry. Rao Bahadur M. Rangachariyar, M.A., Registrar of Books, Madras, and G. Venkataranga Rao, M.A., Chairman, Telugu Board of Examiners, University of Madras.
To—the Chief Secretary to Government.
Dated—Triplicane, the 4th December 1911.

With reference to your Memorandum No. 4370-2, (Confdl.), Judicial, dated 27th September 1911, we have the honour to submit that the Telugu works therein referred to were all carefully examined by us and the Telugu Translator to Government, and that at three meetings the passages that may be expurgated and amended were selected. They are noted down in the enclosed tabular statement and are also marked in the accompanying specimen copies of the books under reference.

2. It appears to us that if dealt with as noted in the accompanying tabular statement, the Telugu publications under reference will be rendered quite unobjectionable. The amended readings suggested relate to places where the context has not permitted the omission of a whole stanza, or where, in an otherwise good stanza, the objectionableness is due to a few gross expressions. These suggested readings are chiefly intended to serve as a guide to editors and publishers.

3. In this connection we request to be permitted to state that it is desirable in the interest of printers and publishers to make it known that all editions of literary works intended for common popular use in schools and colleges should be free from erotic descriptions which are two gross and open—references to and descriptions of the reproductive organs and sexual intercourse being scrupulously avoided. Authoritative Indian writers on rhetoric and poetics have declared that such open descriptions in erotic poetry, which they call *Vivrita Sringara*, are not permissible as being opposed to the canons of cultivated artistic taste. They, however, recognise that there are forms of literature in which even such descriptions may appropriately find a place. Moreover, the

standard of taste which determines the amount of openness in erotic descriptions, which may be held to be appropriately permissible, is apt to vary from time to time in every country, and is also affected by the idiosyncrasies of particular writers as also of their patrons and *clientèle*. In these circumstances it cannot be conducive to the best interest of literary scholarship and the knowledge of the history of the literary art to interfere with the integrity of artistic works produced by competent authors, on the score that in those works there are certain things which are not suited to modern taste.

4. The relation between æsthetics and ethics is no doubt a question of importance; but it is bound to be a vexed question always. Further, it is not easy to judge aright the poetic ideas and sentiments finding expression in any language by means of translations into a foreign language, the spirit and genius of which are entirely different, as such translations seldom convey the poetry and meaning of the original accurately and well. It is often observed that the very process of translation adds a touch of vulgarity or broadness to descriptions, which, in the original, may not offend against good taste or decency. While, therefore, it is necessary that the minds of the young and the common folk should be kept free from the infection of indelicate eroticism, it is equally, if not more, necessary to see that on this account no genuine student of the poetic art is deprived of the opportunity of examining and understanding the standards of poetic thought and expression as they have been embodied from time to time in notable works of approved classical character. For the attainment of this latter object, we recommend that permission may be given to publishers to issue complete library editions of all ancient classics, howsoever free the erotic poetry therein may be, on the understanding that their price is made sufficiently high and prohibitive and they are not given a place in the libraries of schools and colleges. As a matter of fact the gulf between the spoken speech and the literary language of poetry in every one of the South Indian vernaculars is so wide, and the possibility of any but scholars understanding this language of poetry is so little, that even this precaution may prove to be superfluous. Still it will be erring on the right side to take the precaution. We request that the Government may take the necessary action in the matter on the lines herein suggested.

5. There are really two things to be borne in mind in connection with this question. On the one hand there is the safeguarding of public morals and the discipline of college-students and school-children, and on the other the prevention of hasty and ill-considered literary iconoclasm. We feel that, in the suggestions we have made, we have, in the light of what is generally done in regard to the publication of standard works that may appear to modern critics to be of more or less questionable taste in European literatures, pointed out the means by which both these objects may well be attained.

6. We further recommend that, with a veiw to give a decidedly healthy tone to contemporary literature, it may be ruled that modern writers will make themselves liable to censure and even more serious consequences, if they endeavour to imitate in any of their writings earlier classical authors in respect of their freedom in the expression of the sensual and the erotic in poetry.

7. The memorandum under reply obviously requires that we two and the Telugu Translator to Government should jointly submit the list of passages to be expurgated from or amended in those books, along with such remarks as may appear necessary to us to be placed before Government for their consideration. Your letter to Mr. G. Venkataranga Rao sent with the above memorandum makes it clear that is the joint opinion of all the three of us that is required. Accordingly, after settling the passages to be expurgated and amended, the draft of this report, on which both of us had agreed, was placed in the hands of the Telugu Translator, so that he might, in the light of the discussion we had with him on the matter at the last of the meetings referred to above, make up his mind either to join us in case he agreed with us or to append a "minute of dissent" in case he disagreed with us. He kept the draft with him for three days and then wrote a letter to Professor M. Rangacharriyar as Registrar of Books (a copy of which is sent herewith for information) declining in effect to co-operate with us in the matter and asking us to send our tabular statement of passages and our report to him so that he might forward them to you with a separate report and list of passages of his own prepared altogether outside our knowledge. We could not, of course, act up to his desire, as it appeared to us to be not in conformity with your intention as conveyed in the memorandum under reply and in the covering letter sent to Mr. G. Venkataranga Rao. Accordingly, we have had to send this report independently of the Telugu Translator. We are of opinion that he has committed a breach of official etiquette in acting as he has done, and regret the necessity of having to draw your attention to it.

33

SUB-ENCLOSURES.

(A TABULAR statement of passages to be omitted or amended).

Serial number.	Name of the book.	Canto.	Page.	Number of the verse.	Whether line or verse as a whole to be omitted.	Change of language, if any proposed.
1	Vidhi Natakamu..	..	4	4	Whole verse.	
			4	5	3rd line ..	Change [illegible] [illegible] into [illegible] [illegible].
			6	13	Whole verse.	
			6	15	3rd line ..	Change [illegible] into [illegible].
			7	19	Whole verse.	
			9	27	Do.	
			9–10	30	Do.	
			10–11	34	Do.	
			11	37	Do.	
			12	41	Do.	
			12	42	Do.	
			12	43	Do.	
			12	44	2nd line ..	Change [illegible] into [illegible].
			13	45	Whole verse.	
			13	46	Do.	
2	Tarasasanka Vijayamu.	I	8	28	8th line ..	Change [illegible] into [illegible].
		II	48	94	Last line ..	Change [illegible] into [illegible].
			49–50	101	Whole verse.	
			50	103	Do.	
			54	118	Lines 22 and 23.	
			58	137	Whole verse.	
		III	81	87	Do.	
			82	89	Do.	
			82	90	Do.	
			82	91	Do.	
			82	92	Do.	
			82	93	Do.	
			83	94	Do.	
			83	95	Do.	
2		III.	83	96	Do.	
			83	97	Do.	
			84	98	Do.	
			84	99	Do.	
			85	103	Do.	
			86	107	Do.	
			86	108	Do.	
			86	109	Do.	
			86	110	Do.	
			86–87	111	Do.	
			87	112	Do.	
			88	113	Do.	
			88	114	Last line ..	Change [illegible] into [illegible].
		IV	97	36	Whole verse.	
			98–99	42	Do.	
			104	61	Do.	
			104	62	Do.	
			104	63	Do.	
			104	65	Do.	
			105	66	Do.	
			105–106	68	Do.	
			106	69	Do.	
			106	73	Do.	
			107	74	Do.	
			107	75	Do.	
			107	76	Do.	

No. 348 Judicial, 4th March 1912. 34

A tabular statement of passages to be omitted or amended—*cont.*

Serial number.	Name of the book.	Canto.	Page.	Number of the verse.	Whether line or verse as a whole to be omitted.	Change of language, if any proposed.
2	Tarasasanka Vejaya-mu—*ocnt.*	VI	107	77	Whole verse.	
			108	80	Do.	
			108	81	Do.	
			108-109	83	Do.	
			118	121	Do.	
3	Hamsavimsati ..	I.	11	93	Do.	
			11	94	Do.	
			31	242	Do.	
		II	40	51	Last line ..	Change [illegible] into [illegible].
			40	52	Whole verse.	
			40	53	Do.	
			40	54	Do.	
			46	106	Last line ..	Change [illegible] into [illegible].
			46	107	Whole verse.	
			46	108	Do.	
			46	109	3rd line ..	Change [illegible] into [illegible].
			47	111	Last line ..	Change [illegible] into [illegible].
			57	200	Whole verse.	
			57	201	Do.	
			57	202	Last line ..	Change the line into [illegible].
			57	206	Do. ..	Change [illegible] into [illegible].
			57	207	Do. ..	Change [illegible] into [illegible].
			57	208	1st line ..	Change [illegible] into [illegible].
			62	249	Whole verse.	
		III	70	34	Last word ..	Change [illegible] into [illegible].
			75	85	2nd line. ..	Change [illegible] into [illegible].
			75	86	Do.	Change [illegible] into [illegible].
			75	89	Whole verse.	
			76	92	Last line ..	Change into [illegible].
			76	95	Do. ..	Change [illegible] into [illegible].
			76	96 & 97	Whole verses	
			77	103	Omii the verse.	And substitute [illegible] to supply the connecting link between what precedes and follows the omission.
			84	159	Last line ..	Change [illegible] into [illegible].
			84	161	Whole verse	
			84	162	Portions ..	Omit [illegible] and [illegible].
			84	163	2nd line ..	Change [illegible] into [illegible].
			85	172	Last line ..	Change [illegible] into [illegible].
			91	230	Do. ..	Change into [illegible].
			92	231	4th line ..	Change into [illegible].
			92	232	Whole verse.	
		IV	100	39	Do.	
			107	104	Do.	
			107	105	Do.	
			107	106	One word ..	Omit the word [illegible].
			108	109	Last line ..	Change [illegible] into [illegible].
			108	110	Whole verse.	
			108	111	1st line ..	Change [illegible] into [illegible].
			108	111	2nd line ..	Change into [illegible].
			112	140	Whole verse.	
			113	147	Last line ..	Change [illegible] into [illegible].
			113	151	Do. ..	Change [illegible] into [illegible].
			113	153	Do. ..	Change into [illegible].
			113	154	2nd line ..	Change [illegible] into [illegible].
			114	159	2nd and 3rd lines.	Change [illegible] in second line into [illegible] and in the third line [illegible].

No. 348, Judicial, 4th March 1912.

A tabular statement of passages to be omitted or amended—*cont.*

Serial number.	Name of the book.	Canto.	Page.	Number of the verses.	Whether line or verse as a whole to be omitted.	Change of language, if any proposed.
3	Hamsavimsati—*cont.*	IV	118	201	1st and 2nd lines.	Remove portion [Telugu]
			127	230	Whole verse.	And substitute [Telugu]
			127	231	Do.	
		V	137	73	Last line ..	Change into [Telugu]
			137	74	Whole verse.	
			144	129	Do.	
			144	130	Do.	
			144	131	Do.	
			144	132	1st line ..	Change into [Telugu]
			145	142	Last line ..	Change [Telugu] into [Telugu].
			146	145	Omit the whole.	And substitute [Telugu]
			146	146	Do.	
			146	147	Do.	
			146	148	Do.	
			146	149	Do.	
			146	150	Do.	
			146–147	151	Do.	
			147	156	Do.	
			147	157	3rd and 4th line.	Change [Telugu] into [Telugu].
			148	158	2nd line ..	Change [Telugu] into [Telugu].
			149	173	Last line ..	Change [Telugu] into [Telugu].
			149	174	Whole verse.	
			149	175	Do.	
			149	176	Do.	
			153	218	Do.	
			155	236	Whole	Remove the word [Telugu] and substitute [Telugu].
			155	237	Do.	
			182	296	2nd line ..	Change [Telugu] into [Telugu].
			182	299	1st and 2nd lines.	Change [Telugu] into [Telugu].
			183	307	Last line ..	Change [Telugu] into [Telugu].
			183	311	Do.	Change [Telugu] into [Telugu].
			183	312	Whole verse.	
4	Ganikaguna Pravartana Taravali.	..	5	5	Do.	
			7	9	Do.	
			9	13	Do.	
			9–10	15	Do.	
			10	16	Do.	
5	Kavi Chowdappa.	..	4	16	Do.	
			8	36	Do.	
6	Venugopala Satakamu.	..	7	10	Line 4 only.	
			10–11	17	Whole verse.	
			12	20	3rd line only.	
			14	24	Lines 3 and 4 only.	
			15	27	Whole verse.	
			19	35	Do.	
			25	48	5th line only.	
			27	51	Lines 7 and 8 only.	
			30	58	6th and 8th lines to be changed.	Change line 6 into [Telugu] and 8 into [Telugu].

A tabular statement of passages to be omitted or amended—*cont.*

Serial number.	Name of the book.	Canto.	Page.	Number of the verse.	Whether line or verse as a whole to be omitted.	Change of language, if any proposed.
6	Venugopala Satakamu—*cont.*	..	35–36	70	Whole verse.	
			37	73	Do.	
			38	76	Lines 7 and 8 only.	
			42	84	Whole verse.	
			43	86	Do.	
			43	87	The 1st line.	
			43–44	88	2nd line ..	Change the word [illegible] into [illegible].
			46	93	2nd line ..	Insert the word [illegible] in the dotted portion of the verse.
			47	95	Lines 7 and 8 only.	
			50	101	Line 8 only.	
			50	102	Lines 9 and 10 only.	
7	Bilhaniyamu ..	II	50	86	Line 8 ..	Change [illegible] into [illegible].
			54	104	Whole verse.	
			62	148	11th line ..	Change into [illegible].
			64–65	155	Whole verse.	
			65	156	Do.	
			65	157	Do.	
			65–66	158	Do.	
		III	82	90	Do.	
			84	101	Do.	
			84	105	Do.	
			87	118	Do.	
			89	130	Do.	
			89	134	Do.	
8	Vaijayanti Vilasamu.	II	41	40	Do.	
		III	67	13	Last line ..	Change into [illegible].
			69	28	Whole verse.	
			70–71	35	Do	
			72–73	46	Do.	
			73	49	3rd line ..	Change the word [illegible] into [illegible].
			78	71	2nd line ..	Change [illegible] into [illegible].

No. 348 JUDICIAL, 4TH MARCH 1912.

[ENCLOSURES.

(i)

Letter—from M.R.Ry. G. KANAKARAJU GARU, Telugu Translator to Government.
To—the Registrar of Books.
Dated—Madras, the 30th November 1911.

With reference to your letter of the date, I beg to state that I have considered over the matter and finding myself unable to subscribe to your report or the tabular statement attached thereto, I have been busily preparing a separate report of my own with a similar statement. Inasmuch as I understand from the tenor of the Government memorandum that I have to send the results of our examination of the books referred to us, I request you will be good enough to get your report and statement typed or copied fair and verify the marks made by me in a specimen copy of the books and return the same to me for being despatched to Government with my report and enclosures. I herewith return your draft report, statement and with the books.

(ii)

Letter—from M.R.Ry. G. KANAKARAJU GARU, Telugu Translator to Government.
To—the Chief Secretary to Government.
Dated—Madras, the 15th December 1911.
No.—168.

With reference to your Confidential Memorandum, Judicial No. 4370-2, dated 27th September 1911, I have the honour to state that, on receipt of this memorandum, I was under the impression that it was I who should take the initiative and submit the report to Government in this matter. Accordingly I obtained copies of the books referred to in the memorandum from the Commissioner of Police and supplied them to the Registrar of Books and the Chairman of the Telugu Board of Studies. We then met together three times in the house of the Registrar of Books and examined the books; when the draft report prepared by my learned colleagues was read out to me, I found that I materially differed from the views expressed therein. I got their report so as to enable me to consider the question fully and to prepare my report and then requested the Registrar of Books to have his report copied fair and sent back to me, so that I might add my own report to it. But as I now understand that my learned colleagues have sent their report to Government, through the Commissioner of Police, I herewith submit my minute of dissent with the request that it may be considered along with their report.

SUB-ENCLOSURE.

Minute of dissent to the Report of the Registrar of Books and the Chairman of the Telugu Board of Studies.

Keeping in view the fact that there is a pending criminal prosecution upon the books under reference, which are either complete or partly expurgated editions, I entertain grave doubts about the legality and advisability of the recommendation of my learned colleagues in favour of granting permission for the publication of unexpurgated editions of these books or of any other Telugu classical books in the alleged "interests of literary scholarship and the knowledge of literary art". The question of expurgation necessarily links itself with the criminal law as embodied in the Indian Penal Code and Criminal Procedure Code, and no considerations of the integrity of ancient books or the promotion of literary scholarship and art, can justify the publication and distribution of works which are admittedly obscene, nor can any prohibitive price fixed on wholesale obscene books, like the *Tarasasanka Vijayamu, Hamsa Vimsati* and *Vithi Natakamu* or, for the matter of that, on any other book with obscene descriptions, place them outside the reach of the Criminal law, nor safeguard the morals of the youth of the country, inasmuch as manuscript copies can be multiplied to any number. And there is nothing in the Criminal Procedure Code to prevent even a private individual from launching a prosecution against such unexpurgated editions or nominally expurgated editions, though they might be issued with the express permission of Government. I fear the grant of the permission, by means of an executive order, for the publication of unexpurgated editions on the lines proposed by my learned colleagues, does not add an exception to sections 292 and 293 of the Indian Penal Code, if it is not altogether *ultra vires*. I apprehend that the immediate effect of granting such permission will be to encourage irresponsible publishers to rush through print, fixing nominally an exorbitant price, many demoralizing works written in classical style, like the *Kala Sastra of*

Errana and the *Chandra Rékha Vilápamu*, which are now withheld from publication on account of the provisions of the Criminal law. Further, I see no workable plan of preventing the abuse of this permission if granted or of enforcing the proposed restriction regarding the sale of these books at exorbitant prices in the absence of a special law and special establishment to work it out.

2. The practice which is said to obtain in the west with regard to "the publication of the standard works of more or less questionable taste in European literatures" is beside the point. In support of my opinion, I beg to quote the dictum laid down by the eminent jurist of the Allahabad High Court, Mr. Straight, J., in *Emperor of India* v. *Indermar*, reported in Indian Law Reports 3 Allahabad 837 at page 843. As I have remarked, it is indifferent whether the applicant himself originated the indecent matter or took it literally or in a garbled form from the books of another author. There it is in his books and he is equally responsible in the one case as in the other. The observation that many works of a similar description have escaped prosecution is beside the question. There are many books in many languages, which, if brought to the test of public trial, could not but be pronounced obscene. But the immunity they have so far enjoyed, is not because the law was not strong enough to reach them, but because its aid has not been invoked or the authorities have thought it wiser not to put it in force.

3. I beg to add that, after all, none of the eight books under consideration have attained or deserve the exalted rank of a classic or standard work, seeing that the poetical compositions in *Tárásasanka Vijayamu, Bilhaneeyamu, Hamsa Vimsati and Vaijayanti Vilasamu* are second-hand imitations of the models found in earlier works like *Manu Charitra and Vasucharitra* and I have no doubt it will be absurd to call the other petty books *Kavi Chaddappa Satakamu, Ganikaguna-parvartana, Tárávali, Venugopála, Satakamu and Vithi Natakamu* classicial or standard works. Most of the Telugu poets, including classical writers, have not felt—I blush to admit—any hesitation in freely indulging in depraving and lascivious descriptions of the details of sexual intercourse, of which the contents of enclosures V to XII afford fair specimens. I do not think that any useful purpose, literary, historical or artistic, is served by preserving these demoralizing descriptions in complete editions. Nor can I endorse the view of my learned colleagues that the language of Telugu poetry is outside the comprehension of any but scholars. I am supported in my view by the opinion expressed in his "Lives of the Telugu Poets" by Rao Bahadur K. Virêsalingam Pantulu Garu, whose views on the matters of Telugu literature are entitled to great respect, regarding *Tárásasanka Vijayamu*: "The author having narrated this immoral story in elegant and *easily intelligible language* which may be compared to a coating of sugar over poison, this poem has been ruining a large number of youths." It cannot be said that the style of the other books under notice is more difficult to understand. That there is a large demand for these books and that they are sold by thousands by itinerant book-sellers for the nominal value of a few annas in weekly markets of mufassal villages of any the least importance, is a solid pr[illegible] that they are widely read by the generality of the Telugu public. The fact that my learned colleagues have thought fit to propose expurgated editions for "the common folk" and "for common popular use" amounts to an admission on their part that Telugu poetical works, particularly the books under reference, do not require any special scholarship in order to understand them. Moreover there are several publishing agencies supplying the reading public with a large number of Telugu ancient works with elaborate explanations and annotations. The reading public has considerably increased now-a-days and is bound to expand in course of time. Education has made substantial progress among women also. There is a large number of boys receiving education in high schools and colleges, away from the healthy influences of parental control. In this connection I beg to invite the attention of Government to the strong views expressed by the Telugu press on this matter, which were published in the confidential weekly press reports noted here: Paragraph 40 of the report of the week ending with 4th February 1911, paragraph 36 of the report of the week ending with 4th March 1911, paragraph 35 of the report of week the ending with 18th March 1911 and paragraph 22 of the report of the week ending with 13th May 1911. Under these circumstances, I feel considerable hesitation in recommending the grant of permission for publishing complete editions in an unexpurgated form, even of the classics and standard works, not to speak of the books under consideration.

4. So long as the Government maintains the Oriental Library, I do not share with my learned colleagues the apprehension that any dangerous interference with "the intergrity of artistic works produced by competent authors", or "with the best interest of literary scholarship and the knowledge of the history of literary art" will take place by prohibiting the publication of unexpurgated editions. On the other hand, if, with the fancied object of avoiding dangers of this intangible character, the Government allows the publication of complete editions, with all their characteristic demoralizing and depraving obscenity, the more important and vital purpose of safeguarding the public morals which the law intends, will be seriously jeopardized.

5. In the case of three out of the eight books under reference, *Vithi Nátakamu, Hamsa Vimsati and Tárásasanka Vijayamu*, I think it is not possible to suggest any satisfactory and exhaustive process of expurgation other than their total destruction, from the standpoint of safeguarding the morals of the youth and common folk, for in these books the trend of ideas is completely immoral and obscene, as enclosures II, III ~~and~~/IV, V, VI and VII will show. From start to finish nothing but exciting descriptions of female organs and sexual intercourse

are freely indulged in with suggestions of finer touches and poses for prompting sensuous pleasure under the cloak of erotic poetry. These books being conceived in a spirit of revolt against conjugal fidelity, serve no purpose except that of perhaps enhancing the sexual bliss of humanity of a very objectionable type. They are as injurious to public morals as *Rádhiká-sántwanamu* which, I understand, has been ordered by Government to be destroyed. Seeing that there is no provision of law dealing with immoral books of this type, it will be altogether undesirable to weaken the rigour of law applicable to the debasing obscene portions therein, by granting permission for issuing unexpurgated editions. I fear all the combined force of religion, law and public opinion, will not be able to counteract the deleterious influence of such complete editions.

6. In conclusion, I beg to submit that in the interests of the morals of the school-going population and of the generality of the Telugu community and in view of the imperative provisions of the criminal law relating to obscenity, it is not desirable to permit the publication of unexpurgated editions of any obscene book, be it a classic or otherwise, that expurgated editions may safely be permitted, and that literary, historical and artistic interests of Telugu literature can best be served by preserving the unexpurgated editions in the Oriental Library maintained by the Government, under such conditions regarding their use by the public as the Government may deem fit to impose.

7. Inasmuch as I believe it will be presumption on my part to usurp the function of a poet and suggest unobjectionable lines and expressions in the place of what is found objectionable in the books under reference, I feel the necessity to frame a tabular statement (Enclosure No. I) of the passages suggested for expurgation, different from what has been prepared by my learned colleagues. I submit this statement and a set of books in which the passages, which, in my opinion, are obscene or otherwise objectionable, have been marked by me, as directed by Government.

TABULAR statement of portions to be expurgated in the eight books.

[Enclosure No. I to the Minute of Dissent.]

Serial No.	Name of the book.	Canto.	Page.	Verse.	Remarks, if any.
1	Vithi Natakamu	..	4	4	
		..	..	5	
		..	..	7	
		..	6	13	
		..	..	15	Seeing that except verses 1—3 and 51—54, all the rest embody lustful thoughts concerning women of the different classes of the Hindu society, I find it difficult to make a satisfactory selection for expurgation.
		..	..	16	
		..	7	19	
		..	9	27	
		..	9, 10	30	
		..	10, 11	34	
		..	11	37	For English translations of verses 41 to 46 and 4, 7, 13, 27, 30 (*vide* enclosure No. V).
		..	12	41	
		..	..	42	
		..	..	43	
		..	..	44	
		..	13	45	
		..	..	46	
2	Tárásasanka Vijayamu	I	8	28	
			43	73	These verses are selected for their immoral tendency.
			44	75	
			..	77	
			45	81	
			..	83	
			46	84	
			..	85	
			..	86	
		II	48	94	
			49, 50	101	
			..	102	
			..	103	
			54	118	Lines 22 and 23 alone to be mitted.
			58	137	
			61	8	
		III	76, 77	69	
			79	79	
		..	80	82	

No. 348, JUDICIAL, 4TH MARCH 1912. 19

Tabular statement of portions to be expunged in the eight books—contd.

Serial No.	Name of the book.	Canto.	Page.	Verse.	Remarks, if any.
2	Tarasasanka Vijayamu—*cont.* ..	III	81	86	
			..	87	
			..	88	
			82	89	
			..	90	
			..	91	
			..	92	
			..	93	
			83	94	For English translations of verses 82, 88, 93, 94, 95, 96, 97, 107, 108, 109, 110, 111, 112, 113, 114, in canto III and of verses 61, 62, 63, 65, 68, 69, 70, 72, 73, 74, 75, 76, 77, 78, 80, in canto IV—*vide* enclosure No. VII attached to the minute of dissent, where they are given in the order in which these numbers are inserted in this column.
			..	95	
			..	96	
			..	97	
			84	98	
			..	99	
			85	103	
			..	104	
			86	106	
			..	107	
			..	108	
			..	109	
			..	110	
			86,87	111	
			..	112	
			87 & 88	113	
			..	114	
		IV	98 & 99	42	I am not for changing word and retaining the verse.
			103	59	
			104	61	
			..	62	
			..	63	
			..	65	
			105	66	
			105 & 106	68	
			106	69	Selected on account of their immoral tendency.
			..	70	
			..	72	
			..	73	
			107	74	
			..	75	
			..	76	*Vide* enclosure No. VII for English translations.
			..	77	
			..	78	
			108	80	
3	Hamsa Vimsati		..	81	
			108,109	83	
			..	84	
			118	121	
		I	11	91	I prefer leaving the task of supplying the context to the intending publishers. I think it will be enough if the Government lay down the lines on which expurgation process is to be carried out. In this respect I agree with my learned collaborators that "erotic descriptions which are too gross and open, references to and descriptions of the reproductive organs and sexual intercourse, should be scrupulously avoided."
			..	93	
			..	94	
			12	100	
			..	101	
			..	102	
			30	241	
			31	242	
			..	243	
			..	244	
		II	40	52	
			..	53	
			..	54	
			46	107	
			..	108	
			..	109	
			47	111	
			..	147	For English translations of verses 91, 93, 94, 100, 109, 135, 242 and 244 in canto No. I and of verses 52, 53, 54, 107, 108, 109, 111, 147, 148, 170, 199, 200, 201, 206, 207, 208, 249 in canto II,—*vide*—enclosure No. VI which follows.
			51	148	
			54	170	
			..	199	
			57	200	
			..	201	
			..	202	
			..	206	
			..	207	
			..	208	
			62	249	
		III	75	85	
			..	86	
			..	89	
			76	92	
			..	96	
			..	97	
			77	103	
			84	159	
			..	161	
			..	162	

20

No. 348, JUDICIAL, 4TH MARCH 1912.

Tabular statement of portions to be expurgated in the eight books—*cont.*

Serial No.	Name of the book.	Canto.	Page.	Verse.	Remarks, if any.
3	Hamsa Vimsati—*cont.*	III	..	163	
			55	172	
			89	205	
			91	227	
			..	230	
			91,92	231	
			..	232	
		IV	100	38	
			..	89	
			101	48	
			107	104	
			..	105	
			108	113	
			..	111	
			112	140	
			113	147	
			..	151	
			..	153	
			..	154	
			114	159	
			..	161	
			118	201	
			127	230	
			..	231	
		V	131	18	
			137	73	
			..	74	
			144	129	
			..	130	
			..	131	
			146	145	
			..	146	
			..	147	
			..	148	
			..	149	
			..	150	
			146,147	151	
			147	156	
			147,148	157	
			..	158	
			149	174	
			..	175	
			..	176	
			153	218	
			155	237	
			182	296	
			..	299	
			183	307	
			..	311	
			..	312	
4	Ganikagunapravartanu Táràvali ..	..	4	3	For English translation of verses 5, 9, 13, 15, 19 and 18, *vide* enclosure No. VIII.
		..	5	5	
		..	7	9	
		..	8, 9	13	
		..	9, 10	15	
		..	10	16	
		..	..	18	
		..	11	16	
5	Kavi Chandappa Satakamu ..	..	41	16	The poem under consideration is already an expurgated edition. The full edition available in ordinary bazaar shops is full of grossly vulgar and obscene verses.
	Vide Exhibit IX for English translation of verses 16, 30, 36, 49 and 54.	..	7	30	
		..	8	36	
		..	11	49	
		..	12	54	
6	Venugopála Satakamu	..	7	10	In some of these verses, the obscene portion is confined to one or two lines in each verse. Unwilling to assume the function of a poet and supply innocent lines in their place and also seeing that if the verse is permitted to be reprinted with the lines dotted, an unhealthy curiosity may be roused in the minds of the readers to hunt up for the omitted portions in the older editions scattered all over the country, I have preferred to recommend the omission of the whole verses, which after all are not of such a highly ethical character as to deserve their propagation.
		..	10, 11	17	
		..	12	20	
	Vide exhibit IX for English translations of verses 10, 17, 20, 27, 31, 38, 51, 53, 56, 73, 76, 84 and 86.	..	15	27	
		..	19	35	
		..	20, 21	38	
		..	25, 26	48	
		..	27	51	
		..	28, 29	53	
		..	29	56	
		..	30	58	
		..	37	73	
		..	38	76	
		..	42	84	
		..	43	86	
		..	46	93	
		..	49, 50	101	
		..	50	102	

No. 348, JUDICIAL, 4TH MARCH 1912. 21

Tabular statement of portions to be exprugated in the eight books—*cont.*

Serial No.	Name of the book.	Canto.	Page.	Verse.	Remarks, if any.
7	Silhaneeyamu	I	7	39	
			55	111	
			60	136	
			..	138	
			..	140	
			62	148	
			64, 65	155	For English translations of verses 136, 140, 155, 156, 157, 158 in canto II, and of verses 130, 134 in canto III—*vide* enclosure No. XI.
			..	156	
		II	..	157	
			65, 66	158	
			66	159	
			82	90	
			84	101	
			...	105	
			87	118	
			88	127	
			89	130	
			..	134	
8	Vaijayanti Vilasamu	II	41	40	
		III	67	13	
			..	26	*Vide* Exhibit XII for English translations of verses 40, 13, 26, 28, 35 and 42.
			69	28	
			70, 71	35	
			72	42	
			72, 73	46	

NOTE.—The figures in column 4 represent the verses which are to be expurgated on account of their obscenity, except in the case of some, against which it is specially remarked in the fifth column that they are selected for their immoral tendency.

(ii)

Vithi Natakamu.

[Enclosure No. II to the Minute of Dissent.]

This little book of about fifty verses may be described as the study of the Hindu women of different classes, that we meet with in daily life, from the standpoint of a depraued licentions poet. To be more explicit, it contains the observations of the poet dealing with the fitness of women of a particular class for sexual intercourse, the cleverness of another in that art, the praiseworthy organs of another, the demeanour of another after a course of sexual indulgence and the comparative merits and demerits of the private organs, sexual intercourse and sexual art of women of different communities. In this poem we see licentiousness let loose upon the Hindu society. This work, *Hamsa Vimsati* and *Tárásasánka Vijayamu* are a standing disgrace to the Telugu language and to the Telugu community.

(iii)

Hamsa Vimsati.

[Enclosure III to the Minute of Dissent.]

The priest of King Nala of Nishada lays down the proposition that woman as a class are the fountains of stubbornness, deceitful viles and lies and that they are experts in sin. In corroboration of his allegation, he narrates the story of the King Chitrabhoja, who sends a pimp to win over the wife of a Sudra Vishnavite merchant for him. The pimp cultivates the friendship of this woman and succeeds in winning over her heart by teaching her the following principles :—

"What if one's husband is pretty and nice ? is it possible for her to gratify herself with the life sustaining eighty-four postures during the act of copulation with him ?

"During the progress of coition with one's husband, the wife should not chuckle, nor laugh, nor tickle him on the sides, nor pinch his cheeks, nor assault him with her breasts, nor exhibit excitement, nor get over him and perform feats of copulation, nor give out amorous cooings (the idea intended to be conveyed is that in order to enjoy to the full in these ways, one should seek the company of a paramour).

"Youth fades day by day. A lovely damsel in the fulness of her love must gratify herself locked up in the embrace (of a fitting paramour.)

"When you are agitated by love, don't you care for your husband, friends, father-in-law or mother-in-law or relation."

The tempted housewife prepared herself to meet the princely paramour during the absence of her husband from home, but was thwarted in the act by a swan, which was appointed as a steward of the home by the master on the eve of his departure. The swan remonstrates with the woman, teaches her the path of righteousness and finding her refractory and bent upon the execution of her evil desire, adopts the line-of-least-resistance policy and mechanically prevents her from leaving the home by entertaining her with a story each night for twenty days, after which the husband returns from his journey and joins his wife. Each story establishes the proposition that an unfaithful wife must in order to lead a successful life of license and to preserve the confidence of her lawfully married husband, be circumspect and quick-witted to invent a lie suited to the occasion, whenever she happens to be discovered by him under suspicious circumstances with her paramour. Nineteen choice stories of conjugal infidelity are narrated one after the other in this book. The ready wit of each faithless wife is held up to the admiration of the reader, who is unconsciously led to exclaim: "Brave" at the timely lie invented by her, in order to avert the suspicion of her husband. The heroines of these stories have been selected from almost every rank of Hindu society and their husbands cut a very sorry figure as simpletons who can be very easily over-reached by cock and bull stories.

Each story whets the passion of the housewife to whom it is narrated, instead of cooling down her sexual passion, and she prepares herself the next day to meet her paramour with redoubled enthusiasm for clandestine intercourse. The poem is brought to a close, without any remark by the author to check the immoral impressions stamped on the mind of the reader by these stories.

(iv)

Tárá sasanka Vijayamu.

The argument of the poem.

[Enclosure No. IV to the Minute of Dissent.]

The poem celebrates the success achieved by Chandra against 33 crores of gods headed by the Lord of Heaven—when they waged war with him in order to effect the restoration of his preceptor's wife to her husband, from whom she was kidnapped by him.

The first two cantos deal with the tutelage of Chandra as an inmate of his preceptors' home. The preceptor has a young and charming wife, who desperately falls in love with the pupil as he grows into manhood. She adopts various devices to tempt him and these are described in realistic poetry in 17 verses from 70 to 87 in canto II.

In the third canto, Tárá, the preceptors' wife, taking advantage of her husband's absence from home, declares her love for the pupil, who endeavours to dissuade her in vain. In her reply to his objections, the poet manages to put into her mouth the most revolting principles in violation of conjugal fidelity.

The following passages embody her replies:—

"Some impotent men, unable to gratify the sexual passion of their wives and intending to safeguard them from the approach of other men, have laid it down that it is sin to copulate with another man's wife. Why do you distress yourself on account of their writings?

"You say it is improper for the wife to behave faithlessly to her husband. I concede so far. Pray, what do you mean by 'husband?' He alone deserves the designation, whom the woman truly loves in her heart of hearts and who is fascinating to look at. If she mates with any one other than that, it is indeed improper. I know the secret of love and the rule of propriety among lovers.'

"Why do you vex me like this. Go to, come and give me the pleasure of your company forthwith. The bee taps many a flower (without any taint of sin). Does sin then attach itself to man (who is even like the bee)? Can heaven itself offer pleasures superior to what the embrace of a woman, who approaches you of her own initiative, gives you—

The canto ends with the most shocking details of their sexual intercourse. Verses 89—114 are devoted to this disgusting description. Most of these verses have been translated by me (*vide* enclosure No. VII).

In the fourth canto, the preceptor suspects his wife's intrigue with the pupil and sends him away. The woman becomes extremely distressed on account of her separation from her paramour and sends a pimp to bring him back. The pimp finds him equally disconsolate and absorbed in a mood of rumination, bringing up to his memory the incidents of his intercourse with the woman. Forty verses of choice poetry are devoted to this highly libidinous topic. The following are some of the specimens:—

"I have once raised up one of her thighs on the biceps of my arm, leaving alone the other thigh, and handling one of her breasts with one of my hands and catching hold of her tresses with the other hand, I copulated with her, making sounds of *tak, tak*, ho. She heartily laughed, noticing my procedure. When can I see my golden jewel again? *tak*.

"Copulation with one's married wife is no good since it begets children; copulation with a dancing woman engenders loss of money; copulation with other women in nooks and corners is reprehensible since it is procurable through mighty efforts; alone among all kinds, copulation with another man's wife, who solicits the same, is the best."

The pimp delivers the woman's message in the midst of his reveries and departs to convey to the woman the lover's promise to meet her. They meet after nightfall in the jasmine bower near the preceptor's house and, after a hurried sexual intercourse, repair to the abode of the lover. The poor husband seeks the help of Indra, the Lord of Heaven, who undertaking his cause, sends a message to the lover, demanding the restoration of the woman to her lawful husband. The following reply is sent by the lover:

"She despised her husband and voluntarily courting me, she took shelter under me. I have, therefore, got involved in the affair." The lover then takes a vow to the following effect.

"Even if the whole lot of gods league themselves in this matter and wage war against me, I shall joyfully make a stand and scatter them to the winds. Do they expect me to hand over the woman! To be sure, I won't be a party to an undesirable truce (like that)".

Indra makes up his mind to wage war against Chandra. Narada, the divine sage, fears that the lover may be discomfitted and incites the preceptor of the demons to advise them to render help to Chandra and secures their help to him. Here the canto ends.

In the last canto, Indra is represented as having been defeated with his host of 33 crores of gods. Siva helps him and begins the combat in right earnest and the seven sages become alarmed and procure the intervention of Brahma, the Creator. The latter interferes and calls the attention of Siva to the splendid achievement of Chandra against the united hosts of gods and requests Siva to suspend the hostilities. At the bidding of Brahma, the lover reluctantly restores the woman then in the family way to her husband. Afterwards she gave birth to a son who forms a bone of contention between the lover and the husband of the woman. Once more Brahma has to interfere, and ascertaining from the woman that she owed the child to her lover, he restores him to the latter. Elated at the news of Chandra's exploits, Daksha marries his 27 daughters to him. The latter now proclaims his suzerainty over the universe and performs Rajasuya Yaga. The ceremony was a grand success. All the gods send presents to Chandra in token of their submission to him and praise him. The poem ends with the author's customary invocation of the blessing of health, wealth, success, progeny and prosperity on the readers of this sacred poem.

Note.—The gross immorality of the story cannot be condoned as an artromical allegory, where "no cold morals reign, no family ties exist and no peace of families is violated." The garb, the manners and the topics of conversation are those of the real world. The Tára of the poem is the fine young wife we meet with daily in Hindu families, where many a middle aged man marries a girl within her teens. The scene of action is as familiar as the reader's own home. "A hundred little touches are employed to make the fictitious world appear like the actual world."

(v)

Translation of some of the obscene verses in Vithi Natakamu.

[Enclosure No. V to the Minute of Dissent.]

Page 11, *verse* 47, which is found in some copies in Police custody, but omitted in the copies sent with the report.

(2) Oh Siva! In order to avoid the evil effects of the poison devoured by you, you had better kiss the private organ of a Kamma girl of Medur which is as sweet as the core of a jack fruit.

Page 11, *verse* 46.—(2) For my meal on the nuptial day, I am obliged to the charming private organ of the (?) woman which is fit for copulation and which, being shorn of hairy growth, presents a glossy appearance; in spite of all his possessions, did not Indra, the Lord of Heaven, prefer (the pleasure of) a nuptial day? (when he coveted clandestine intercourse with Ahalya).

Page 10, *verse* 45.—(3) Oh Kali. You get as sacrifices sheep, goats and rams. You are very terrific to look at. But you are not able to extract the hair in the pelvic region of the woman of oilman caste who swore on your head, promising to meet me towards nightfall.

Page 10, *verse* 41.—(4) We must not neglect Gedagi Gangu because of the darkish colour of her skin. We must plunge ourselves into sexual cohabitation with her, if fully versed in the art of coition (and then pass judgment). Verily, is not the musk, which is dark to look at, fit to be coveted by kings?

Page 10, *verse* 42.—(5) Brahma, the Creator (among the members of the triad) became an object unfit for worship owing to the following mistakes committed by him. He has failed to give Bhagavatula Buchigadu a little bit of the female organ; he has given bushy hair growth in the pelvic region of Pendala Nagi whose eyes are like those of a terrified deer, more than all he has created Gangi black.

Page 10, *verse* 43.—(6) Seeing that the pelvic region of the woman was free from hair, logicians held a meeting at Rajahmundry and began to discuss as to whether the absence of hair in that part which is the birth place of, *samsara* (repeated births) was due to their removal or whether there was never a hairy growth there.

Page 10, *verse* 44.—(7) Oh lotus-eyed damsel! Oh expert in the art of coition! Where have you gone, thus deceiving me who is the king of poets, on this dark new-moon day in this Rajahmundary town?

Page 7, *verse* 27.—(8) The tailor girl is indeed an expert in the art of coition. She combs her forelock, she brings her face in touch with that of the mate, she unties the front portion of her wearing apparel and satisfies her lovers in dins (of copulation), while her private organ moistens.

Page 2, *verse* 4.—(9) The Brahmin woman placed dungballs on the front portion of her house in the early hours of the morning, with the gracefulness of one playing balls, even like a woman performing coition from above her partner, while the neck ornaments over her breasts, ear pendants and forelocks tossed to and fro.

Page 2, *verse* 7.—(10) During the time of sexual cohabitation the banyan woman is characterised by refractory feelings and words, untoward acts, stinking body, bad appearance, dirty cloth, never satisfied but abiding attachment, the look of a separated lower and something of woebegoneness and spittling mouth.

Page 4, *verse* 13.—(11) Mark you, there comes the Karnáta girl wearing a dyed cloth with three strings of neck ornament adorning her breasts, her plaited hair-locks dancing on her neck, shivering with the fatigue of the previous night's intense copulation with some lover.

The following verses of R. Venkataranga Rao are included in some of the copies of the seized by the Police.

Page 14, *verse* 57.—(12) A grass woman cuts grass with her face sweating, her neck ornaments tossing over her breasts, her dress-knot over the loins loosened, disclosing to the public gaze her private organ, her side looks facinating her lover's hearts and the apparel over her breasts slipping away from its position.

Page 14, *verse* 59.—(13) If you have the capacity to perform coition with me to my heart's content, come and enjoy my youth and give satisfaction; otherwise hold back if your only wish to see my secret organ, for I have my husband to do that at home.

Page 14, *verse* 60.—(14) The breasts of the maiden exhibited the following course of development till they resembled the cannon balls of the cupid. At first the areas round the nipples were smooth, then they sprouted, next they shot up, next the nipples assumed points like the scales of a balance, next they gradually grew into the size of an apple, golden balls, ponna (Rottleria Tinctoria) fruits, lemon fruits, boquet of flowers, toys, large hill oranges, pots and golden hillocks. During the period of their growth, youngsters of the opposite sex began to bite their lips, fixed their gaze on her and entertained amorous emotions.

Page 7, *verse* 30.—(15) A girl of the Vaddi caste comes here, dressing herself so as to expose to public gaze her private organ, etc.

(vi)

Hamsa Vimsati.

[Enclosure No. VI to the Minute of Dissent.]

Canto I.—In this canto a pimp tempts a housewife into adulterous thoughts in the following verses:—

Verse 91.—(1) It is not in the fitness of things that his (your husband's) savage hand should handle your lovely and full-developed breasts, nor that his crooked teeth should bite your ruddy lip, nor that his thick lips should kiss your beauteous cheek, nor that your golden frame should come in contact with his rough body in copulation. You are quite pretty like a nice toy fascinating to the eye, whereas your husband is like a monkey. How in the world can you copulate with him?

Verse 93.—(2) What if one's husband is pretty and nice? Is it possible to gratify oneself with the life-sustaining eighty-four postures during the act of copulation with him? (While this is possible when mating with a paramour).

Verse 94.—(3) During the progress of coition with one's husband, the wife should not chuckle, nor laugh, nor poke him on the side, nor pinch his cheeks, nor assault him with breasts, nor exhibit excitement nor get over him and to perform feats of copulation, nor give out amorous cooings (the idea intended to be conveyed is that in order to enjoy these pleasures, one should seek the company of a paramour).

Verse 100.—(4) Upon this, Héla addresses Hémávati thus:—Youth fades day by day. A lovely damsel in the fulness of her love must gratify herself, locked up in the embrace (of a fitting partner).

Verse 101.—(5) When you are agitated by love, don't you care for your husband, friends, father-in-law or mother-in-law or relations.

Verse 102.—(6) That woman is indeed worth nothing, who does not lightly scale up the high walls of forts (to meet her paramour), who cannot ford even foaming rivers, who has not the cleverness to father one's misdeeds upon another, who cannot successfully carry out her object, ... cannot command the cool-headed-

Verse 135.—(7) If a woman adjusts herself during copulation to the feelings of her partner, grace, attainment of one's desire and joy abounding, will be hers.

Verse 242.—(8) During the process of copulation with each other, the following incidents have taken place:—Unsatiated embraces, kisses, bitings of lips, amorous slappings, amorous handlings, unsatiated copulative postures in all the eighty-four different varieties, tickling the excitable nerve centres, amorous murmurs, gigglings, loud laughs and smiles at the sounds of *takula, kakuta, takakataka.*

Verse 243.—(9) While he was copulating with her, immersed in coitous emotion, indulging in sweet pleasantry (her husband called at the door).

Canto II—

Verse 24.—(10) Whenever the husband was engaged in arranging warb and woof or in weaving, whenever he messed or went to sleep, she used to copulate with her paramour in the lodgings of her neighbouring friends, eluding the observation of her husband.

Verse 52.—(11) In haste he gored her huge breasts with his sharp nails, she loaded his cheeks with kiss after kiss, he bit her lip with the tip of his teeth in full passion, while they were lying with each other in this fashion, she got up over him for copulation.

Verse 53.—(12) She performed *coitus extraordinarius* from above him, during which her sandalwood and musk coatings were split, her ear-rings tossed to and fro, the flowers were unlocked from her tossing plaited locks; her turmeric mark (on her forehead) streamed down through sweat, her eyes widened, she gave out amorous cooings, her bracelets created sounds of *jhan jhan*, her neck ornaments oscillated on her breasts, her forelocks danced on her forehead, in the midst of sounds arising from the impact of their loins, nail pinchings abounded and she used to slap him in sport as he attempted to gaze at her private organ.

Verse 54.—(13) As their passion was inflamed during this process of extraordinary coition, they embraced each other closely. She widened the pupils of her eyes and embraced him, her lips became agitated. She captivated the heart of her paramour, amorous cooings abounded, her wearing apparel dropped down and copulative postures became plenty. Then her husband knocked at the door. She kept her lover in a corner and opening the door with her naked body, she screened her husband's eyes with her palm and made a sign to her lover to escape. She justified her conduct to her husband with a lie, saying that she happened to prepare herself for a bath just when he knocked at the door and to avoid being observed in her nudeness by him, she screened his eyes.

Verse 107.—(14) The Brahmin catching hold of her (by force), began clandestine copulation with her, uttering broken words, without sucking her lip, without playing with each other on bed, without hearty embraces, with glimpses of pleasure, without fortitude, without *pan supari*, without tooth-bites, with fears (of discovery), without amorous cries and without unloosening even the dress-knot over her private parts.

Verse 108.—(15) Then she fetched him to her home, turning this way and that (to assure herself of escaping observation by others) with her forehead bedewed with gentle drops of sweat, with her hair-knot loosened and intermixed with pieces of straw in the street (for she spread herself on her back in the dust of the street for copulation), with her cheeks ruddy, with her necklaces thrown on the back, with the hair of her body standing at on end, with her back dusted all over, with smiles dancing on her sweet lips, with her face bent down in half-looks, with staggering thighs and in the attitude of tying up her loosened apparel.

Verse 109.—(16) Ever since that time she used to gratify him with copulation whenever opportunity presented itself and made him a slave to sexual passion.

Verse 111.—(17) She would hand over to him presents of delicious cheese, ghee, curd with cream, milk of cattle calved, butter and doles of ready cash for sundry expenditure and importune and invite him for copulation incessantly.

The next set of obscene verses occur in the fifth story (canto II) which is about a Brahmin married woman who, while administering drinks in a watershed to travellers with her husband, meets with a good looking traveller and feeling excited to lust, embraces him in the presence of her husband and explains her conduct by devising a lie to the effect that he was a run-away cousin of her, long unheard of and that his sudden appearance there excited her affection.

The obscene verses are—

Verse 147.—(18) Not satisfied with copulations with her husband, she has been wearing herself away with anxiety for another man's copulation.

Verse 148.—(19) Having taught the good looking youngsters of incontinent habits several feats of surprising copulation, she wanders in search of combatants for coition.

Verse 170.—(20) (Having encountered a fine looking Brahmin traveller and taken him as a guest in her house by means of well-conceived lies), she engages him in copulation day and night.

Note.—The sixth story (canto II) describes how the wife of a goldsmith indulged in illicit sexual commerce with an apprentice in her husband's shop. The following verses are some of the worst that occur here.

ராதிகா சாந்தமானாள் | தெலுங்கு மூலம்: முத்துப்பழனி | 223

Verse 199.—(21) By means of quibbles, sprightliness, suppressed smiles and sweet words she captured his mind and introduced him into copulation with her.

Verse 200.—(22) Exciting endless sexual infatuation in him, she enamoured him into copulation whenever he happened to be alone in the house.

Verse 201.—(23) During the hours when her husband happened to work at home, he used to learn work under him, and during his absence he used to approach his wife and learn the art of copulation with her.

Verse 206.—(24) (When the apprentice happened to go inside to fetch the scales), she aimed at winning the Cupid's empire (of course by sexual indulgence), and approaching him, she shut the door and began to carry on copulation.

Verse 207.—(25) By graceful kisses, by pretty amorous gesticulations, by fascinating sportive flirtations, she melted his heart into copulation.

Verse 208.—(26) Involved in copulation, he overstayed in the house and this set the goldsmith athinking.

Note.—When the husband knocked at the door, she cut off the strings of the scales and contrived an ingenious answer by saying that the fool of the apprentice, having cut off the strings of the scales, locked up the door in order that he may set it right unobserved.

The seventh story (Canto II) is about a bunyan wife and husband, both of whom used to go out in search of partners of their own liking. They happened to select a man and a woman in the same house and met each other in sexual intercourse and discovered their identity during cohabitation and she devised a story that she worshipped Kali to restore her husband to her love and that the deity brought her there and thus escaped danger.

The following obscene passages occur here—

Verse 249.—(27) Directing their looks in all directions, they performed copulation, her hair stood on end owing to the handling of her breasts all on a sudden; all at once he kissed her lips and cheeks; they were impatient to untie the dress-knot over her private part and the bodice-tie; in a hurry they pinched each other and bit their lips.

(vii)

Tara Sasanka Vijayamu.

[Enclosure No. VII to the Minute of Dissent.]

Canto 3—*Verse* 82.—(1) Some impotent men, unable to gratify the sexual passion of their wives and intending to safeguard them from the touch of other men, have laid it down that it is sin to copulate with another man's wife. Why do you distress yourself on account of their writings?

Verse 88.—(2) Why do you vex me like this? Come and give me the pleasure of your company forthwith. The bee taps many a flower (without any taint of sin). Does sin then attach itself to man (who is even like the bee)? Can heaven offer pleasures superior to what the embrace of a woman, who approaches you of her own accord, gives you?

Verse 89.—(3) Imploringly beseeching him not to gainsay her request, she pressed close upon him and enclosed him in her embrace, while breasts swelled, the covering over them slided, the whole body glowed with emotion, the dress-knot over the loins became loosened and the concussion of her bracelets and waist band-bells produced tinkling sounds.

Verse 93.—(4) She dropped herself over her lover's bosom, while the sounds of her bracelets mingled with her sighs (of relief), her body glowed with emotion, her dress-knot over the navel slided down in the outburst of sexual passion and one of her organs (meaning her private organ) overflowed (with seminal emission).

Verse 94.—(5) Like two snakes copulating with each other, they inter-twined each other's bodies during coition by bringing into close contact, face against face, chest against breasts, arms against arms, thighs against thighs and joining their feet and calves into one.

Verse 95.—(6) During the progress of copulation, now she hugged him and approached his countenance and sucked his lip every now and then, now she appreciated her lover's skill in coition and, embracing him close to her, loaded him with kiss after him in ecstasy, again feeling dissatisfied (with her lover's performance), she got up over him, begged him to obey her behests (in the posture of coition she had arranged) and pressed her heels against his backbone; again fully versed in the secrets of cupid's art and laying aside feelings of reserve and modesty, she pressed against his form so as to make the two forms into one, now she attached herself to him like a needle holding fast to the magnet, now she coiled herself round him like a tendril, and melted herself like a piece of amber melting in the moonlight.

Verse 96.—(7) During coition, she became so overpowered that she failed to feel when her lover closely handled her breasts, nor when he gored them with the tips of his sharp nails, nor when he bit her tender lip so as to leave scars thereon.

Verse 97.—(8) During the act of coition, they interchanged love pranks, slappings, beseechings, comforting wranglings, changings of side postures, acts of cleverness, empty words, kisses whenever opportunity gave room, importunities, humorous scoldings, deprecations and prayers to continue.

Verse 107.—(9) During the progress of coition, they attacked each other like two bulbuls and pigeons which chase each other and copulate.

Verse 108.—(10) They copulated with each other as two wrestlers of equal prowess wrestle with each other, pressing their bosoms against one another.

Verse 109.—(11) In her impatience to copulate, she got up over him, while the knot over the navel gave way, and began coition in the midst of the commingling sounds of the precious stones in her bracelets and of the bells hanging from her waist band.

Verse 110.—(12) During the coition, she seated herself over him in a beautiful posture, spreading the lustre of her form around, while her waist agitated through the weight of her portly breasts and she presented the appearance of one attacking him. She appeared as a clever actress trained by cupid.

Verse 111.—(13) She performed *coitus extraordinarius* over him, now playing like a fat elephant tied up to a post (suggesting that the male organ serves for the post here), now attacking him like a far-famed wrestler, now posing herself over him like a gymnast, again rising and falling over him with the ease of a ball, now hugging, now giving out professions of love and now taking rest from fatigue.

Verse 112.—(14) During the act of *coitus extraordinarius* performed by her, she sucks the lips of her lover like a bee sucking honey from the lotus, she attacks him like an elephant attacking a hill and thrusts her breasts against his chest . . . She exhibit fatigue like a jasmine flower cut off from the creeper by the wind, she pats him for his patience and gives her lips to suck, she gives him support for the act and chides him, directing him to express amorous murmurs properly, she cuts jokes that he is much tired of coition and strokes him with her hand.

Verse 113.—(15) That expert in copulation played upon the form of her lover (during the act of *coitus extraordinarius* in a fit of love's infatuation, her ear-pendant set with rubies danced in company with her diamond ear-rings; sweat drops gathered thick over her forehead, her hair-knot became loosened, distributing odours, the pearls in her neck-pendant were dislodged; the brooch suspended on her forehead danced this way and that her lotuslike face faded through fatigue, her lover cast loving looks over her, and her looks resembling flashes of lightning struck deep into her lover's heart.

Verse 114.—(16) Immersed in the passion of copulation, they passed days and nights . . . . sportively pinching each other, eying each other with looks full of love and accommodating each other in copulative postures in appreciation of each other's adroitness in the act.

Canto IV—*Verse* 61.—(17) Oh! How do I pant for the day when I can meet my sweetheart who used to give out amorous cooings in choice tones during the process of extraordinary coition, while she dispersed lightning flashes from the pupils of her eyes and the ruby-set brooch suspended on her forehead danced this way and that.

Verse 62.—(18) I cannot adequately picture to my memory the grace of the sportive acts enacted by her, when on one occasion she rudely shrouded herself in sportive anger with me, I passed my hand hesitatingly, she pretended to ward it off in resentment and reached it to her portly breasts, untied the dress-knot over her loins with ease (for copulation).

Verse 63.—(19) I ruminate in my mind her skill in copulation when one day she had just finished her bath and covered herself with the corner of her wearing apparel, without wearing bodice, and began to dry up her hair; I embraced her and she engaged me in copulation.

Verse 65.—(20) I had once raised up one of her thigh on the biceps of my arm, leaving alone the other thigh, and handling one of her breasts with one of my hands and catching her tuft of hair with the other hand, I copulated with her, making sounds of *taktaka, taka.* She heartily laughed, noticing my procedure. When can I see my golden jewel again?

Verse 68.—(21) During copulation she used to press me to her side for a minute while her golden bracelets made noise; not satisfied with this, she placed me over her and enjoyed copulation for a while; not satisfied even with this, she got up over me and, begging me to bear patiently, she began to give surprising onslaughts for a time; without finding gratification even after this, she energetically prepared herself for gentle thrusts of coition for some time; for a while she gave forth amorous murmurs of a cuckoo, for a short while she began to importune (for continuation of coition); she excited herself and incited my passion, and engaging me in copulation, she tried me and became tired indeed I have never seen the like of her.

Verse 69.—(22) Copulation with one's married wife is no good, since it begets children. Copulation with a dancing woman engenders loss of money; copulation with women in nooks and corners is reprehensible since it is procurable through mighty efforts; alone among all kinds, copulation with another man's wife who solicits the same is the best.

68

49

Verse 70.—(23) Does it fall to the lot of every man to enjoy the company of a woman who is characterised by tidiness, love for the partner, exquisite beauty, youth, taste, cheerful looks, attractiveness, fascination, adroitness in copulation, all in one.

Verse 72.—(24) Oh moon-faced damsel! Can I ever again enjoy copulation with you, with your cheeks sprinkled with gentle sweat drops, with your sweet lips full of my tooth impressions, with your eyes exhibiting marks of fatigue, with your importunities of continuation of coition in a mood of incomplete gratification, with your amorous notes and your adroit postures?

Verse 73.—(25) Oh my damsel! I turn over in mind the beauty of the marvellous extraordinary copulative dance you feted me with, while I encouraged you with exclamations of "Brave," "my sweetheart, my belle, my beauteous flower creeper, excellent, my fountain of loveliness Verily, this is the trumpet of Cupid. Good, good, thou black-haired love."

Verse 74.—(26) Oh my swan! I ruminate in my mind that lovely spectacle presented by you as you got down the bed of flowers, with dishevelled looks, with a sandalwood paste on your body split all over, with your bodice untied, with your ill-arranged apparel, exposing the Cupid's home (your private organ) and with your eyes showing marks of fatigue (through coition.)

Verse 75.—(27) Why do you persist? I can't bear but drink the nectar of your lips Oh, how hard is your heart! Pray, give me a kiss, don't scold me, don't torture me with vexation, don't screen the Cupid's court house (your private part) which I long to look at. Oh! you queen among women! Why are you so obstinate now and then?

Verse 76.—(28) Even the Creator cannot describe the pleasures of the excellent copulation I enjoyed with you while you stood on one of your legs, bending the other leg and supported yourself with your arms, full of the sounds of the golden bracelets, on my shoulders and pressed your breasts against my bosom.

Verse 77.—(29) Oh my gold! when can we once more copulate in the room provided with standing mirrors, intertwining our thighs into one another, sucking each other's lips and observing our pictures in the mirrors?

Verse 78.—(30) When I once approached you, full of passion, you said, intending to disappoint me, that you were in menses. Then I stood motionless with heaving breath in a fit of disappointment; did you not laugh at me and forthwith take me into your embrace?

Verse 80—(31) You meet my wishes, you always, incite me to copulation, you press your breasts against my bosom, you delight me with *coitu, extraordinarius* immediately after you induce me to coition, next you load me with praises. Oh thou, love of portly breasts, I do not find your equal among women in this world.

Note.—Most of these verses have lost their force in the English garb; their effect is telling in the original

(VIII)

Ganikagunapravartana Táráveli.

[Enclosure No. VIII to the Minute of Dissent.]

Verse 5.—(1) The (dancing) women fish out paramours like rabbits in the kitchen, adorning themselves with petticoats in order to tie up their breasts which hang like empty leather bags; they wear a gown in order to screen their private organ which resembles a dried up acacia fruit; they colour their eyes with collyrium and screen the baldness of their eye-brows with a black paste and arrange their forelocks in a beautiful fashion.

Verse 9.—(2) Is it advisable to think of the (dancing) women who rob the wealth of their paramours with the help of their private organ, which is like a fire trench kept in the gable end of a house, which may be compared to a triangular furnace, a drainage channel, the hole of a bandycoot, a fæcal repository, a stagnant grain-pit, a detestable stink emitting noxious odours, which is a receptacle of male organs, a decaying leather-bag, a passage draining urine, seminal fluid and blood and which is an instrument for earning money for prostitutes.

Verse 13—(3) Their cunning eyes captivate paramours as the net catches fish; they adorn themselves in order that people may not be scared away at the sight of their inner defects; their private organ receives and emits red male organs as bulky as red plantain fruits; they mix in coition with their paramours with pretentions of love and earn praises and money from them. Is it possible to describe the misfortune of these that resort to their quarters?

Verse 15.—(4) Indeed, God must have made the private organs of dancing women with bellmetal. Mark this, she has a Vysya paramour to supply sundry articles of daily use gratis; she has a dealer in scents to supply scents gratis, she has a weaver paramour to supply clothing; and she has a Sowcar to meet all sundry demands.

Verse 16.—(5) Do harlots deserve ones choice, who attract men by various artificial adornments? They keep their shaky teeth tight with golden straps; they apply black paint to their hair and arrange them into a side knot; they keep their *pan supari* boluses in their mouths in order to level up the repelling depressions in their cheeks; they apply the smoke of the yellow

myrobalan to their private organ (to reduce the size of the cavity) and remove the hairy growth therefrom; they gag the mouth of their privated organs with pieces of coloured cloth in order to stop the flow of venereal poison, and they wear beautiful dress and sprinkle perfumery dust over their body.

Verse 18.—(6) To seek the company of a forward woman is like entering into a running stream, expecting that his hydrocele (rupture) will serve as a float.

(ix)

Kavi Chaudappa Satakamu.

[Enclosure No. IX to the Minute of Dissent.]

Verse 16.—(1) Women and brinjals are sweet in every part, but the base of the thigh (meaning thereby the private organ of a woman) and the base of the stem are by far the sweetest.

Verse 30.—(2) The embrace offered by a widow in youth is preferable even though she is in menses.

Verse 32.—(3) Moonlight is an ornament to the nigqt; ears are an ornament to a paddy field; breasts are an ornament to a woman.

Verse 36.—(4) Look here! God has brought into existence contrary phenomena. If the child touches the nipple of a woman's breasts, milk drops come out; if the same were it touched by her husband out of love, the cavity between her thighs (meaning her private organ) becomes moistened. Is it not possible for him to avoid this contradiction?

Verse 49.—(5) An impotent man's legs totter when he proceeds to mix in coition with another man's wife.

Verse 54.—(6) He who is provided with a cottage, a cot, a furnace, *pan supari*, tobacco, and a woman who is eager for copulation indeed, he is proof against discomfort through chill.

(x)

The Venugopala Satakamu.

[Enclosure No. X to the Minute of Dissent.]

Verse 10, *page* 7.—(1) A sense of heavenly beatitude creeps over us . . . . when we are overpowered during the course of coition.

Verse 17, *page* 10.—(2) A childless woman is abundantly fond of coition; a woman who has an attack of gonorrhæa has a glossy appearance . . . . A paramour who cannot provide for his concubine's maintenance is very vigorous in coition; the pelvic region of a jade has a bushy growth of hair.

Verse 20, *page* 12.—(3) The pelvic cavity is deep in women with slender thighs.

Verse 27, *page* 15.—(4) He who does not exhibit amorous peculiarities like endurance, amorous jokes, twitching of eye-brows, gigglings, sucking of lips, amorous cooings, nipping with nails, lover's quarrels lashing with plaited locks, impatient exchange of *pan supari*, thrusts against nippled breasts, energetic copulative feats, amorous actions, changing of thighs in the process of embrace, juxta-positions of each other's thighs, rolling over the bed out of excessive passion and coaxing during copulation, but falls flat on the woman like a rude ass, compares with a fattened buffalo during coition.

Verse 31, *page* 17.—(5) Those wo are ever-incontinent in lust always seek for coition.

Verse 38, *page* 21.—(6) Even the most beautiful woman like Rambha cannot derive happiness if she handles her own breasts.

Verse 53, *page* 27.—(7) The happiness of copulation with a lovely woman is appreciated only by a king and not by a miserable eunuch.

Verse 53, *page* 27.—(8) Coition with a concubine who cannot wet the passion by coaxing is the worst that can happen to a man.

Verse 56, *page* 29.—(9) Having prepared oneself for coition, one should not hold back out of modesty.

Verse 73, *page* 37.—(10) A poet must damnify even the greatest opponent, for even the testicles of Battachariar will not serve for a nutshel to store up red turmeric for marking foreheads; even the private organ of a princess cannot be used as a shoe-flower for devotional purposes; even the elephantine scrotum of Eleswaropadhyaya will not do for a gun of Rachur; even the pelvic hair of Talapaca Chinnanah will not do for the strings of a musical instrument.

70

Verse 76, *page* 38.—(11) What if a woman, whose body is lovely in all its parts, possesses hanging breasts?

Verse 84, *page* 42.—(12) A miser son of a prostitute hangs down his head on the approach of a mendicant like the worn out breasts of an old woman, like the woman who had prolapsus of the womb, like the running of dung from the rectum of an old ox, even like the vagina of a she-buffalo about to give birth to a calf, like the testicles of a man who has caught fire.

51

Verse 86, *page* 43.—(13) Even Brahma and Siva lose their wits just for the sake of the stinking urinary passage (*i.e.*, female organ).

(xi)

Bilaneyam.

[Enclosure No. XI to the Minute of Dissent.]

Canto II—Page 60, *verse* 134.—As he said so, she removed the screen (arranged between them to prevent them from seeing each other) altogether and reaching his bed forthwith, without hesitation, adroity, put forth her hands, asking him to bestir himself (for copulation) and pressed her breasts on his bosom; in response, the poet embraced her closely out of deep emotion.

Page 60, *verse* 135.—(2) The dress-tie over her loins became forthwith loosened even before he reached his hand there; her petticoat became untied before he gracefully handled her breasts; her looks began to take a full view of him even before he turned his looks on her lovely face and her modesty was relaxed (on account of the passion that seized her).

Page 60, *verse* 136.—(3) She then came upon him and gave him the pleasure of her embrace, burying her breasts in his bosom as the sounds of her bracelets abounded, as her organs glowed with emotion and as the Cupid in her was roused from torpor.

Page 60, *verse* 140.—(4) He addressed her thus—My darling! The dodge played by your father (in arranging a screen between us and poisoning our minds with lies so as to prevent the chance of our seeing each other) is indeed wonderful; give up all misgivings, there is no fear now; enjoy unparalleled copulations.

Page 64, *prose piece* 155.—(5) As the poet has thus beed giving expressions to her praise, she came upon him and steadily pressed her protruding, pointed, huge, closely grown, well-developed, lovely breasts (which equal the pair of poetical birds) against his bosom every now and then and became agitated; then he enclosed her in his arms and got ready without holding back (through misgivings of discovery or impropriety) and entertained her in copulation; in order to secure steady copulation, they pulled each other into close contact, sucked each other's lips and, while doing so, they planted tooth impressions on each other's lips and gently sighed when they became plenty; again during the exchange of extraordinary feasts of copulation, they sighed heavily out of abounding joy; then planted marks with their nails which are equal to Cupid's daggers; they readjusted their tangled forelocks when they proved an obstacle to exchange of looks; they amorously kissed each other without confusion in appropriate places; they bent their ears to the harmonious sounds of the bells suspended to her waist-band, anklets and bracelets, which kept music with the (copulative) dins of *ghut, phut, kum*, and with their sighs and exclamations to the effect "hold fast, leave off" they indulged and tired themselves in various copulative postures of snakes, loins, cocks, swans and other animals; they again copulated out of uprising passion and took rest now and then; they reunited whenever their forms fell as under and intertwined themselves; they attacked each other and holding fast (to copulative postures) as far as possible and without fagging or fainting, they assaulted each other in copulation with enthusiasm and without modesty or reserve, like a couple of elephants of sixty summers and scored a success over Cupid (who has been creating a disturbance in their hearts by rousing sexual passion) and became immersed in the ocean of joy.

Page 65, *verse* 156.—(6) As her hair stood on end, as her body full of sexual passion glowed, as modesty exhibited itself in the course of (copulative acts) as her peculiar, long-drawn, half-closed looks sparkled, as her face showed abatement of emotion, as she exhibited skill in changing sides, he gratified her and enjoyed pleasures of copulation and got infatuated now and then.

No. 348, Judicial, 4th March 1912.

Page 65, *verse* 157.—(7) The poet performed first copulation with her as she exhibited the following characteristics: her breasts were contracted through frequent embraces; she (now and then) became separated from her mate on account of half-closed eyes; her face was covered with sweat drops born of (copulative) fatigue; her underlip was severely dealt with; she did not give out amorous notes properly; she expressed indefinite expressions of appreciation; she felt a deep-spread thrill; she exhibited her inexperience; her form glowed all over with ecstasy of joy and her mind did not allow room for other ideas (than the single engrossing idea of copulation).

Page 65, *verse* 158.—(8) Freshly planted nail impressions, half-closed eyes, elegant jests ruby-like underlip glowing with the touch of her breath, hearty love peculiarities—these disclosed the moon-faced damsel's experiences of clandestine copulation.

Page 87, *verse* 118.—(9) I ponder over that girl who during the course of copulation performed by her from above me, while sweat drops dribbled down from her breasts and countenance and her forelocks spread themselves over her cheeks and her necklaces danced in confusion, cast her eye on me fondly and with genial smiles spoke breathless words.

Page 89, *verse* 130.—(10) I bring to my memory the woman who spreading herself on a bed of flowers and stretching her limbs full of sexual passion, embraced me and holding my lip in her month performed copulation from over me.

Page 89, *verse* 134.—(11) I worship the memory of that woman, who having suffered from the pangs of unbearable separation from me, began copulation from above me, without losing a moment, locking me up in her embrace, so as to keep every limb of my body in close parallel juxta-position with hers, with half-closed eyes and pinching my cheek.

(xii)

Vaijayanti Vilasamu.

[Enclosure No. XII to the Minute of Dissent].

Canto II—Verse 40.—At that time clandestine adulterous copulations took place between lovers, with the following characteristics: the parties did not adorn themselves with sweet-scented coatings; they did not indulge in nail-pinchings and tooth-bites; they did not chew pan supari; they did not wear flower-wreaths; they did not give out amorous cooings; they had no bed; they had no refreshing sleep; they did not indulge in postures during copulation; they did not wash their bodies fully and they had just to brave the perils of the situation.

Canto III—verse 8.—(2) Oh lotus-faced damsel, be thou my mistress in the performance of Cupid's worship (*i.e.*, in copulation) even like my mind which teaches worship of Vishnu.

Verse 13.—(3) My Lord, thou art well versed in the knowledge of God and Nature; thou hast asst offall attachment to senses; thou art immersed in the contemplation of God; thou hast no friend or foe; such as thou art, is it proper that thou shouldst long to penetrate into the drainage channel of urine, which may be compared to hell itself? (*i.e.*, is it proper that you should desire to seek copulation with me?) like illiterate men?

Verse 26.—(4) Lamp-light wets feelings of sexual enjoyment; it adds wealth; it chases away all fears; copulation where there is no lamp-light is devoid of pleasure; it is like mimic show in a dark room.

Verse 28.—(5) In order to enjoy the sight of dance to the full, one must fix his eyes on the feet of the woman; in order to fully enjoy music one must fix his eyes on her face; and unless one fixes his eyes on the spot (the woman's private organ) during the act of copulation, one cannot find full gratification.

Verse 35.—(6) (As she undressed herself and stood before him in a nude condition), the bachelar out of deep passion, fixed his eyes on that incomparable spot in her body (*i.e.*, her private organ) which is like a deer's foot-print imprinted on Cupid's flower-bed just prepared for sowing the seed which resembles the red tender leaf of the fig tree in the midst of Cupid's pleasure garden which looks like a glistening mirror in the centre of a festoon fringing the Cupid's home which is like the blue bell adorning Cupid's beautiful flower garden and which is (sweet to taste) like the core of a jack fruit retailed for sale in Cupid's shop.

Verse 42.—(7) There is no pollution in the case of the mouth of a dog engaged in a hunt, and in the case of the mouth of a woman with whom one copulates during the sexual process. They are pure and one need not entertain doubts of pollution on the ground that others before him have enjoyed the taste thereof.

Order—No. 348, Judicial, dated 4th March 1912.

Rádhikásántwanamu.
Vithi Natakamu.
Hamsa Vimsati.
Tárásanka Vijayamu.
Ganikagunapravartana Taravali.
Kari Chaudappa Satakamu.
Venugopála Satakamu.
Bilhaniyamu.
Vaijayanti Vilasamu.

The papers read above relate to a prosecution for an offence under section 293, Indian Penal Code, instituted in the Chief Presidency Magistrate's Court against M.R.Ry. V. Venkateswaralu Sastri of Messrs. V. Ramaswami Sastrulu & Sons, publishers of Madras, in respect of the publication by him for sale to the public of the nine Telugu books specified in the margin which contain numerous obscene and otherwise objectionable passages. It was represented to Government that the books in question are reprints and that as the sole motive of the accused in bringing them out is the promotion of the study of Telugu classical literature, the prosecution against him might be withdrawn on condition that he undertakes to destroy all copies in stock with him of *Rádhikásántwanamu* admittedly the most obscene of the nine books, and to issue only expurgated versions of the others for sale to the public. The Government have already directed the destruction of copies of the work above named and, as regards the others, appointed a Committee of Indian gentlemen, consisting of M.R.Ry. G. Venkataranga Rao Pantulu Garu, Chairman of the Telugu Board of Examiners, University of Madras, M.R.Ry. Rao Bahadur M. Rangacharya, Registrar of Books, and M.R.Ry. G. Kanakaraju Garu, Telugu Translator to Government, for the purpose of marking such passages in the eight works specified, which, in their joint opinion, should be expurgated on the ground of obscenity.

2. The Government have now received separate reports on the subject from the Telugu Translator on the one hand and from his two collaborators on the other giving a list of numerous words and passages in the books which should, in their opinion, be expunged. The latter gentlemen have also suggested revised readings. The Government have given their full consideration to the matter and have resolved to withdraw the prosecution against M.R.Ry. Venkateswarulu Sastri on condition that all copies of the three works named in the margin in stock with him are also destroyed under the supervision of the Commissioner of Police, as the Government consider the corrupting tendencies of numerous passages in these books to be as harmful as those of *Rádhikásántwanamu.* As regards the remaining five works M.R.Ry. Venkateswarulu Sastri should undertake not to issue, for sale to the public, other than expurgated editions and should be warned that the retention of obscene and objectionable passages will expose him to the risk of a further prosecution. It may be hoped that the Telugu Academy, which, it is understood, has recently been founded in Madras, will assist in the work of expurgation and be instrumental in infusing a healthier tone into the literature of that language.

Vithi Natakamu.
Hamsa Vimsati.
Tárásasanka Vijayamu.

3. The Text-Book Committees and similar organizations are, the Government trust, already undertaking the task of expurgation in respect of classical works of the nature now under notice in so far as they affect the school going population.

(True Extract.)

H. A. Stuart,
Ag. Chief Secretary.

To the Chief Presidency Magistrate.
,, the Commissioner of Police, Madras.
,, M.R.Ry. G. Venkataranga Rao Pantulu Garu, with C.L.
,, M.R.Ry. G. V. Appa Rao Pantulu Garu, with C.L.
,, the Telugu Translator to Government, with books.
,, the Registrar of Books.
Copy to the Deputy Inspector-General of Police, Criminal Investigation Department.
(...q of all and order only.)

Press, Madras, 73

Please strike off as corrected & send 16 copies. The G.O. has been struck. No further proof required. The matter at P & R sh. be inserted as indicated.

JUDICIAL DEPARTMENT.

NOTES CONNECTED WITH G.O. No. 318, JUDICIAL, DATED 4TH MARCH 1912.

[SUBJECT.—*Non-publication of unexpurgted editions of obscene Telugu books.*

Previous papers :

G.O. 491, *Mis.*, 1*st April* 1910.
„ 970 „ 24*th June* „
„ 208 „ 1*st February* 1911.
„ 507 „ 17*th March* „

Demi-official—from A. Y. G. CAMPBELL, Esq., C.I.E., Private Secretary to His Excellency the Governor.
To—the Hon'ble Sir HAROLD STUART, K.C.V.O., C.S.I., Acting Chief Secretary to Government.
Dated—Ootacamund, the 27th June 1911.
No.—C. 164-1.

"Mr. C. Venkataranga Rao, Secretary to the Madras Landholders' "Association, had an interview with His Excellency last Thursday, "June 22nd. In the course of the interview he informed His Excel-"lency that Messrs. V. Ramaswami Sastrulu & Sons and two others "have been prosecuted before the Chief Presidency Magistrate for "having published certain Telugu works which are alleged to be ob-"scene. Mr. Venkataranga Rao said that these works were 'classics' "and were written by poets who lived one or two centuries ago or are "translations of old Sanskrit works and that other editions of them "are now extinct; he stated that one of the books had been brought "out under the auspices of the Raja of Venkatagiri, that particular "book having been published by C. Sundarama Sastri. His Excel-"lency asked Mr. Venkataranga Rao to send a statement to me "about the books on which these persons are being prosecuted. "His Excellency asked me before he left Ootacamund to send the "statement to you and ask you to have the matter enquired into.

"Mr. Venkataranga Rao has not sent me the statement yet, but he "came to see me to-day and said that he was unable to draw up the "statement here as he had not got the necessary papers with him. "He is leaving for Madras to-morrow and promises to send me the "statement by Monday next. He is anxious the prosecution should "be stayed in the meanwhile. Do you think this can be done? "According to Mr. Venkataranga Rao there is a good deal of feeling "in Madras about these cases.

Demi-official—from A. Y. G. CAMPBELL, Esq., C.I.E., Private Secretary to His Excellency the Governor.
To—the Hon'ble Sir HAROLD STUART, K.C.V.O., C.S.I., Acting Chief Secretary to Government.
Dated—Ootacamund, the 28th June 1911.
No.—C. 164-2.

"With reference to my note of yesterday regarding certain cases "before the Chief Presidency Magistrate, I see from the *Hindu* and "*Indian Patriot* of the 26th instant that proceedings in the case "against V. Venkataswarulu of Messrs. V. Ramaswami Sastrulu & "Sons have been stayed by the High Court.

74

Chief Secretary—

The Commissioner may be directed to obtain an undertaking from Mr. Venkateswara Sastri not to publish hereafter unexpurgated editions of the nine specified works and himself to supervise the destruction of the copies already printed. Upon these terms the prosecution may be withdrawn.

C. W. E. COTTON—22-8-11.

Yes.

H. A. STUART—23-8-11.

Under Secretary—

A draft official memorandum to the Commissioner of Police is submitted. [The correspondence will be closed by a Government Order and printed on receipt of the Commissioner's reply.]

C.V.—23-8-11.

T.V.T.—23-8-11.

Issue.

S.H.S.—23-8-11.

Issued as official memorandum No. 3505-3, *dated* 24*th August* 1911.

From the Commissioner of Police, dated 5th September 1911, *No.* 547-*I.D.*

Honourable Member—

Hon'ble Mr. Krishnaswami Aiyar—

His Excellency the Governor—

I have to-day had an interview with Mr. Venkataranga Rao, who came to see me about this case. After some discussion, he finally admitted that the book *Radhikasanthwanam*, could not be expurgated, the objectionable passages being found on nearly every page. He agreed, therefore, that copies of this work should be destroyed.

2. I understood from him that the communication from Venkateswarulu Sastri which has been forwarded by the Commissioner of Police, was written after consultation with Mr. Venkataranga Rao, and he suggested to me that a copy of each of the remaining books in respect of which the prosecution has been lodged should be examined by (1) the Telugu Translator to Government, (2) Professor Rangacharya, Registrar of Books, and (3) Mr. Venkataranga Rao himself who is Chairman of the Telugu Board of Studies; that objectionable passages should be marked; and that the publishers should be required to cut out these passages from all copies of the books in stock. I recommend that this course be adopted and that the publishers be required to submit to Government a specimen copy of each book as expurgated before issuing them in this form to the public.

3. Mr. Venkataranga Rao also left with me the annexed lists. The first shows the names of the booksellers who sell these nine books. The second list gives the names of printers who are now printing the nine books in question, or who have printed them up to date. It will be observed that Rao Bahadur K. Viresalingam Pantulu, who is the principal mover in the matter of the prosecution, has himself printed one of the books—*Vaijayanti Vilasam*. As soon as the question of expurgation has been settled, these lists may be forwarded to the Commissioner of Police and to the Criminal Investigation department with a view to action being taken similar to that adopted in respect of the editions issued by Messrs. Ramaswami Sastrulu & Co.

I never thought the mover was disinterested. The Telugu Translator is the follower of Viresalingam.

V. K[RISHNASWAMI AIYAR.]

H. A. STUART—13-9-11.

I agree to the course proposed by the Chief Secretary.

M. H[AMMICK]—15-9-11.

Lists handed over by Mr V

I would rather have P. Srinivasa Charlu, B.A., B.L., an excellent Telugu scholar in place of the Telugu Translator or P. Rama Rayangar, M.A. But I won't object if the Translator is kept on.

V. K[RISHNASWAMI AIYAR]—16-9-11.

I accept the Chief Secretary's recommendations.

A. L[AWLEY]—18-9-11.

Under Secretary—

Draft official memoranda to the Commissioner of Police, the Telugu Translator to Government and the Registrar of Books, and a draft letter to Mr. Venkataranga Rao are submitted.

[It is presumed that action with reference to the concluding portion of paragraph 3 of Chief Secretary's note on the previous page should be taken after the case of Venkateswarulu Sastri is settled.]

C.V.—25-9-11.

T.V.T.—25-9-11.

Deputy Secretary—

S. H. SLATER—26-9-11.

Issue.

C. W. E. COTTON—26-9-11.

[Official Memorandum to the Commissioner of Police, No. 4370-1, dated 27th September 1911.]

[Official Memorandum to the Telugu Translator to Government / Registrar of Books No. 4370-2, dated 27th September 1911.]

[Official Memorandum to M.R.Ry. G. Venkataranga Rao Pantulu, No. 4370-3, dated 27th September 1911.]

From the Criminal Investigation Department, dated 25th October 1911.

Chief Secretary—

Vide G.O. 507, 17th March 1911.

With reference to the prosecution of the publishers of obscene books undertaken by the Criminal Investigation department in consequence of information supplied to me by the Telugu Translator to Government, the Criminal Investigation Department officer in charge of the investigation has registered eight cases under section 293, Indian Penal Code, in respect of eighteen books as detailed in the attached list.

Two of these cases have been charged before the Chief Presidency Magistrate. The defendants were (1) the author of the book *Indrajala Vidya Sangraham* named Venkateswaradu, and the printer (Ananda Press) named Ranganatham Chetti, (2) the editor and printer of the book *Rādhikāsāntwanamu* named V. Venkateswara Sastrulu of Messrs. V. Ramaswami Sastrulu & Sons, Madras. In the case of (1), the Government ordered in G.O. No. 997, Judicial, dated 17th June 1911, that the institution of criminal proceedings was not desirable and the case was dropped.

In the case of (2), Government ordered in Judicial Memorandum No. 3505-3, dated 24th August, that the prosecution should be withdrawn, and in a subsequent order (Judicial Memorandum No. 4370-1, dated 27th September), Government order that all copies of the book *Rādhikāsāntwanamu* should be destroyed.

In the same memorandum Government ordered that eight other books in the list attached (Nos. 3 to 10) should be examined by the Telugu Translator, the Registrar of Books, and the Chairman of the Telugu Board of Studies, but the Criminal Investigation Department

NOTES TO G.O. No. 348, JUDICIAL, 4TH MARCH 1912.

have no further information. In respect of the ten above books two criminal cases have been registered, of which one case has been withdrawn and the other is pending (in respect of nine books). It appears from Judicial Memorandum No. 4370-1 that Government intended that the prosecution should be withdrawn in this case, but as it is still on the Criminal Investigation Department file, definite orders to withdraw it are solicited. The books seized might be handed over to the Commissioner of Police, pending the report of the Telugu Translator. There are still six cases pending in respect of eight books (Nos. 11 to 18, in the list, inclusive).

The books in all these cases have been examined by the Translator and are obscene. In respect of book No. 11 *, 411 copies have been seized. In the other cases no books have yet been seized but they could be seized at any moment in large quantities.

* *Sringarapadya Ratnavali.*

In the light of the previous Government orders, it does not seem desirable to institute a prosecution in these additional cases and I recommend that the cases should be dropped, but that all available books should be seized by the Criminal Investigation department and handed over to the Commissioner.

They might then be examined by the Telugu Translator, the Registrar of Books and the Chairman of the Telugu Board of Studies and the objectionable passages ordered to be expunged.

Orders are therefore solicited as to what general or special action should be taken by the Criminal Investigation Department in respect of such books. There are hundreds of other similar publications in the presidency by very many authors and printed in very many presses. The Criminal Investigation Department have instituted prosecutions in two or three cases and a fine of Rs. 10 was inflicted in one case, but the results achieved have not been commensurate with the time and men used on the work. I submit that the best course would be for District Magistrates to institute enquiries in their own districts as to the existence of such books and take action themselves. I may mention that book No. 11 which is practically a compilation of books Nos. 3 to 10, was published by the Venkatagiri Samasthanam. This is the book of which 411 copies have been seized.

P. B. THOMAS.

No. 348, Judicial, 4th March 1912.

Serial number.	Name of the book.	Language.	Author.	Editor.	Printer.	Publisher.	Year in which printed.	Price.	Number of copies printed.	Number of copies seized.
1	2	3	4	5	6	7	8	9	10	11
1	Indrajalavidya Sangraham, Part I and II.	Telugu	Pattisapu Venkatiswardu.	Author	Ananda Press ..	Editor	1908	RS. A. P. 1 4 0 per each print.	1,000 copies in each part.	Nil.
2	Radhikaswantwanam ..	Do.	Maddu Pillai ..	Bangalore Nagaratnaum.	S. W. Thirumala Charya, India, Printing Works, 15, Broadway.	V. Ramaswamy Shastrulu Sons, 192, Esplanade, 323, Thiruvathur High road.	10th March 1910.	0 6 0	750	388
3	Veethiratakam	Do.	Srinatha (dead) and B. Venkatarangam Naidu Kavi.	V. Ramaswamy Shastrulu & Sons.	Ananda Press ..	Editor	1909	0 1 0	..	1,082
4	Venugopalasatakam	Do	Not known ..	P. Suryanarayana Thirthulu.	India Printing works by S. N. Thirumala Charya.	V. Ramaswamy Shastrulu & Sons.	1910	0 2 0	..	600
5	Tarasasankavijayam	Do.	S. Venkatpathy (dead).	V. R. Shastrulu ..	Editor's Press ..	Editor	1st March 1908.	0 6 0	1,500	575
6	Bilhaneeyam	Do.	P. Krishnaswamy (dead).	B. Venkatarangam Naidu Kavi.	Star of India Press.	V. R. Shastrulu ..	1908	0 4 0	198	198
7	Kavichoudappa Satakam ..	Do.	Chavdappa (dead) ..	I. Sadasiva Joshi ..	India Printing Works	V. Ramaswamy Sastrulu & Sons.	1910	0 2 0	..	770
8	Hamsavimsati	Do.	A. Narayana Maheya (dead).	B. Venkatarangam Nayudu Kavi.	Ananda Press ..	Do.	24th April 1909 ..	0 10 0	1,000	655
9	Vijayanti Vilasam	Do. .. .	S. Thimmayya (dead).	P. Suryanarayana Thirthulu.	Progressive Press, Baker's Street, Madras.	Do.	1909	0 6 0	..	287
10	Ganikagunapravartana Saravali.	Do.	Rasuveli Kavi (dead).	Saraswati Venkatasubbayya ~~Soodhi~~	India Printing Works	Do.	1910	0 1 0	..	573
11	Sringarapadya Ratnavali (Anthology); second edition.	Do.	Compiled by Madhi Jaganatha Mult Poch attached to Venkatagiri Estate.	Author	T. H. Sundara Rama Shastri, Saradamba Vilasa Press, Madras.	Venkatagiri Samastanam.	1908	2 4 0	750	411
12	Virali Vidu Indus (a treatise relating to narloti and prostitutes).	Tamil	Saravanaperumal Kavirayar.	Author	Lakshmi Narayana Vilasam Virabhadra Kavirayar, Madura.	Printer	1903	0 4 0	..	..
13	Do. do. ..	Do.	Vadivalu Mudaliyar.	Manimangalam Vadivalu Mudaliyar.	Vidyaratnakaram Press by Chidambaram Mudaliyar, Madura.	Do.	1902	..	..	..
14	Varanakuladithan Madal ..	Do.	Gnanananda Swamigal.	Author	Sundaravilasam by Saravanaperumal.	Kuppuswami Mudaliyar.	1904	0 2 0	..	..
15	Venukopalasatakom (for violation of Press Act.)	Telugu ..	....	....	G.B.R. Press ..	....	1907	..	..	..
16	Nandanar Natagam	Tamil	Natesa Gramani ..	Author	Vardappa Nayudu ..	Printer	1910	0 6 0	..	..
17	Rasikajana Manoranjanam, etc., 14 books.	Telugu ..	....	....	....	....	....	..	..	..
18	Tharasasankavijayam ..	Do.	....	....	....	....	....	..	..	..

ராதிகா சாந்தமானாள் | தெலுங்கு மூலம்: முத்துப்பழனி | 235

NOTE TO G.O., No. 348, JUDICIAL, 4TH MARCH 1912.

JUDICIAL DEPARTMENT.

Under Secretary—

No reply has been received yet from the Commissioner of Police, and the prosecution must be withdrawn only on the issue of final orders on the recommendations of the committee. The Criminal Investigation Department may be told that final orders as regards the withdrawal of the prosecution against Venkateswarulu Sastri will be passed and communicated to them in due course and that till then the case cannot be struck off their file. They may, perhaps, be told also to keep the books seized by them till then.

This may be done.
C.A.S.—17-11-11.
C.W.E.C.—18-11-11.
Yes.
M. H[AMMICK.]

Submitted these books should be dealt with in the same way as those in which Venkateswarulu Sastri was concerned.
C.A.S.—17-11-11.
C.W.E.C.—18-11-11.
Yes.
M. H[AMMICK.]
20-11-11.

2. In respect of the eight other books, it is for orders whether the six cases instituted by the Criminal Investigation Department should be withdrawn, copies of them being seized by the Criminal Investigation Department and handed over to the Commissioner for destruction. Perhaps the Commissioner should first be asked to obtain written agreements from the publishers of these books, as in the case of Venkateswarulu Sastri, before the prosecution is withdrawn. Many of these seem to be mufassal publications. In such cases the agreements should presumably be obtained by the District Magistrates concerned.

3. The general question referred to in the concluding portion of the Criminal Investigation Department's note is for orders.

C.V.—8-11-11.

The initiation of proceedings in respect of purely obscene publications may, perhaps, be left to the regular police and the District Magistrates to whom a copy of G.O. No. 970, Judicial, dated 24th June 1910, has already been communicated.

T.V.T.—15-11-11.

Deputy Secretary—

The enquiry into books of an obscene nature is one eminently for the Criminal Investigation department who can follow a general policy with regard to them. If such enquiries are left to District Magistrates no two districts will act alike. That is not to say that District Magistrates should not take any action. They must do so whenever occasion arises but the enquiry into the matter should, as now, be left to the Criminal Investigation Department.

C. A. SOUTER—17-11-11.

Honourable Member—

I endorse Mr. Souter's remarks throughout.

C. W. E. COTTON—18-11-11.

I agree. We cannot leave the matter to District Magistrates.

M. H[AMMICK]—20-11-11.

I should like to speak to Deputy Secretary about this matter.

H. A. STUART—21-11-11.

To lie over till the report of Venkataranga Rao's Committee is

From the Commissioner of Police, No. 547-I.D., dated 9th December 1911.

From the Telugu Translator to Government, No. 168, *dated 15th December* 1911.

Under Secretary—

The Commissioner forwards a joint report from the Registrar of Books and Mr. Venkataranga Rao and a dissenting report from the Telugu Translator to Government. The Translator saw the report of the other two gentlemen but did not show his separate report to them. In submitting a separate report without their knowledge they consider that he "has committed a breach of official etiquette."

2. There are thus two separate lists of passages in the eight books published by Venkateswarulu Sastri sent (1) by the Registrar of Books and Mr. Venkataranga Rao on the one hand and (2) by the Telugu Translator on the other. The latter includes the former completely and contains also several additions. These additions mostly consist of passages which are not obscene but which have a tendency, in the Translator's opinion to corrupt the morals of the young. As instances of this kind, attention may be invited to the English translations of verses 91, 100, 101 and 102 in Canto the First of *Hamsa Vimsati* as furnished by the Translator. Although the Translator submits lists of passages in respect of all the eight works he considers with regard to three of them, viz., *Vithi Natakamu*, *Hamsa Vimsati*, and *Tara Sasanka Vijayamu*, that "it is not possible to suggest any satisfactory and exhaustive process of expurgation other than their total destruction." He thinks they "are a standing disgrace to the Telugu language and to the Telugu community."

Paragraph 5 of report.

3. Where a word or passage or two and not a whole verse is recommended to be cut out the majority of the committee suggests amended readings, but the Translator considers it presumptuous "to usurp the function of a poet and suggest unobjectionable lines and expressions in the place of what is found objectionable in the books under reference."

4. The majority offer also the following suggestions—

Paragraph 3 of report.

(1) The Government should make it known to printers and publishers "that all editions of literary works intended for common "popular use in schools and colleges should be free from erotic "descriptions which are too gross."

Paragraph 4 of report.

(2) In the interest of the preservation of ancient classics publishers should be permitted to issue complete library editions of ancient classics, provided their price is fixed at a prohibitive figure and that such editions are not placed in the libraries of schools and colleges.

Paragraph 6 ibid.

(3) It should be "ruled that modern writers will make "themselves liable to censure and even more serious consequences if "they endeavour to imitate in any of their writings earlier classical "authors in respect of their freedom in the expression of the sensual "and the erotic in poetry."

5. The Telugu Translator is opposed to the suggestions above. Attention is invited to his remarks in paragraphs 1—4 of his "minute."

6. The questions for orders are—

I. Whether the Government will accept the recommendations of the majority in their entirety. If so Educational may be asked to agree as these recommendations may affect the text of books prescribed for schools and colleges.

II. Whether any orders are necessary on the suggestions referred to in paragraph 4 *supra*. These suggestions seem to be mainly for Educational, but before it is decided to remit them to that department, Judicial may consider whether the Translator's remarks about the legality and advisability of such instructions are not pertinent.

7. After the question of withdrawing the prosecution in the case of Venkateswarulu Sastri is finally settled the following points dealt with in this file may be taken up :—

(1) Action in regard to the other editions of the books now in question as directed in the concluding portion of paragraph 3 of Chief Secretary's note, dated 13th September 1911, at page 10 *ante*.

(2) Action in respect of books Nos. 11 to 18 in the C.I.D. list has also to be taken. Attention is invited to page 12 *ante*.

(3) Action on the general question referred to in the C.I.D. note on page 12 *ante* has also to be taken. Attention is invited to pages ~~10 and 12~~ 14 *ante*.

C.V.—16-1-12.
T.V.T.—18-1-12.

Deputy Secretary—

C.W.E.C.

The Telugu Translator may not be a disinterested critic of these publications (*vide* marginal note at page 10 *ante*), but I venture to think that he shows a clearer perception of the issue than his collaborators. There can, I submit, be no question that the publication of these books is an offence under section 292, Indian Penal Code. Please see Mayne's commentary under that section, and I.L.R, 3, Allahabad, page 837. It will be observed from ~~the list at B~~ one of the lists handed over by Mr. Venkataranga Rao that the books are being sold for trifling amounts, about 8 annas on an average. It is questionable whether the publisher's motive is the advancement of classical learning, but even if it were, the law has, I submit, nothing to do with a man's private motives. It is concerned with his acts as they affect the public. The corrupting tendencies of numerous passages in these books are obvious. It is true that the objectionable passages might be removed. But could an order for their expurgation be enforced, or continue in force? I submit that the Government have no power to make such an order. School authorities may, of course, do their ~~bit~~ best to see that these books are not introduced into schools, and this matter, ~~now~~ may be considered in Educational? But no executive orders can be binding on the publisher, and I submit that Government should either permit the prosecution to proceed, or else order its withdrawal on the ground that a criminal prosecution is not the best remedy for the disease.

Expurgated text-books may be insisted on for schools, but that is a matter for Educational. It is doubtful if any of these works would be prescribed as text-books even if freely ~~unexpurgated~~ expurgated.

C.W.E.C.

It seems hardly necessary to take notice of the Telugu Translator's "breach of official etiquette". But if it is decided to proceed with the work of expurgation, the Translator's minute of dissent, with its enclosures, may perhaps be sent to the other members for their remarks.

S. H. SLATER—26-1-12.

I agree and I would certainly not attempt expurgation for general purposes.

C.W.E.C.

Deputy Secretary—

Since I wrote the above note, I have seen Mr. Jayanti Ramayya, and he told me that a Telugu Academy is to be established shortly in Madras for the purpose, among other things, of determining certain canons of taste in literature. This may have the effect of creating a healthier public opinion in these matters, and this would be more effectual than the interference of Government.

C.W.E.C.

S.H.S.—1-2-12.

Honourable Member—

If a book is ~~so~~ frankly ~~obscene~~ and unmitigatedly obscene ~~as to warrant~~ a prosecution under section 292, Indian Penal Code, will lie against the publisher and under section 293 against any possessor of a copy, and destruction of the offending volumes can be enforced upon conviction—under section 521, Criminal Procedure Code.

In this case it may be possible to persuade the publisher to destroy all copies of—

Vithi Natakamu,
Hamsa Vimsati,
Tara Sasanka Vijayamu,

as the copies of Râdhikâsântwanamu have been destroyed, so as to remove the necessity for a prosecution in respect of those books. But it is no business of Government to expurgate the remaining volumes for *general* use, and in schools it will be sufficient to leave such matters to Text-Book Committees, who will not admit books which consist almost entirely of erotics, even if the title of classics is claimed for them.

C. W. E. COTTON—3-2-12.

I am not inclined to go back from the conditions made in our

NOTES TO G.O. No. 348, JUDICIAL, 4TH MARCH 1912.

preceding page and the omission of all filthy passages from the other books. We cannot decide what passages should be expurgated; that must be left to the author.

Tell the Police to get these three books destroyed *in toto* and the author and publisher warned as regards the other that they must now be withdrawn from circulation until they are expurgated, but that we are not prepared to say what particular passage should be expurgated or not. The publisher will run the risk, when he reissues the books of being again prosecuted if they are not properly expurgated.

The Text-Book committee must look after schools. But we must do what we can to prevent filth of this sort being retailed at 2 annas or 6 annas a copy to the public.

M. H[AMMICK]—7-2-12.

From the Criminal Investigation Department, dated 8th February 1912, No. D. 1906.

Chief Secretary—

Two obscene publications from Pondicherry have come under the notice of the Criminal Investigation Department and the sellers in British India were successfully prosecuted in both instances.

There have been no similar publications in any of the other French Settlements in Madras.

There is no necessity to take any special steps in this matter in consultation with the French Government at present. There are a number of obscene publications all over the Presidency, some of which, no doubt, find their way into Pondicherry and any obscene book published in Pondicherry very soon attracts the notice outside.

In this connection I would respectfully draw attention to the request contained in my note No. 1134 M., dated 27th October 1911, regarding obscene publications in which I requested the favour of orders indicating how future obscene publications in general in the Presidency should be dealt with.

P. B. THOMAS—8-2-12.

Under Secretary—

A draft order is submitted for consideration which, if approved, may go to Educational for acceptance.

2. After issue of the order now submitted, the three points mentioned in the office-note on page 16 *ante* will be taken up.

C.V.—19-2-12.
T.V.T.—21-2-12.

Deputy Secretary.

S. H. SLATER—22-2-12.
C. W. E. COTTON—23-2-12.

Honourable Member through *Educational*.

EDUCATIONAL DEPARTMENT.

Honourable Member—

Educational has no remarks to make.

L. DAVIDSON—27-2-12

LOCAL AND MUNICIPAL DEPARTMENT.

The draft may go.

M. H[AMMICK]—29-2-12.

The file may be returned to Judicial u.o.

R.S.—1-3-12.

M. S. MASCARENHAS—4-3-12.

JUDICIAL DEPARTMENT.

Issue.

S.H.S.—4-3-12.

[-6/7-].

10,000—25-9-07

Judicial 82 DEPARTMENT.

91P

Obscene publications:-

Passing orders in regard to the withdrawal on certain conditions of the prosecution instituted in the Chief Presidency Magistrate's court against a publisher of Telugu books in Madras for an offence under section 293, I.P.C.

READ

63

(1) O.M. to the Commissioner of Police, Madras, No.3505-1, d.28-7-11 (a)
(2) (C.No. 3854) from M.R.Ry., C.V. AppaRow Pantulu Garu, Madras, d. 28-7-11. (a)
(3) Letter to M.R.Ry.C.V. Apparow Pantulu Garu, No.3854-1, d.28-7-11 (a)
(4) (C.No. 4072) from the Commissioner of Police, No.547/ I.D. dated 7th August 1911 (a)
(5) O.M. to the Commissioner of Police, No.3505--3, d. 24-8-11. (a)
(6) (C.No. 4370) from the Commissioner of Police, No.547 /I.D. d. 5-9-11
(7) O.M. to the Commissioner of Police, No.4370--1, d. 27-9-11 (a)
(8) O.M. to the Telugu Translator to Govt. Registrar of Books No. 4370--2, d.27-9-11 (a)
(9) Letter to M.R.Ry. C.Venkataranga Rao Pantulu Garu, No.4370-3, d. 27-9-11 (a)
(10) (C.No. 5581) from the Commissioner of Police, No.547/I.D. dated 19-12-1911 (a)

ORDER No. 348, dated 4th March 1912.

P.S.

The papers read above relate to a prosecution for an offence under sec. 293 I.P.C. instituted in the Chief Presidency Magistrate's court against M.R.Ry. V. Venkateswaralu Sastri of Messrs. V.Ramaswami Sastrulu and Sons, publishers of Madras, in respect of the publication by him for sale to the public of the nine Telugu books specified in the margin which contain

Radhikasantwanamu
Vithi Natakamu
Hamsa Vimsati
Prasanka Vijayamu
Vanikagunapravartana Taravali
Kavi Chaudappa Satakamu

85
2
90/1

~~account the morals of the young~~. It ~~has been~~ was represented to Govt. that the books in question are reprints ~~of classics~~ and that as the sole motive of the accused in bringing them out is the promotion of the study of Telugu classical literature ~~so~~, the prosecution against him ~~may~~ might be withdrawn on condition that he under~~took~~takes to destroy all copies in stock with him of Radhikasantwanamu ~~as~~ admittedly the most obscene of the nine books, and to issue of expurgated version the others for sale to the public ~~only after ex-purgation of the objectionable passages occurring therein~~. The Govt. have already directed the destruction of copies of the work above named and, as regards the others, have appointed a Committee of Indian gentlemen, consisting of M.R.Ry.C.Venkata Tanga Rao Pantulu Garu, Chairman of

Bahadur M.Rangacharya, Registrar of Books, and M.R.Ry. C.Kanakaraju Garu, Telugu Translator to Govt., for the purpose of marking such passages in the eight works specified which in their joint opinion should be expurgated on the ground of obscenity.

2. The Govt. have now received separate reports on the subject from the Telugu Translator on the one hand and from his two Collaborators on the other giving a list of numerous words and passages in the books ~~that~~ which should, in their opinion, be ~~expurgated~~ expunged. The latter gentlemen have also suggested ~~also~~ revised readings. ~~of such words and passages~~. The Govt. have given their full consideration to the matter and have resolved to withdraw the prosecution against M.R.Ry. Venkateswarulu Sastri on condition that all copies of the three works named in the margin in stock

Vithi Natakamu

85

the supervision of the Commissioner of Police, as the Govt. consider the corrupting tendencies of numerous passages in these books to be as harmful as those of Radhikasantwanamu. As regards the remaining five works M.R.Ry Venkateswarulu Sastri should undertake not to issue ~~them~~ for sale to the public other than ~~[illegible]~~ expurgated editions and should be warned that the retention of obscene and objectionable passages will expose him to the risk of a further prosecution.

66

~~3. The Govt. are not prepared to indicate what these passages are or to lay down canons of taste in literature.~~ It may be hoped ~~They however trust~~ that the Telugu Academy which, it is understood, has recently been founded in Madras ~~is should ... [illegible] will be~~ will assist in the work of expurgation & be instrumental in infusing a healthier tone in the literature of that language.

4. The text book committees and

83

expurgation in respect of classical works of the nature now under notice in so far as they affect the school-going population.

67

C.V.
19.2.12

Dealt with ...

To

The Chief Presidency Magte.

The Commissioner of Police, Madras

M.R.Ry.C.Venkataranga Rao Pantulu Garu
M.R.Ry.C.V.Appa Row Pantulu Garu } with C.L.

The Telugu Translator to Govt., with books

The Registrar of Books.

Copy to the D.I.G. of Police, C.I.D.

(q of all & o only)

not for ~~... go to ...~~

No.

No ...

Return file intact

PRESS SLIP.

.690—27-4-11

ORDINARY. ~~PREFERENCE.~~ ~~URGENT (a).~~ 87

Judicial DEPARTMENT.

Current No. ...., dated 191

G.O., No. 348 ..., dated .... 4 .... 3 1912

Number of MS. pages sent { Correspondence ......(b) 94 ...... ; Notes ......(b¹) 46 ...... }

Brief subject ...... Obscene publications ......

Number (c) of copies required when struck off (not including copies for volumes and editors' table which are retained in the Press)	E. T. copies to supply requisitions for purchase by the public.	Complete correspondence and orders.	Notes.
FOR RECORD.*			
Madras Records	\	25	15
Ooty Records		3	3
For filing with original ...		1	1
Total ...		29	3

FOR ISSUE.†	Letter only.	Complete G.O.	Special issue copies of G.O. (c) No.	Special issue copies of G.O. Papers.	Notes.
Signature copies			5	9.X.O.	
India Office		2			
Govt. of India ...... Dept.		2			
Revenue Department					
Public Works Department					
Local and Municipal Department					
Educational Department					
...... Dept.					
Public Dept. / Judicial Dept. / Political / Financial Dept. / Marine Dept. / Ecclesiastical Dept. } Total					
Total ...					
Spare copies. The All addressees			10		
The					
The					
The					
The					
The					
The					
The					
The					
The					
The					
The					
The					
The					
The					

INSTRUCTIONS FOR THE SECRETARIAT.

658

(a) If a paper is marked to be printed urgently, the Superintendent of the section concerned should sign the Press slip. The Superintendent should exercise a careful discretion in the matter.

(b) Each letter, memorandum, or order, or set of orders, in the file of correspondence should be headed in succession with the Roman numeral I, II, III, etc., the number being written in red ink or blue chalk above the item. The particular papers to be printed in the special issue-copies should be indicated by the Roman numeral (I, II, etc.) by which that item has been headed in the correspondence file. All matter, including marginal remarks or references, to be printed should be written in ink and matter which should not be printed should be encircled. Initials and signatures that are not quite legible should be re-written distinctly.

(b¹) For rules regarding printing of notes, see rule 315 of the official Manual.

(c) The number of copies and the details of distribution should be filled in by the Superintendent or Referencer concerned.

(d) In the absence of special instructions to the Press to keep matter standing for a specified period, ordinary papers of 8 pages and under will be kept standing for *one* week, and larger papers for *two* weeks only. *The type of notes and of all confidential papers is distributed immediately after striking.*

(e) This slip, properly and completely filled in, should accompany every paper sent to Press; it will be returned by the Press when proofs are furnished; it should be sent to the Press when a call is made for revised proofs or when a corrected proof is sent for striking. When finally returned by Press it should be filed with the original order or letter.

INSTRUCTIONS FOR THE PRESS.

(a) If, in the opinion of the Superintendent of the Press, a paper has been marked urgent unnecessarily, he should send the Press slip to the Registrar with a remark to that effect.

(b) Unless a note to the contrary is made against the matter, pencil entries should not be printed. The Superintendent of the Press may bring to the notice of the Registrar any instance of incomplete or careless editing.

(c) Signature copies of letters to the Secretary of State or to the Government of India should be printed on hand-made paper.

(d) This slip should be returned by the Press to the Secretariat when proofs are furnished; it will be sent back to the Press when proofs are returned corrected and should be finally returned to the Secretariat when struck-off copies are supplied.

C. REILLY,

A
Please send proof in triplicate. The papers have been carefully edited.

.... Referencer.

.... Supdt.

TO PRESS, MADRAS, OOTY
B
Proof returned corrected. Please strike off and send number of copies as indicated.

Type may be released after usual interval, at once.

.... Referencer.

.... Supdt.

C
As the matter is in clear... has been carefully edited, (b) ... not be sent. Please print and s... number of copies as indicated.

Type may be released after usual int...

.... Refer...

SPECIAL INSTRUCTIONS.

TO BE FILLED IN BY THE PRESS.

Diary.	Initials of Press official.
Received in Press on...	....
First proof furnished on...	....
Call for revised proof received on..........................	....
Revised proof furnished on.....................................	....
Corrected proof received for striking on.................	....
Final copies supplied on...	....

Account of copies.	Complete copies.	Notes.	Issue copies.	Special E.T. edition.
Supplied to Secretariat for Record....				
„ „ „ Issue........				
„ „ „ Extra E.T. copies to supply requisitions for sale to the public.				4
For Volumes............				
For supply to newspapers and institutions admitted to the privileges of the E.T.				

Government of Madras.

JUDICIAL DEPARTMENT.

CONFIDENTIAL.

Recd.	1912.	*Enclosures*
Regd.		*Spare copies*

G.O. No. 1077, 4th July 1912.

Indexed

NP

2P

Obscene Publications.

Directing partial modification of the conditions laid down in G.O. No. 348, Judicial, dated the 4th March 1912, in regard to the withdrawal of the prosecution instituted in the Chief Presidency Magistrate's Court under section 293, Indian Penal Code, against a publisher of certain Tamil [illegible] in Madras.

Government of Madras.

JUDICIAL DEPARTMENT.

2/1077

CONFIDENTIAL.

Recd.	1912.	*Enclosures*	
Recd.		*Spare copies*	

G.O. No. 1077, 4th July 1912.

NP

ORIGINAL.

Obscene Publications.

Directing partial modification of the conditions laid down in G.O. No. 348, Judicial, dated the 4th March 1912, in regard to the withdrawal of the prosecution instituted in the Chief Presidency Magistrate's Court under section 293, Indian Penal Code, against a publisher of certain Telugu — in Madras.

No. 1077, Judicial, 4th July 1912.

CONFIDENTIAL.

GOVERNMENT OF MADRAS.

JUDICIAL DEPARTMENT.

Read—the following papers:—

I

G.O. No. 348, Judicial, dated 4th March 1912.

Abstract.—Passing orders in regard to the withdrawal on certain conditions of the prosecution instituted in the Chief Presidency Magistrate's Court against a publisher of Telugu books in Madras for an offence under section 293, Indian Penal Code.

II

Letter—from P. Hannyngton, Esq., Acting Commissioner of Police, Madras.
To—the Chief Secretary to Government.
Dated—the 8th June 1912.
No.—547-I.D.

With reference to the correspondence ending with your Endorsement No. 1604–1, dated 31st May 1912, on Current No. 1604, Judicial, I have the honour to report that M.R.Ry. V. Venkateswarulu Sastri of Messrs. V. Ramaswami Sastrulu & Sons, Madras, was sent for this day at my office and was informed that the prosecution now pending against him would be withdrawn on his giving an undertaking in accordance with the conditions laid down in confidential G.O. No. 348, Judicial, dated 4th March 1912. He has promised to give a definite reply on the 24th instant.

Order—No. 1077, Judicial, dated 4th July 1912.

In partial modification of G.O. No. 348, Judicial, dated the 4th March 1912, the Government are pleased to direct that the copies of the publications *Vithi Natakamu*, *Hamsa Vimsati* and *Tarasasanka Vijayamu* seized from M.R.Ry. V. Venkateswarulu Sastri may be returned to him upon his giving an undertaking in writing that he will not issue for sale to the public any but expurgated editions of the same. He should be warned distinctly that the sale of any unexpurgated copies or the publication at any time of an unexpurgated edition will lead to the revival of the prosecution or the institution of fresh proceedings against him.

(True Extract.)

A. G. Cardew,
Ag. Chief Secretary.

To the Chief Presidency Magistrate.
,, the Commissioner of Police, Madras.
,, the Telugu Translator to Government.
,, the Registrar of Books.
,, M.R.Ry. G. Venkataranga Rao Pantulu Garu.
,, ,, G. V. Appa Rao Pantulu Garu.
Copy to the Deputy Inspector-General of Police, Criminal Investigation Department and Railways.
(Paper I and Order only.)

CONFIDENTIAL

JUDICIAL DEPARTMENT. 3/1077

NOTES TO G.O. No. 1077, JUDICIAL, DATED 4TH JULY 1912.

[SUBJECT.—*Prosecution of a publisher of certain Telugu obscene books.*]

Previous paper:
G.O. 348, *Judicial, 4th March* 1912.

From the Commissioner of Police, Madras, No. 547-*I.D., dated 8th June* 1912.

Under Secretary—

The Commissioner will presumably send another report after the 24th instant. This may await its receipt.

C.V.—11-6-12.
T.V.T.—12-6-12.

Yes.

L. J. P. JOLLY—12-6-12.

Mr. Venkataranga Rao has been to see me on the subject of G.O. No. 348, Judicial, dated 4th March 1912. He complains strongly of the decision of the Government to require M.R.Ry. Venkateswarulu Sastri to destroy all copies of *Vithi Natakamu*, *Hamsa Vimsati* and *Tarasasanka Vijayamu*. He tells me that the *Vithi Natakamu* was written at the end of the 14th or the beginning of the 15th century A.D. and he contends that if the passages recommended for omission are left out there is nothing objectionable in its contents. I have been through the special passages translated by the Telugu Translator (pages 23 and 24 of the proof copy of the Order) with Mr. A | Venkataranga Rao. He tells me that these are not in the copies of the book published by Venkateswarulu Sastri. They are certainly not nearly so objectionable as the *Radhikasantwanamu*.

2. The *Hamsa Vimsati* was composed at the end of the 18th century and is much valued by lexicographists for its extensive vocabulary. Mr. Venkataranga Rao and Professor Rangacharya propose to omit or to modify practically all the passages to which the Telugu Translator takes objection. This remark also applies to *Tarasasanka Vijayamu*, a work composed between 1704 and 1731.

3. Mr. Venkataranga Rao asks that Venkateswarulu Sastri should be allowed the same option in respect of these three books as was given him in the case of the remaining works, viz., to remove objectionable passages and publish expurgated editions. We cannot of course prevent his publishing expurgated editions, but we have virtually given a decision which suggests that expurgation is impossible, and we have further required him to agree to the destruction of the copies now with the Commissioner of Police as a condition precedent to withdrawing the prosecution. I must say after careful examination that I do not see sufficient reason for making the distinction between these three works and those of which the copies will be returned to the defendant for expurgation, and I would return the copies of these three works also with a warning that the publication of an unexpurgated edition would lead to a revival of the prosecution or the institution of fresh proceedings.

H. A. S[TUART]—14-6-12.

NOTES TO G.O. No. 1077, JUDICIAL, 4TH JULY 1912.

H.E. the Governor—

Please see the statement of Mr. Venkataranga Rao marked **A**. I would propose first to call for the copies of the books published by Venkateswarulu Sastri and verify the statement at **A**. The subject will then be re-submitted for orders.

A. G. CARDEW—15-6-12.

I am ready to accept my Honourable Colleague's proposal *supra*.

M. H[AMMICK]—18-6-12.

Under Secretary—

As this further discussion of the matter may result in a modification of G.O. No. 348, Judicial, dated 4th March 1912, perhaps the Commissioner may be told that no undertaking need yet be taken from Venkateswarulu Sastri until further orders.

C.V.—18-6-12.
T.V.T.—18-6-12.

Chief Secretary—

As things stand at present it appears that, unless Venkateswarulu Sastri gives his undertaking by the 24th instant, the prosecution will be revived. Submitted that the Commissioner may be directed to await orders before taking further proceedings.

L.J.P.J.—18-6-12.

Mr. Hannyngton had better be told at once by demi-official to await orders before taking further proceedings against this man.

A. G. CARDEW—20-6-12.

Under Secretary—

A draft demi-official to Mr. Hannyngton is submitted.

C.V.—20-6-12.
T.V.T.—20-6-12.

Chief Secretary—

The case mentioned in I.L.R., 39 Cal., 377, pages 80 and 81, shows that a similar prosecution failed in Bengal, though the case was not exactly parallel with the present one.

L.J.P.J—21-6-12.

Please issue demi-official and re-submit.

A.G.C.—21-6-12.

Demi-official—from the Hon'ble Mr. A. G. CARDEW, C.S.I., Acting Chief Secretary to Government.
To—P. HANNYNGTON, Esq., Commissioner of Police, Madras.
Dated—Ootacamund, the 21st June 1912.
No.—1853-1, Judicial.

With reference to the correspondence ending with your official letter No. 547-1.D., dated the 8th June 1912, regarding the withdrawal of the prosecution against Venkateswarulu Sastri, I am directed to ask you to await orders before taking further proceedings against him.

Under Secretary—

Re-submitted with a draft order.

C.V.—21-6-12.
T.V.T.—23-6-12.

Chief Secretary—

L.J.P.J.—24-6-12.

Demi-official—from P. HANNYNGTON, Esq., Commissioner of Police, Madras.
To—the Hon'ble Mr. A. G. CARDEW, C.S.I., Acting Chief Secretary to Government.
Dated—the 24th June 1912.
No.—547-I.D.

4/1077

Venkateswarulu Sastri presented a petition this day at my office expressing his inability to give a definite reply to-day as promised as he was laid up with fever and requested the time to be extended till 1st proximo. I have accordingly allowed it. Your demi-official was received after he left the office. I shall, however, await further orders of Government as directed.

He is awaiting the result of the exertions of his friends, such as Venkataranga Rao no doubt.
A. G. CARDEW—29-6-12.

Honourable Member—

This man came to see me as he did the Honourable Member. I told him that if the books containing these obscene passages were published at such prices as would prevent their being bought except by a limited public of scholars, there might be some justification, but if they were published at 4 annas or 8 annas a copy, as is the case actually, it was obvious that the publication was intended not for the world of scholars but for the widest possible dissemination among all classes of the people. Mr. Venkataranga Rao did not even suggest in his conversation with me that the copies of these works *had been* expurgated and did not contain the obscene passages.

A.G.C.—29-6-12.

I understand that the copies seized by the police had not been expurgated although in one case the edition did not contain all the objectionable passages mentioned by the Telugu Translator. All that we propose to do is to return those copies and give the publisher an opportunity of expurgating them. I approve of the draft.

H. A. S[TUART]—2-7-12.

Issue.

L.J.P.J.—3-7-12.

[G.O. No. 1077, Judicial, dated 4th July 1912.]

CONFIDENTIAL.

GOVERNMENT OF MADRAS.

JUDICIAL DEPARTMENT.

Read—the following papers :—

I

G.O. No. 348, Judicial, dated 4th March 1912.

Abstract.—Passing orders in regard to the withdrawal on certain conditions of the prosecution instituted in the Chief Presidency Magistrate's Court against a publisher of Telugu books in Madras for an offence under section 293, Indian Penal Code.

II

Letter—from P. Hannyngton, Esq., Acting Commissioner of Police, Madras.
To—the Chief Secretary to Government.
Dated—the 8th June 1912.
No.—547-I.D.

With reference to the correspondence ending with your Endorsement No. 1604–1, dated 31st May 1912, on Current No. 1604, Judicial, I have the honour to report that M.R.Ry. V. Venkateswarlu Sastri of Messrs. V. Ramaswami Sastrulu & Sons, Madras, was sent for this day at my office and was informed that the prosecution now pending against him would be withdrawn on his giving an undertaking in accordance with the conditions laid down in confidential G.O. No. 348, Judicial, dated 4th March 1912. He has promised to give a definite reply on the 24th instant.

Order—No. 1077, Judicial, dated 4th July 1912.

In partial modification of G.O. No. 348, Judicial, dated the 4th March 1912, the Government are pleased to direct that the copies of the publications *Vithi Natakamu*, *Hamsa Vimsati* and *Tarasasanka Vijayamu* seized from M.R.Ry. V. Venkateswarlu Sastri may be returned to him upon his giving an undertaking in writing that he will not issue for sale to the public any but expurgated editions of the same. He should be warned distinctly that the sale of any unexpurgated copies or the publication at any time of an unexpurgated edition will lead to the revival of the prosecution or the institution of fresh proceedings against him.

(True Extract.)

A. G. Cardew,
Ag. Chief Secretary.

To the Chief Presidency Magistrate.
,, the Commissioner of Police, Madras.
,, the Telugu Translator to Government.
,, the Registrar of Books.
,, M.R.Ry. G. Venkataranga Rao Pantulu Garu.
,, ,, G. V. Appa Rao Pantulu Garu.
Copy to the Deputy Inspector-General of Police, Railways and Criminal Investigation Department (Papers and Order only)

CONFIDENTIAL.

G.O. No. 1077, 4th July 1912.

Obscene Publications.

Directing partial modification of the conditions laid down in G.O. No. 348, Judicial, dated the 4th March 1912, in regard to the withdrawal of the prosecution instituted in the Chief Presidency Magistrate's Court under section 293, Indian Penal Code, against a publisher of certain Telugu — in Madras.

PRESS SLIP.

ORDINARY.   PREFERENCE   URGENT (a)

.... DEPARTMENT.

Current No........, dated 190

G.O. No. 1077, dated 4-7-1902

Number of MS. pages sent { Correspondence 1 / Notes 9 }

Brief subject: Obscene publications

INSTRUCTIONS FOR THE SECRETARIAT.

(a) If a paper is marked to be printed urgently, the Superintendent of the section concerned should sign the Press slip. The Superintendent should exercise a careful discretion in the matter.

(b) Each letter, memorandum, or order, or set of orders, in the file of correspondence should be headed in succession with the Roman numeral I, II, III, etc., the number being written in red ink or blue chalk above the item. The particular papers to be printed in any special issue-copies should be indicated by the Roman numeral (I, II, etc.) by which that item has been headed in the correspondence file. All matter, including marginal remarks or references, to be printed should be written in ink and matter which should not be printed should be encircled. Initials and signatures that are not quite legible should be re-written distinctly.

(b¹) For rules regarding printing of notes, see rule 315 of the Office Manual.

(c) The number of copies and the details of distribution should be filled in by the Superintendent or Referencer concerned.

(d) In the absence of special instructions to the Press to keep matter standing for a specified period, ordinary papers of 8 pages and under will be kept standing for one week, and larger papers for two weeks only. The type of notes and of all confidential papers is distributed immediately after striking.

(e) This slip, properly and completely filled in, should accompany every paper sent to Press; it will be returned by the Press when proofs are furnished; it should be sent to the Press when a call is made for revised proofs or when a corrected proof is sent for striking. When finally returned by the Press it should be filed with the original order or letter.

INSTRUCTIONS FOR THE PRESS.

(a) If, in the opinion of the Superintendent of the Press, a paper has been marked urgent unnecessarily, he should send the Press slip to the Registrar with a remark to that effect.

(b) Unless a note to the contrary is made against the matter, pencil entries should not be printed. The Superintendent of the Press may bring to the notice of the Registrar any instance of incomplete or careless editing.

(c) Signature copies of letters to the Secretary of State or to the Government of India should be printed on hand-made paper.

(d) This slip should be returned by the Press to the Secretariat when proofs are furnished; it will be sent back to the Press when proofs are returned corrected and should be finally returned to the Secretariat when struck-off copies are supplied.

G. M. SCHMIDT,
Registrar,
Chief Secretariat.

Government of Madras.

Judicial (1912) Department.

ORDINARY MS.

G.O., No. 1209
Confidential
DATED 30-7-1912.

3P

[Abstract.]

Obscene publications:—

Declining to accede to the request of M.R.Ry. V. Venkateswaralu Sastry, a publisher of certain Telugu ------- in Madras that the question of his giving an undertaking in regard to the issue of those publications for sale to the public may be deferred until the result of the interview on the 7th August 1912 between His Excellency the Governor and a deputation of Telugu pandits is known.

Stock Form No. 137.

JUDICIAL
~~POLITICAL~~ DEPARTMENT.

CURRENT NO. 2002 JUDICIAL

Received _____ 191 , Registered 4 . 7 . 1912.

Subject.

Venkateswaralu Sastri

Reporting that —— —— requests that the question of his giving an undertaking be deferred.

ENCLOSURES.

No. 547

Station Madras , Dated the 2nd July 1912.

From (Name) P. Hannyngton, Esq.,

(Designation) Ag. Commissioner of Police.

To The Chief Secretary to the Government of Madras,

Sir,

With reference to the correspondence ending with my Demi-Official letter No.547/I.D. dated 24th June 1912, I have the honour to report that M.R.Ry., Venkateswaralu Sastri of Messrs. V. Ramaswamy Sastry & Sons requests that the question of his giving an undertaking be deferred till His Excellency the Governor receives the deputation of the Conference held under the auspices of the Telugu Academy, Madras and states that the deputation will wait at Madras upon His Excellency in the month of August 1912.

I have told him that he need not attend my office until he hears from me as I am directed to await further orders of Government.

I have

-2-

I have the honour to be,

Sir,

Your most obedient servant,

Ag. Commissioner of Police.

Stock Form No. 184.
4,000—9-12-10.

JUDICIAL DEPARTMENT 4C

Received .... 191 . *Registered* 191

~~CONFIDENTIAL~~

Subject.

Reporting that M.R.Ry., Venkateswaralu Sastri requests that the question of his giving an undertaking under G.O. No.1077, Judicial, dated 4th July 1912, be deferred till the result of the representation to be made to His Excellency the Governor by a deputation elected by the Telugu Academy, Madras, is known. -- --

ENCLOSURES.
No. ....
....
Spare copies

No. 547 (?)

Station Madras ...., *Dated the* 18th July 1912.

From (Name) P. Hannyngton, Esq.,

(Designation) Ag. Commissioner of Police.

CHIEF SECRETARY'S / 19 JUL 1912 / GOVERNMENT OF MADRAS

To The Chief Secretary to the Government of Madras,

Sir,

With reference to the correspondence ending with G.O. No. 1077, Judicial, dated 4th July 1912, I have the honour to report that M.R.Ry., Venkateswaralu Sastri of Messrs. V. Ramaswamy Sastri & Sons, Madras, requests that the question of his giving an undertaking be deferred till the result of the representations to be made to His Excellency the Governor by the members of the deputation elected by the conference held under the auspices of the Telugu Academy, Madras, is known, and states that the deputation has been directed to wait at Madras on His Excellency on 7th August 1912.

I have the honour to be,
Sir,
Your most obedient servant,

Hannyngton

Commissioner of Police.

NOTES. Page 6C

Judl. Department.

Withdrawal of
prosecution against
a publisher of certain Telugu
obscene books.

(C.No. 20/2) from the Commr. of Police, No. 54) [28 & 27. 1912

US:

Final orders have been passed on the petr's case in G.O. No. 1077, d 4th July 1912 and it seems unnecessary to consider his present request. [The Resolutions of the Conference of Telugu pandits are in the linked case.]

13.7.12

14-7-12

15.7.12

DS.

17/7

May be recorded with ref to G.O. No 1077 Judl-d. 4 July 12.

18-7-12

NOTES. Page 2

p 2 CF.

7C

(C No. 2232) from the Commr. of Police, Madras, No. 547/ of 18th July 1912

US.

p. 2 CF. In his present letter the Commr. repeats the statement that Venkateswarlu Sastri wants the question of his giving an undertaking postponed till the result of the interview between H.E. and the deputation of Telugu pandits which has been fixed for 7th August 1912.

For orders whether he may be told that the Govt. are not prepared to comply with his request.

C.O.
23.7.12

23.7.12

1077, d. 4.7. 1912 Q I don't think there is any need to modify the terms of the G.O. of 4.7.12; if the petitioner fails to give the undertaking the books will not be returned to him: if he offers for sale any unexpurgated editions he will be prosecuted. He may be told that Govt. decline in any way to alter the G.O.

CD

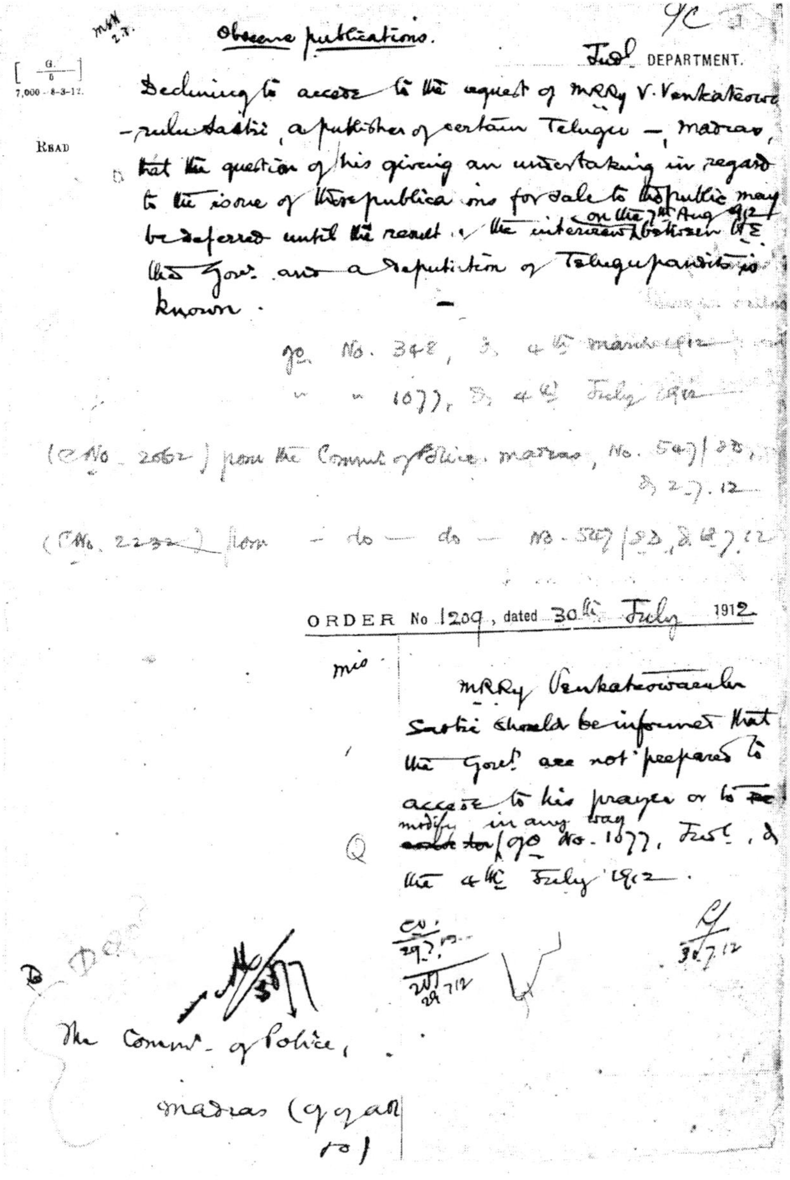

Obscene publications.

[G./5]
7,000 - 8-3-12.

Jud! DEPARTMENT.

Declining to accede to the request of M.R.Ry V. Venkateswarulu Sastri, a publisher of certain Telugu —, Madras, that the question of his giving an undertaking in regard to the issue of these publications for sale to the public may be deferred until the result of the interview on the 7th Aug 1912 between H.E. the Govr. and a deputation of Telugu pandits is known.

READ

G.O. No. 348, D. 4th March 1912
" " 1077, D. 4th July 1912

(C No. 2062) from the Commr. of Police, Madras, No. 507/28, D. 2.7.12

(C No. 2232) from — do — do — No. 507/28, D. 16.7.12

ORDER No. 1209, dated 30th July 1912.

M.R.Ry Venkateswarulu Sastri should be informed that the Govt. are not prepared to accede to his prayer or to modify in any way G.O. No. 1077, Jud!, D. the 4th July 1912.

30.7.12

To
The Commr. of Police,
Madras (G.O. 10)

CONFIDENTIAL

Public (1927.) Department.

Indian SERIES.

G.O. No. 355
Confidential
Dated 22-4-27.

[Despatch Abstract.]

CN° 1287

public

TO

The Honb'le Sir C. P. RAMASWAMI AIYAR,

K. C. S. I., C. I. E.,

Law Member to the Government of Madras,

MADRAS.

The humble petition of V. Venkateswara Sastrulu residing at No. 323, Triuvothiyur High Road, Tondiarpet, Madras respectfully sheweth.—

1. Petitioner is the proprietor of a long, established and wellknown firm of V. Ramaswami Sastrulu & Sons, Sanskrit and Telugu Printers and Publishers, established so long ago as 1856. Petitioner's firm is in fact the premier firm among Printers and Publishers and have had the unique distinction of bringing out rare editions of almost all ancient and valuable Sanskrit & Telugu works with the help of many eminent and distinguished Pandits and scholars of whom the petitioner's father was himself one.

2. Petitioner has in the ordinary course of business printed and published the following books among others:—

(1) Sasankavijayamu, (2) Bilhaneeyamu, (3) Hamsavimsathi, (4) Veedhinatakamu, (5) Ganikagunapravarthanatharavali and (6) Kavichowdappa Sathakamu.

3. Petitioner submits that on the 18th March, 1927, the police entered the petitioner's bookdepot at No. 292, Esplanade, and also the petitioner's press at 323, Triuvothiyur High Road, and on the authority of a search warrant issued by the Second Presidency Magistrate, Madras, seized copies of the above publications on certain information alleged to have been laid before the said Magistrate of an offence under Sec. 292, I. P. C.

4. Petitioner submits that the publications referred to above are works of art and represent some of the best literature in the Telugu language. In particular, the following four out of the said six publications viz., (1) Veedhi Natakamu, (2) Hamsa Vimsathi (3) Sasanka Vijayamu & (4) Bilhaneeyamu, are by distinguished Telugu poets who lived in the fifteenth and sixteenth centuries and whose names are household words in the Telugu country. These are classics in Telugu and as literary masterpieces have been universally read and admired by generations of Telugu scholars. They are books of abiding value to readers of Telugu literature. The Petitioner submits that it is unduly straining language of the section 292 of the Indian Penal Code to suggest that ancient classics that have been *extant* for centuries could be brought within the meaning of the section. Petitioner respectfully submits that classics in all languages and in all lands contain passages similar to those that are now complained of and would come

5. In particular the petitioner submits that Sreenadha's Veedhinatakamu is a work of the 16th century and there are few poets in Telugu who are as wellknown as Sreenadha. Further, the work is unique in its line being the only and perfect exposition of a type of Drama called "Veedhi." Veedhinatakam was published and sold without objection till 1911 or 1912 when in view of certain proceedings taken against the Petitioner and others, certain passages considered objectionable were omitted and the petitioner has printed and published editions of the said book omitting the said passages. Petitioner submits that no valid objection could possibly be taken to the editions of the book printed and published by him.

6. The next publication complained of, Hamsavimsati is again a work of the 16th century by Ayyalaraju Narayanamatya, an eminent Telugu poet. The book consists of twenty stories of great literary merit and for comparison may be said to equal in point of merit the stories in Boccacio's Deccameron. The stories therein describe twenty different handicrafts and professions and are intended to give the readers a picture of the life and manners of the sixteenth century. This work is most valuable as a storehouse of rare technical terms and expressions pertaining to the trades and occupations which have become partly the vocabulary of the Telugu language. It is a book that is indispensable to literature and Petitioner submits that the loss to Telugu literature will be inestimable should for any reason the book be proscribed. As in the case of Veedhinatakamu, Petitioner submits that the book cannot come under section 292 of the Indian Penal code.

7. Sasanka Vijayamu is a work of Sesham Venkatapathi who again is an eminent poet of the 17th Century and Tara Sasankamu, both on the stage and in literature, has existed through these centuries and has been considered part of the literary treasure of the country. Petitioner submits that no reasonable objection could be taken to the publication of this work.

8. Bilhaneeyamu is an adaptation by the translator of the famous Sanskrit classic of Bilhana and has during the last one hundred years commanded a widespread popularity among the Telugu reading public. It is a work dedicated to the grandfather of the late Dewan Bahadur Adinarayanaiya who was then a Dubash of the Nawab of Arcot. It is a book of great literary merit and is indeed one of the standard works of Telugu literature.

9. The other two books Kavichowdappa Sathakamu and Ganikagunapravarthanatharavali are books that have existed for over 70 or 80 years and contain mostly moral verses.

10. Petitioner submits that in all his editions of these and other books published by him he has been particularly careful to omit words and pass-

submits that on the question of obscenity of words and passages, the bulk of eminent scholars in the Telugu country have held views markedly different from those held by a few reformers headed by the late Rao Bahadur K. Viresalingam Pantulu. In point of fact eminent scholars like the late Professor: Rao Bahadur M. Rangacharlar who was deputed by the Goverment to look into this question held the view that there was nothing objectionable in these books and that the removal of passages on the ground of incompatability with modern sentiment would wholly destroy their value as works of art and the loss to literature by their removal would be irrepairable.

11. Petitioner begs to add that in connection with these very works, on complaint made in 1911, proceedings were initiated against the Petitioner and other Publishers and as a result of these proceedings a Conference of Pandits and scholars was held under the auspices of the Telugu Academy and a resolution submitting to Government that such proceedings were inexpedient and undesirable and were highly detrimental to the preservation and progress of Telugu culture was passed, and duly communicated. An influential deputation led by Mr. (now) Sir B. N. Sarma, K.C.S.I., and Mr. (now) Dewan Bahadur M. Ramachandra Rao Pantulu waited upon His Excellency the Governor. A committee consisting of Rao Bahadur Professor: M. Rangachariar and others was consitited and Petitioner understood that the committee could not be unanimous. However, petitioner was given certain marked copies of these books suggesting that certain verses were objectionable and they might be removed at his discretion in future editions of the books. Petitioner has accordingly exercised the best of his judgment and skill for want of any clear direction from the Government, expunged many passages from his editions of these books. The Petitioner begs leave to add that he has at all times been willing to abide by any clear directions that may be given to him, by the authorities concerned, in this matter and submits that as he has never received any such clear instructions he has been publishing these books omitting such passages which, with the intimate acquaintance, which he has had with the Telugu language, he *bona fide* considered possibly objectionable.

12. Petitioner submits that practically the whole of the copies printed and published by him are only expurgated editions of these books. However, for the use of scholars and libraries a very limited number of copies of the above books without omitting these passages have been printed and kept and sold only to *bona fide* scholars. Petitioner submits that under these circumstances he has not printed, published or exposed for sale any writing of the description contained in Sec. 292, I. P. C.

13. Petitioner submits that the books above referred to being works of famous

published at different places by different agencies who have rarely exercised the care and judgment which the Petitioner has exercised in deleting objectionable passages. Petitioner further submits that he has done very little to popularise these books as his editions have been far less accessible to the Telugu reading-public than the cheap and worthless editions of these books brought out by obscure publishers and sold in the streets in the whole of the Telugu country and in the city and in the Nizam's Dominions by the thousand at a few pies.

14. Petitioner finally submits that the lack of any definite and intelligible criteria for a decision with regard to any particular passage and the haphazard manner in which objection is taken only against certain publishers without any action being taken against others has caused, and the petitioner apprehends is now likely to cause a great deal of harassment and loss to the business and reputation of a firm of the standing of the Petitioner. The publicity which invariably attends such an action on the part of the police and the show of force that is made on such occasions and the worry and anxiety of a prosecution in a Criminal court are calculated to expose the petitioner and his firm to contempt and redicule and loss of estimation in the eyes of the public which can by no means be compensated for. In view of the differences of opinion existing in the minds of eminent scholars on the objectionability or otherwise of many of the passages contained in the books which have taken rank as classics and literature and the total absence of any *malafides* on the part of the petitioner, the Petitioner submits that the consequences resulting from hasty or any ill-considered action are such, as he cannot by any means merit. Petitioner submits that in his own interest and in the interest of the business which he has built up by years of enterprise and patient endeavor he would be the first to seek clear and unequivocal directions in this matter and to this end would humbly suggest the appointment of a Committee consisting of Telugu and Sanskrit Pandits and scholars competent to give a clear direction in the matter and the Petitioner submits that having regard to the age and popularity of the publications themselves, the only persons who are competent to express an opinion are recognised Scholars and Pandits in the Telugu country. The Petitioner for reasons above stated humbly requests that further proceedings against him may be stopped and the copies that have been seized may be returned to him.

V. Venkateswara Sastrulu.

323, TRIVATTIVUR HIGH ROAD,
TONDIARPET, MADRAS.
21st March, 1927.

of Messrs V. Ramaswamy Sastrulu & Sons.

Public Department.

Endorsement. No. 287 Dated 28. 8. '27 (not issued)

Referred to the Commissioner of Police, Madras.

not issued: (withheld)

CONFIDENTIAL.

1,000—5-4-22.

No. 33/4 N.P. 26.

23 MAR 927

FROM THE CRIMINAL INVESTIGATION DEPT.,

Madras, dated 22nd March 1927.

Chief Secretary.

C

D

CURRENT NO.
1845
PUBLIC

Reference: G.Os. Nos. 348/Judicial, dated 4th March 1912 and 1077, Judicial, dated 4th July 1912.

In the G.Os. quoted above, Government ordered the withdrawal of a prosecution then launched under Sec. 292, I.P.C., against V. Ramaswami Sastri of Messrs V. Ramaswami Sastrulu & Sons, Booksellers, Esplanade, Madras, on giving an undertaking to publish and sell only expurgated editions of certain obscene Telugu books. Recently, certain booksellers of Rajahmundry published two of the above mentioned books viz. "Sasanka Vijayamu" and "Bilhaneeyamu" without making the required expurgations ordered by Government, but marking on the title pages the words "Scholar's edition" "For Private circulation only". These books, in the usual course, were brought to the notice of this department by the Registrar of Books, Madras. The Telugu Translator to Government was asked to furnish his opinion on them and he reported that they are identical with the two books of the same name mentioned in the G.Os quoted above. From inquiries made by this department, it was subsequently disclosed that the firm of Messrs V. Ramaswami Sastrulu and Sons, Esplanade, Madras, has been offering for sale all the eight obscene books mentioned in the G.Os., in contravention of the undertaking given by them on 5th August 1912. As it has been decided to take action against this firm, certain original records connected with this matter, which are filed in the Secretariat, are required for use during the present prosecution. I

Public Department.

MEMO No. 1287/1 dated 1.4.27

Confidential.

Books and Publications - Telugu Works - Prosecution of publishers - Application for records - Obscene - Publication - His Reference D.I. 65 No.33/4 C.P.26 dated 22-3-1927.

Copies of G.Os., No.348 Judicial, dated 4-3-1912 and No.1077 Judicial, dated 4-7-1912 are supplied to the D.I.G., of Police, Eastern Range and C.I.D.

To the D.I.G. of Police, Eastern Range and C.I.D., Madras.
(with enclosures)

Public Department.

Subject:- Books and Publications - Telugu works. - Obscene - Seizure by the Police.

C.No.1287. From V. Venkateswara Sastrulu, dated 21-3-1927.

C.No.1345. From the D.I.G. of Police, C.I.D., & Eastern Range, No.33/4.M.P.26 dated 22-3-1927.

Please see the petition from Mr.V.Venkateswar Sastrulu at pages 1-4 and the D.I.G.'s reference at pages 5-6 c.f.

2. In 1911 a prosecution was launched against Mr. V. Venkateswara Sastrulu of Messrs.V.Ramaswami Sastrulu & Sons, Madras, for publication by him for sale to the public 9 Telugu works containing obscene and otherwise objectionable passages. Particulars of the books are given on pages 4-5 of G.O.No.348, Judl., dated 4-3-1912. As regards one of the books the Government directed that all copies of it should be destroyed as objectionable passages were found on nearly every page of it, and in regard to the remaining 8 books they directed that they should be examined by the Registrar of Books, the Chairman of the Telugu Board of Studies and the Telugu Translator to Government for the purpose

opinion should be expurgated on the ground of obscenity. Vide papers VII to IX on pages 9 & 10 of G.O.No.348, Judicial, dated 4-3-1912. The Chairman of the Telugu Board of Studies and the Registrar of Books submitted a joint report (in which they suggested) that the books might be issued to the public after deleting or amending certain passages marked by them. They also recommended that the publishers should be permitted to issue complete library editions on the understanding that their price was made sufficiently high and prohibitive and that they were not given a place in the libraries of schools and colleges. The Telugu Translator submitted a separate but dissenting report in which he strongly condemned the works. He did not accept the idea of publishing the works in an unexpurgated form. He also suggested passages for expurgation different from those suggested by the Registrar of Books and the Chairman of the Telugu Board of Studies. After careful consideration the Government decided in G.O.348, Judicial, dated 4-3-1912 to withdraw prosecution against Mr. Venkateswara Sastrulu on condition that all copies of 'Vithi Natakamu', 'Hamsa Vimsati' and 'Tarasasanka Vijayamu' in stock with him were destroyed under the

3 10

9/45

the remaining 5 works Mr. Sastri was asked to unde take not to issue for sale to the public other than expurgated editions. He was also warned that the retention of obscene and objectionable passages would expose him to the risk of a further prosecution. The Government were not prepared to decide what passages should be expurgated as they thought they could not enforce such an order or continue it in force. It was however expected that the Telugu Academy which was then founded in Madras would assist in the work of expurgation.

Representation was subsequently made that the order of destruction in respect of the 3 works referred to above should be withdrawn and that they should be allowed to be re-issued in an expurgated form like the other 5 works. The Government consented to this upon Mr. Venkateswara Sastrulu's giving an undertaking in writing that he would not issue ~~them~~ for sale to the public any but ~~except in an~~ expurgated editions ~~form~~. He was at the same time warned that the sale of any unexpurgated copies, ~~would or~~ the publication at any time of an unexpurgated edition would lead to the revival of the prosecution or the institution of fresh proceedings against him -

(W)

six
3. The/publications mentioned in paragraph 2

of the petition on page 1 c.f. which are said to

have been seized by the Police are among the books

noticed in G.O. No.349 Judicial, dated 4-3-1912.

The petitioner states that the Govt. did not give him

clear directions as to the passages to be expunged

and that he exercised the best of his judgment and skill

and expunged many passages which he bona fide con-

sidered possibly objectionable. He adds that

practically the whole of the copies printed and

published by him are expurgated editions ~~of these~~

~~books~~, but that for the use of scholars and libraries

a very limited number of copies of the ~~above~~ books

without omitting ~~such~~ the objectionable passages have been printed ~~and~~

~~kept~~ and sold only to bona fide scholars. His action

appears to have been clearly in contravention of his

undertaking. As regards the passages to be omitted

or amended he should have obtained the best advice

available. If this had been done there would have

been no room for the prosecution now proposed to be

launched. For orders as to the action if any to be ~~taken on the petition~~

Yes. p4
3-9-12 (W)

His undertaking was to publish only expurgated editions. He is not pinned down to any particular expurgations ~~[illegible]~~ ~~[illegible]~~ for

Attention is in this connection invited to ~~G.O.No.1080~~

G.O.No.1080 Public, dated 7-11-1925. For orders as to action if any to be taken on the petition.

p 27

at p 5 c.f.

... the reference from the ...

-5-

was despatched the latter was withheld from issue. It is seen from the D.I.G.'s reference that certai booksellers of Rajahmundry published two of the abo mentioned books and the D.I.G., proposes to take action against the firm of Messrs. Ramaswami Sastrul & Sons as they have been offering for sale all the 8 obscene books ~~mentioned in G.O. No. 348 Judicial, dated 4-3-1912~~. For that ~~purpose~~ he asks that the original records which led to the passing of ~~the~~ G.Os., No.348 Judicial, dated 4-3-1912 and No.1077 Judicial, dated 4-7-1912 may be sent to him. Only copies of the orders in G.O. No.348 Judicial, dated 4-3-1912 and No.1077 Judicial, dated 4-7-1912 appear to have been communicated to the D.I.G. He wants apparently copies containing full correspondence. Spare copies of these two G.Os., may be supplied to him. Draft Memo is submitted.

The D.I.G. refers to the "required expurgations ordered by Govt." What exactly does he mean? If he implies actual deletions prescribed by Govt. he is off the rails because Govt. deliberately declined to lay down what should be expunged.

The petr. seems to have committe

Al
1.4.27

UNDER SECR.
1 April 1927
CHIEF SECRE.

C. 2.4.27
R. 2.4.27

G Seen
CPd
2/4/27

2 April 1927

(Memo. No. 1287–1 dated 4-4-1927) p 7 C.F

~~Draft order reply to the petitioner~~ is ~~submitted for approval.~~

The Memo at page 7 CF has been issued. The petitioner may now be informed that the Govt. decline to interfere on his behalf. Draft order is submitted. [The G.O. may be treated Misc.] pp 1-4 CF

hmf. 11.4.

C. 13/4

9/4/27 CS.

All
12.4.27

C1

We may add: in view of the breach by the petitioner of the undertaking given by him.

CPd
14.4.27

The draft has ~~am~~ been added to. It may now issue.

Secretariat II-5 (b)—25,000—25-11-25. (6)

PUBLIC DEPARTMENT.

	Date.	Initials.
When received for Fair-copying		
When copied		
When examined		
When signed	22/4	
When despatched		

Books and publications:-

Telugu Works - Obscene - Prosecution - ~~Proceedings - Withdrawal - Petition of~~ M.R.Ry. V. Venkateswara Sastrulu - ~~Interference~~ interference declined.

READ AGAIN G.O. No. ...., dated .... 192 .

" " " " .... " .... 192 .

READ ALSO:-

C. No. 1287. From the Petition from M.R.Ry. V. Venkateswara Sastrulu, No. ......, dated 21-3-1927.

" " .... " " .... " " .... 192 .

" " .... " " .... " " .... 192 .

ORDER.
Mis.

No. 855, dated 22-4 1927.

M.R.Ry. V. Venkateswara Sastrul[u] is informed that the Government declin[e] to interfere on his behalf in view of the breach of the undertaking given by him.

DESPATCHED 22 APR 1927

M.R.Ry. V. Venkateswara Sastrulu,
No.323, Tiruvattiyur High Road,
Tondiarpet, Madras.

CONFIDENTIAL

Govt. II-29--35,066--2-11-26.

Public (1927) Department.

SERIES.

G.O. No. 568.

DATED 27-6-1927

Confidential

[Despatch Abstract.]

Books and publications.

Telugu works - Obscene - Published by Messrs V. Ramaswami Sastrulu & Sons - Objectionable passages pointed out.

Forwarded to the CS with the books referred to CSS 28/4/27

CURRENT NO. 1898 PUBLIC

27 APR 1927

323 Tiruvottiyur High Road,

Madras. **25th April 1927.**

To

The Honourable Sir C.P.Ramaswami Ayyar ,K.C.I.E.,

Law Member, Government of Madras.

The humble Petition of Vavilla Venkateswara Sastrulu,Proprietor, V.Ramaswami Sastrulu & Sons,Madras humbly and respectfully showeth:-

1. That the Petitioner is the Proprietor of a long-established and well-known firm of Printers and Publishers of Madras,namely V.Ramaswami Sastrulu & Sons.

2. Petitioner submits that on the 16th of March 1927 the Police entered the Petitioner's book-depot at no:292 Esplanade Madras and his Press at 323 Tiruvottiyur High Road,on the authority of a search-warrant issued by the Second Presidency Magistrate of Madras and seized copies of six of the Petitioner's publications on certain information alleged to have been laid before the said Magistrate of an offence under Section 292 I.P.C.

3. That on 21-3-1927 the Petitioner submitted a petition to the Law Member to the Government of Madras setting out in detail that the publications in question were classics in Telugu literature and there was nothing objectionable in them and that expurgated editions of these books were printed for sale to the general public. Petitioner submits herewith a copy of the said petition for reference.

4. Petitioner has received a communication from the Chief Secretary to Government dated 22-4-1927 stating that the Government decline to interfere on Petitioner's behalf in view of the breach of the undertaking given by him.

5. Petitioner submits that as recommended by the Committee

Page 2.

copies of the complete editions intended for the use of scholars and libraries . Expurgated editions of the books were sent you by post on 22.4.1927.

6. Petitioner apprehends that a prosecution may be - - launched against him in respect of the said publications in view of the communication from the Chief Secretary to Government.

7. Petitioner appends herewith the attestation of scholars to the effect that expurgated editions of these works have been published and that there is nothing obscene or objectionable even in the complete editions of these books published by the Petitioner.

8. Petitioner therefore prays that the matter may be further considered and his prayer in the original petition be granted.

V. Venkateswara Sastrulu.

Petitioner.

Encls. 1. Certificate from Mr. G.Venkataranga Rao Rao Saheb. Formerly President Board of Studies and Examiner in Telugu to the University of Madras

2. --do-- from the Hon'ble Mr. V.Ramdoss Pantulu Chairman Telugu Board of Studies, Member the Senate & Academic Council University of Madras

3. Copy of the original petition.

Public Department.

Confidential

MEMO No. 1971 dated 9-5-27.

Despd. *CRB 12/5*

Books and publications - Telugu Works Obscene - Expurgated editions - Publication by ~~Mr.~~ *M.R.Ry.* V. Venkateswara Sastrulu.

-----

1. Petitions dated 21-3-1927 and 25-4-1927 from Mr.V.Venkateswara Sastrulu(with enclosures)
2. Copies of three Telugu works, namely,
   Bilhaneeyamu
   Vaijayantivilasamu
   Hamsa Vimsati
3. G.O.No.346 Judl. d/.4-3-1912
4. G.O.No.1077 Judl.d/.4-7-1912.

The ~~marginally noted~~ papers *noted below* and books are forwarded to the Senior Translator to Government. He is requested to state whether the books are expurgated editions as alleged by Mr. V. Venkateswara Sastrulu, *& suitable for sale to the public* ~~and can safely be made available for sale to the public~~.

4-5-27

8/5/27

7.5.27

To the Senior Translator to Govt.

(with enclosures to be returned with reply).

Public Department.

Confidential.

MEMO No. 1987-2 dated 9 - 5 - 27

Books and publications - Telugu - Obscene - M.R.Ry. V. Venkateswara Sastrulu - Prosecution ~~of publisher~~s Continuation of Memo No.1287-1 Pub., dated 4-4-1927.

The D.I.G. of Police, C.I.D., and Eastern Range, is requested not to institute criminal proceedings against ~~Mr~~ M.R.Ry. V. Venkateswara Sastrulu pending ~~further~~ orders of Government as a further representation has been received from him.

To the D.I.G. of Police, C.I.D., and Eastern Range, Madras.

[illegible] 4/5/27

[illegible] 4/5/27

[illegible] 7.5.27

G.F. 29—5,000—12-8-21.

PUBLIC **DEPARTMENT.**

CURRENT NO. 2424 PUBLIC

Received .... 192 . Registered .... 192 .

Subject.

Books and publications - Telugu Works Obscene - Expurgated editions - Publication by M.R.Ry. V.Venkataswara Sastrulu.

Enclosures
No.
Spare copies

Confidential.

No. 520.

Station Madras, *Dated the* 30th May 1927.

From (Name) M.R.Ry. C.N.Saravana Mudaliyar Avargal, B.A.,

(Designation) Ag. Senior Translator to Government. Chief

To The Secretary to the Government of Madras,

Public Department.

Sir,

Reference:- Memorandum No.1987-1, Public, dated the 9th Instant, regarding certain Telugu Books.

I have the honour to submit herewith a note received from the Telugu Translator to Government in respect of the books referred to in the above Memorandum.

2. The enclosures and books received from Government are also returned herewith.

CONFIDENTIAL.

GOVERNMENT [illegible] OFFICE 30 MAY 1927 MADRAS

Note for the Senior Translator to Government.

The undersigned closely examined the three books Bilhaneyamu, Vaijayanti Vilasamu and Hamsa Vimsati received with Government Memorandum No. 1987-1 (Public) dated the 9th May 1927 and returned herewith. Annexed hereto are three tables showing the measure of expurgation recommended by the Committee appointed by the Government to deal with the editions of the said books referred to in G.O.No.348 (Judicial) dated the 4th March 1912 as modifed by G.O.No.1077 (Judicial), dated the 4th July 1912, as also the measure of expurgation actually carried out in the editions under review. The numbers of the stanzas or passages quoted outside the brackets in the table relating to Bilhaneyamu have reference to the old edition of the book while those quoted within brackets have reference to the edition now under examination. In the new editions of the other two books the number of the stanzas exactly correspond to those in the old.

2. From the table relating to Bilhaneyamu it will be seen that the committee was not unanimous in recommending the omission of stanzas 39 (41) of Canto I., Stanzas 86,104,111 and 138 (90,108,115 and 142) of Canto II and stanza 127 (140) of Canto III. The undersigned also is of opinion that these stanzas are unobjectionable. Besides those unanimously recommended to be omitted, the new edition omits stanzas 134 and 135 (138 & 139) of Canto.I., which deserve to be omitted. The new edition contains 13 stanzas not found in the old, which are all unobjectionable. The expurgation would have been complete if stanzas 148 (152) of Canto.II and 90,(103) of Canto.III had been omitted or the expression [illegible]

line 7 of the former stanza and the expression [illegible] (in the enjoyment of extraordinary sexual intercourse) in line 3 of the latter had been modified. Except for these two objectionable expressions, the edition under review is an expurgated one and is suitable for sale to the public.

3. In the edition of Vaijayantivilasamu under review, all the stanzas recommended to be omitted by the Committee have been omitted. But as regards stanzas 49 and 71 of Canto.III., Mr.G.Kanakaraju did not refer to them at all, while the other two members of the Committee recommended modification of a word in each. The undersigned finds that the former stanza is unobjectionable, while in the latter the expression పంచసాయకమందిరములు (the abodes of Cupid) has to be modified. But for this one expression in the whole work, the edition of Vaijayantivilasamu under examination is an expurgated one and is suitable for sale to the public.

4. The edition of Hamsa Vimsati under reference omits all the stanzas proposed to be omitted by the Committee. In stanza 142 of Canto.V., two members of the Committee suggested a slight modification, while the third member Mr.G.Kanakaraju did not include the stanza at all in his list of stanzas to be omitted. The undersigned also considers that stanza unobjectionable. The measure of expurgation therefore is complete in this book and the book is suitable for sale to the public.

Chepauk,
28th May 1927.

C.Rajagopaul Raju 30/5/27
Telugu Translator to Government.

I. TABLE RELATING TO 'BILHANEEYAMU'

Stanzas or passages recommended to be omitted or modifed		Stanzas or passages actually omitted or modified in the edition under review.	Stanzas recommended to be omitted but not omitted	Remarks.
by Rao Bahadur M.Rangacharya and Mr.G.Venkataranga Rao.	by Mr.G.Kanakaraju.			
Canto.II Stanzas.155 to 158 (158 to 161) and Canto.III., Stanzas.101 105,118,130 & 134 (114, 118,131,143 and 147).	Canto.II.,Stanzas.155 to 158 (158 to 161) & Canto.III., Stanzas.101,105 118,130 & 134 (114,118,131, 143, and 147).	Canto.II., Stanzas.155 to 159 (158 to 162) and Canto.III., Stanzas.101, 105,118,130, & 134 (114, 118,131,143, and 147).		Omitted.
	Canto.II.,Stanzas.136,140 and 159 (140,144 & 163).	Canto.II., Stanzas. 136 140 & 159 (140,144, & 163).		-Do-
		Canto.I., Stanzas.134 & 135 (138 & 139).		Omitted -- though the Committee did not recommend their omission.
Canto.II., Stanza. 148 (152) (to be changed)	Canto.II., Stanza.148 (152).		Canto.II., Stanza. 148 (152)	An expression requires to be modified.
Canto.III., Stanza. 90 (103).	Canto.III., Stanza.90 (103)		Canto.III., Stanza. 90 (103).	-Do-
Canto.II.,Stanzas. 86 & 104 (90 and 108).			Canto.II., Stanzas.86 104 (90 & 108).	Not objectionable
	Canto.II., Stanzas.111 & 138 (115 & 142)		Canto.II., Stanzas.111 & 138 (115 and 142).	-Do-
	Canto.III., Stanza.127 (140)		Canto.III., Stanza. 127 (140)	-Do-
	Canto.I.,Stanza. 39 (41)		Canto.I., Stanza.39 (41).	-Do-

II. TABLE RELATING TO 'VAIJAYANTI VILASAMU'.

Stanzas or passages recommended to be omitted or modified		Stanzas or passages actually omitted or modified in the edition under review.	Stanzas recommended to be omitted but not omitted	Remarks.
by Rao Bahadur M. Ranga charya and Mr. C. Venkata ranga Rao.	by Mr. G. Kanakaraju			
1	2	3	4	5
Canto. II., Stanza. 40 and Canto. III., Stanzas. 13, 28, 35 and 46.	Canto. II., Stanza. 40 and Canto. III, Stanzas. 13, 28, 35 and 46.	Canto. II., Stanza. 40 and Canto. III., Stanzas. 13, 28, 35 and 46.		Omitted.
	Canto. III., Stanzas. 26 and 42.	Canto. III., Stanzas. 26, and 42.		Omitted.
Canto. III., Stanza. 49 (to be changed).			Canto. III., Stanza. 49 (not modified).	not objectionable.
Canto. III., Stanza. 71 (to be changed)			Canto. III., Stanza. 71 (not modified)	an expression requires to

III. TABLE RELATING TO 'HAMSA VIMSATI'.

Stanzas or passages recommended to be omitted or modifed		Stanzas or passages actually omitted or modified in the edition under review.	Stanzas recommended to be omitted but not omitted	Remarks.
by Rao Bahadur M.Rangacharya and Mr.G.Venkataranga Rao.	by Mr.G.Kanakaraju.			
1	2	3	4	5
Canto.I.,Stanzas.93,94,242;Canto.II.,Stanzas.52 to 54,107 to 109,111 200 to 202,206 to 208 & 249: Canto.III.,Stanzas 85 to 89,92,103,159,161 to 163,172,230 to 232: Canto.IV.,Stanzas.39,104,105,110,111,147,151 153,154,159,201,230,231 Canto.V.,Stanzas.73,74,129 to 131,145 to 151,156 to 158,174 to 176,218,237,296,299,307,311 and 312.	Canto.I.,Stanzas.93,94,242;Canto.II.,stanzas.52 to 54,107 to 109,111 200 to 202,206 to 208 and 249;Canto III.,stanzas.85 to 89,92,103,159,161 to 163,172,230 to 232; Canto.IV stanzas.39,104,105,110,111,147,151,153,154,159,201,230,231; Canto.V.,stanzas 73,74,129 to 131 145 to 151,156 to 158,174 to 176,218,237,296,299,307,311 and 312.	Canto.I.,Stanzas.93,94,242;Canto.II.,stanzas.52 to 54,107 to 109 111,200 to 202,206 to 208 and 249; Canto.III.,stanzas.85 to 89,92,103,159 161 to 163,172 230 to 232; Canto.IV.,stanzas.39,104 105,110,111,147,151,153,154,159,201,230,231; Canto.V.,Stanzas.73,74 129 to 131,145 to 151, 156 to 158, 174 to 176 218,237,296,299 307,311 and 312		Omitted.
	Canto.I.,stanzas.91,100 to 102,241,243 244;Canto.II.,stanzas. 147,148,170,199; Canto.III.,stanzas.96,97,205,227; Canto.IV.,stanzas.38,48,161;Canto.V.,stanza. 18.	Canto.I.,stanzas.91,100 to 102,241,243,244; Canto.II.,stanzas.147,148 170,199;Canto.III.,stanzas.96 97,205,227; Canto.IV.,stanzas.38,48,161; Canto.V.,stanza.18.		Omitted
Canto.III.,stanza.34 Canto.IV.,stanza.140		Canto.III.,Stanza.34; Canto.IV.,Stanza.140.		Omitted
		Canto.III.,stanzas.110,203,209.		Omitted though not recommended for omission

Telegrams – 'Vavilla', Madras. Phone:– 878

V. VENKATESWARA SASTRULU,
ZEMINDAR OF ARIYALOOR
AND
HONY: PRESIDENCY MAGISTRATE

323. Trivattyur High Road,
Tondiarpet,
Madras. 28th, April 1927.

CURRENT NO.
1987
PUBLIC

1 - MAY 1927
GOVT. OF MADRAS

Have orders actually issued? If not stop them.

(Personal)

My dear Sir,

I am enclosing herewith printed copies of my petitions with certificates from Rao Saheb G.Venkataranga Row and the Hon'ble Mr. V. Ramadoss. I am also sending the original of the certificate I got yesterday from Rao Saheb Dr. S.Krishnaswamy Iyengar but this should go to the file with the other certificates I already sent you. The opinions are quite clear and leave no matter of doubt as to my having brought out expurgated editions and bear ample testimony to the value of the books in question, as classics. I am also collecting more opinions on these publications. From every point of view, I beg to submit the best course will be to take competent scholars' opinions and to require me to do whatever may seem advisable to Government which I would be only too glad to conform to.

At the instance of Lt. Col. Sir Bradford Leslie I was unanimously elected by the Port Trust to the Madras Town Planning Trust. My name was proposed for representing the Madras Port Trust on the Madras Corporation but since I am an Hon: Presidency Magistrate now, I had to decline the offer. I was also gazetted President of the Triwattyur Bench Court with 1st. class powers and I took charge of the office yesterday. A prosecution now will certainly humiliate me in the

Telegrams — "Vavilla", Madras.

V. VENKATESWARA SASTRULU
TRIEMDAR OF ARIYALOOR
AND
HONY: PRESIDENCY MAGISTRATE

Phone:— 878.
323, Trivattyur High Road,
Tondiarpet,
Madras. 19

-2-

vital importance to Telugu classical literature should have come up for consideration at a time when you happen to be not only a member of Government but the member in charge of the law portfolio. I am not urging this matter solely because of my firm having published the books in question; the fact as you may very well realise is that once the Government begins to proscribe such works and prosecute the publishers, Telugu literature particularly so far as I am aware, will receive such a severe blow that practically that all that is characterestic of Telugu classics will have to go into oblivion and nothing but inferior works could be safely brought out. It is providential that in deciding an issue of this far-reaching importance, your judgment will be the one to prevail. I need hardly express how grareful I am to you for all your exceeding kindness to me.

Enc: Original of the certificate of Rao Saheb Dr. S. Krishnaswamy Iyengar which should go to the file.

I am,
with best regards,
yours sincerely,
V. Venkateswarlu

(Copy of Petn at pages 1-4 of G.O. 355 Pub d/22-4-27). (Tr)

TO

The Hon'ble Sir C. P. RAMASWAMI AIYAR,

K. C. I. E.,

Law Member to the Government of Madras,

MADRAS.

The humble petition of V. Venkateswara Sastrulu residing at No. 323, Tiruvothiyur High Road, Tondiarpet, Madras respectfully sheweth:—

1. Petitioner is the proprietor of a long established and wellknown firm of V. Ramaswami Sastrulu & Sons, Sanskrit and Telugu Printers and Publishers, established so long ago as 1856. Petitioner's firm is in fact the premier firm among Printers and Publishers and have had the unique distinction of bringing out rare editions of almost all ancient and valuable Sanskrit & Telugu works with the help of many eminent and distinguished Pandits and scholars of whom the petitioner's father was himself one.

2. Petitioner has in the ordinary course of business printed and published the following books among others:—

(1) Sasankavijayamu, (2) Bilhaneeyamu, (3) Hamsavimsathi, (4) Veedhinatakamu, (5) Ganikagunapravarthanatharavali and (6) Kavichowdappa Sathakamu.

3. Petitioner submits that on the 18th March, 1927, the police entered the petitioner's bookdepot at No. 292, Esplanade, and also the petitioner's press at 323, Tiruvothiyur High Road, and on the authority of a search warrant issued by the Second Presidency Magistrate, Madras, seized copies of the above publications on certain information alleged to have been laid before the said Magistrate of an offence under Sec. 292, I. P. C.

4. Petitioner submits that the publications referred to above are works of art and represent some of the best literature in the Telugu language. In particular, the following four out of the said six publications viz., (1) Veedhi Natakamu, (2) Hamsavimsathi (3) Sasankavijayamu & (4) Bilhaneeyamu, are by distinguished Telugu poets who lived in the fifteenth and sixteenth centuries and whose names are household words in the Telugu country. These are classics in Telugu and as literary masterpieces have been universally read and admired by generations of Telugu scholars. They are books of abiding value to readers of Telugu literature. The Petitioner submits that it is unduly straining language of the section 292 of the Indian Penal Code to suggest that ancient classics that have been *extant* for centuries could be brought within the meaning of the section. Petitioner respectfully submits that classics in all languages and in all lands contain passages similar to those that are now complained of and would come

5. In particular the petitioner submits that Sreenadha's Veedhinatakamu is a work of the 16th century and there are few poets in Telugu who are as wellknown as Sreenadha. Further, the work is unique in its line being the only and perfect exposition of a type of Drama called " Veedhi." Veedhinatakamu was published and sold without objection till 1911 or 1912 when in view of certain proceedings taken against the Petitioner and others, certain passages considered objectionable were omitted and the petitioner has printed and published editions of the said book omitting the said passages. Petitioner submits that no valid objection could possibly be taken to the editions of the book printed and published by him.

6. The next publication complained of, Hamsavimsati is again a work of the 16th century by Ayyalaraju Narayanamatya, an eminent Telugu poet. The book consists of twenty stories of great literary merit and for comparison may be said to equal in point of merit the stories in Boccacio's Deccameron. The stories therein describe twenty different handicrafts and professions and are intended to give the readers a picture of the life and manners of the sixteenth century. This work is most valuable as a storehouse of rare technical terms and expressions pertaining to the trades and occupations which have become partly the vocabulary of the Telugu language. It is a book that is indispensable to literature and Petitioner submits that the loss to Telugu literature will be inestimable should for any reason the book be proscribed. As in the case of Veedhinatakamu, Petitioner submits that the book cannot come under section 292 of the Indian Penal code.

7. Sasankavijayamu is a work of Sesham Venkatapathi who again is an eminent poet of the 17th Century and Tara Sasankamu, both on the stage and in literature, has existed through these centuries and has been considered part of the literary treasure of the country. Petitioner submits that no reasonable objection could be taken to the publication of this work.

8. Bilhaneeyamu is an adaptation by the translator of the famous Sanskrit classic of Bilhana and has during the last one hundred years commanded a widespread popularity among the Telugu reading public. It is a work dedicated to the grandfather of the late Dewan Bahadur Adinarayanaiya who was then a Dubash of the Nawab of Arcot. It is a book of great literary merit and is indeed one of the standard works of Telugu literature.

9. The other two books Kavichowdappa Sathakamu and Ganikagunapravarthanatharavali are books that have existed for over 70 or 80 years and contain mostly moral verses.

10. Petitioner submits that in all his editions of these and other books published by him he has been particularly careful to omit words and pas-

submits that on the question of obscenity of words and passages, the bulk of eminent scholars in the Telugu country have held views markedly different from those held by a few reformers headed by the late Rao Bahadur K. Viresalingam Pantulu. In point of fact eminent scholars like the late Professor: Rao Bahadur M. Rangachariar who was deputed by the Goverment to look into this question held the view that there was nothing objectionable in these books and that the removal of passages on the ground of incompatability with modern sentiment would wholly destroy their value as works of art and the loss to literature by their removal would be irrepairable.

11. Petitioner begs to add that in connection with these very works, on complaint made in 1911, proceedings were initiated against the Petitioner and other Publishers and as a result of these proceedings a Conference of Pandits and scholars was held under the auspices of the Telugu Academy and a resolution submitting to Government that such proceedings were inexpedient and undesirable and were highly detrimental to the preservation and progress of Telugu culture was passed, and duly communicated. An influential deputation led by Mr. (now) Sir **B. N.** Sarma, K.C.S.I., and Mr. (now) Dewan Bahadur M. Ramachandra Rao Pantulu waited upon His Excellency the Governor. A committee consisting of Rao Bahadur Professor: M. Rangachariar and others was constituted and Petitioner understood that the committee could not be unanimous. However, petitioner was given certain marked copies of these books suggesting that certain verses were objectionable and they might be removed at his discretion in future editions of the books. Petitioner has accordingly exercised the best of his judgment and skill for want of any clear direction from the Government, expunged many passages from his editions of these books. The Petitioner begs leave to add that he has at all times been willing to abide by any clear directions that may be given to him, by the authorities concerned, in this matter and submits that as he has never received any such clear instructions he has been publishing these books omitting such passages which, with the intimate acquaintance, which he has had with the Telugu language, he *bona fide* considered possibly objectionable.

12. Petitioner submits that practically the whole of the copies printed and published by him are only expurgated editions of these books. However, for the use of scholars and libraries a very limited number of copies of the above books without omitting these passages have been printed and kept and sold only to *bona fide* scholars. Petitioner submits that under these circumstances he has not printed, published or exposed for sale any writing of the description contained in Sec. 292, I. P. C.

published at different places by different agencies who have rarely exercised the care and judgment which the Petitioner has exercised in deleting objectionable passages. Petitioner further submits that he has done very little to popularise these books as his editions have been far less accessible to the Telugu reading-public than the cheap and worthless editions of these books brought out by obscure publishers and sold in the streets in the whole of the Telugu country and in the city and in the Nizam's Dominions by the thousand at a few pies.

14. Petitioner finally submits that the lack of any definite and intelligible criteria for a decision with regard to any particular passage and the haphazard manner in which objection is taken only against certain publishers without any action being taken against others has caused, and the petitioner apprehends is now likely to cause, a great deal of harassment and loss to the business and reputation of a firm of the standing of the Petitioner. The publicity which invariably attends such an action on the part of the police and the show of force that is made on such occasions and the worry and anxiety of a prosecution in a Criminal court are calculated to expose the petitioner and his firm to contempt and redicule and loss of estimation in the eyes of the public which can by no means be compensated for. In view of the differences of opinion existing in the minds of eminent scholars on the objectionability or otherwise of many of the passages contained in the books which have taken rank as classics and literature and the total absence of any *malafides* on the part of the Petitioner, the Petitioner submits that the consequences resulting from hasty or any ill-considered action are such, as he cannot by any means merit. Petitioner submits that in his own interest and in the interest of the business which he has built up by years of enterprise and patient endeavor he would be the first to seek clear and unequivocal directions in this matter and to this end would humbly suggest the appointment of a Committee consisting of Telugu and Sanskrit Pandits and scholars competent to give a clear direction in the matter and the Petitioner submits that having regard to the age and popularity of the publications themselves, the only persons who are competent to express an opinion are recognised Scholars and Pandits in the Telugu country. The Petitioner for reasons above stated humbly requests that further proceedings against him may be stopped and the copies that have been seized may be returned to him.

323, TIRUVOTHIYUR HIGH ROAD,
TONDIARPET, MADRAS.
21st March, 1927.

V. Venkateswara Sastrulu.
of Messrs. V. Ramaswamy Sastrulu & Sons.

Copy – (Original not recd from AH)

323, Tiruvathyur High Road,
Madras. 22nd April '27.

To

The Honourable

Sir C. P. RAMASWAMI AIYAR, K. C. I. E.,

Law Member to the Government of Madras,

Ootacamand.

Sir,

In continuation of my petition to you dated 21st March, 1927 and as enclosures thereto, I am herewith submitting a set of copies of the expurgated editions of the works referred to. As I have already submitted in paragraph 12 of my petition I have been printing and selling only these copies to the general public. I submit that the very few copies of the complete editions have been *intended to be* and sold for scholars and libraries only.

I remain,

Sir,

Your most humble and obedient servant,

(Sd.) V. VENKATESWARA SASTRULU.

Copy of petn at pages 1-2 ante

323, TIRUVATHYUR HIGH ROAD,
Madras. 25th April '27.

To

    THE HONOURABLE

        SIR C. P. RAMASWAMI AIYAR, K. C. I. E.,

            Law Member to the Government of Madras,

Ootacamand.

The humble petition of Vavilla Venkateswara Sastrulu, Proprietor, of Messrs. V. Ramaswamy Sastrulu & Sons, Madras, humbly and respectfully showeth :—

1. That the Petitioner is the Proprietor of a long-established and well-known firm of Printers and Publishers of Madras, namely V. Ramaswamy Sastrulu & Sons.

2. Petitioner submits that on the 18th of March, 1927, the Police entered the Petitioner's book-depot at No. 292 Esplanade, Madras and his Press at 323, Tiruvathyur High Road, on the authority of a search-warrant issued by the Second Presidency Magistrate of Madras and seized copies of six of the Petitioner's publications on certain information alleged to have been laid before the said Magistrate of an offence under Section 292 I. P. C.

3. That on 21-3-1927 the Petitioner submitted a petition to the Law Member to the Government of Madras setting out in detail that the publications in question were classics in Telugu literature and there was nothing objectionable in them and that expurgated editions of these books were printed for sale to the general public. Petitioner submits herewith a copy of the said petition for reference.

4. Petitioner has received a communication from the Chief Secretary to Government dated 22-4-1927 stating that the Govern-

5. Petitioner submits that as recommended by the Committee appointed in 1911 and referred to in paragraph 11 of the Petition, Petitioner published only expurgated editions of the works now complained of for the use of the general public and only very few copies of the complete editions intended for the use of scholars and libraries. Expurgated editions of the Books were sent to you by post on 22-4-1927.

6. Petitioner apprehends that a prosecution may be launched against him in respect of the said publications in view of the communication from the Chief Secretary to Government.

7. Petitioner appends herewith the attestation of scholars to the effect that expurgated editions of these works have been published and that there is nothing obscene or objectionable even in the complete editions of these books published by the Petitioner.

8. Petitioner therefore prays that the matter may be further considered and his prayer in the original petition be granted.

(Sd.) V. VENKATESWARA SASTRULU,

Petitioner.

Enclosures.

1. Certificate from

Rao Saheb G. VENKATARANGA RAO, M.A.,
   (Formerly) President, Telugu Board of Studies,
   and Examiner in Telugu to the University of Madras,
       and Hon: Secretary of the Telugu Academy.

2. Certificate from

The Hon. Mr. V. RAMADAS PANTULU,
   Chairman Telugu Board of Studies,
   Member of the Senate and the Academic Council,
       University of Madras.

3. Copy of the original petition dated 21st March 1927.

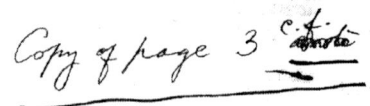

TRIPLICANE,
25th April, 1927.

This is to certify that Mr. V. Venkateswara Sastrulu of Messrs. V. Ramaswami Sastrulu & Sons published expurgated editions of (1) Veedhi Natakamu, (2) Hamsavimsathi, (3) Sasankavijayamu & (4) Bilhaneeyamu and other works which were the subject of criminal proceedings in the year 1911 and that these editions which I have carefully perused contain no passages to which any exception could be taken.

(Sd.) G. VENKATARANGA RAO.

The works referred to above by Mr. G. Venkataranga Rao are Telugu classics by standard authors and of approved merit. I consider that any attempt to proscribe them on the ground of alleged obscenity of certain passages in them is not only unjustifiable but is a disservice to Telugu language and literature. The editions in question are however expurgated and do not contain passages to which exception could be taken. It is extremely undesirable to discourage the publications by prosecuting the Publisher who is held in esteem by the Telugu reading public for the service he has rendered by the publication of the works.

(Sd.) V. RAMDAS PANTULU,
Chairman, Telugu Board of Studies,
Member of the Senate and the Academic Council,
University of Madras.

MYLAPORE, MADRAS.

27th April 1927.

Copy

Copy of page 4

I have heard for some considerable length of time of the Telugu publications of Vavilla Ramaswami Sastrulu & Sons., one of the oldest and most reputable Telugu publishers in Madras, and have had occasion to make use of some few of these for purposes of my work. As far as my knowledge of their publications and information go, they are a firm of respectable publishers doing very useful work by issuing correct editions of Telugu and Sanskrit works in Telugu characters. I have also seen some of their publications likely to get into the hands of students, and I know of some works in which they have taken care to expurgate matter not worth putting into the hands of sudents. These editions of their work can be recommended with confidence for young men. It is possible that an extreme purist may take exception to a verse here and a verse there, but having regard to the genius of these languages, such a complete expurgation would be impossible without sacrificing the substance of the work. As a rule it would be very difficult to carry these out so completely. It is hardly necessary to do so however as such passages hardly jar upon Indian feeling or sentiment, having regard to the actual facts of life in India. I should consider, on the whole, their expurgated editions, unobjectionable.

(Sd.) S. KRISHNASWAMI AIYANGAR,

Professor of Indian History & Archaeology,
University of Madras., &
Chairman, Boards of Studies in Dravidian
Languages, & History, Politics etc.

Public Department

Extract of C.1's remarks on petition dated 25-4-1927 at page 1 c.f.:-

"Forwarded for remarks to the C.S. with the books referred to in para 5."

C.P.R.
26-4-1927.

Extract of C.1's remarks on D.O. dated 28-4-1927 at page 1 ante:-

"Forwarded to the C.S. The matter is more complicated than I thought at first and the Telugu Translator may perhaps be able to advise."

C.P.R.
30-4-27.

Extract of C.S.'s remarks on page 1 ante:-

"Have orders actually issued? If not stop them."

A.Y.G.C.
1-5-1927.

Submitted that orders on Mr.V.Venkateswara Sastrulu's petition dated21-3-1927 were passed in G.O.No.355 Public, dated 22-4-1927 and the C.I.D. was supplied with the records required for his prosecution ~~of Mr. Venkateswara Sastrulu~~ - vide memo at page 7 of the G.O. and the notes at pages 8-13 ibid.

2. In para 12 of his petition dated 21-3-27 at page 3 of G.O.No.355 Public, dated 22-4-1927 ... his present petition at pages 1-2

books for the use of bona fide scholars and libraries. It will be seen from para 4 of G.O.No.874 Judicial, dated 6-5-1913 and para 5 of Sir Harold Stuart's note at page 4 of notes connected with it that the private circulation of unexpurgated editions of obscene books may be allowed .

3. As desired by the Hon'ble C.1 a draft reference to the Telugu Translator to Government is submitted.

4. For orders whether the C.I.D., should be asked not to institute criminal proceedings against Mr. Sastrulu pending orders of Government. A draft Memo to the D.I.G., of Police is submitted for consideration.

4.5.27

CS.

Two drafts below

7.5.27

approved

9.5.27

(Memo No. 1898-1 dated 9-5-1927)

(Memo. No. 1898-2 dated 9-5-1927)

~~No. 2289 From M.R.Ry. T. Venkatarama Sastrulu~~

(Personal)

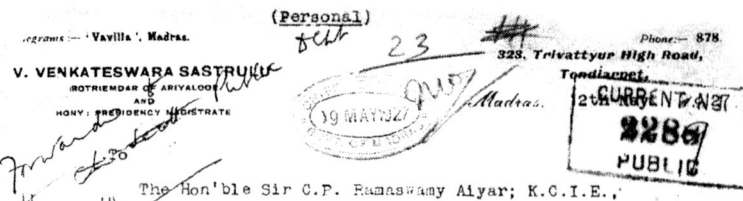

Telegrams :— 'Vavilla', Madras.

Phone:— 878.

V. VENKATESWARA SASTRULU
ZOTRIEMDAR OF ARIYALOOR
AND
HONY: PRESIDENCY MAGISTRATE

328, Trivattyur High Road,
Tondiarpet,
Madras. 12th May 1927

CURRENT No.
2286
PUBLIC

To

The Hon'ble Sir C.P. Ramaswamy Aiyar; K.C.I.E.,
Law Member to the Government of Madras,
Ootacamand.

Dear Sir,

I am sending herewith certificates from

1. M.R.Ry., J. Ramayya Pantulu, B.A., B.L., President, the Telugu Academy and the Telugu Board of Studies of the Andhra University, and ex-member of the Legislative Assembly.
2. " B.V. Krishna Rao, B.A., B.L., Joint Secretary, Andhra Historical Research Society.
3. " S. Ramanunjam Chetty, M.A., B.L., Honorary Presidency Magistrate.
4. " Professor P. Subrahmanyam, of Pachaiappah's College (Member of the Telugu Board of Studies of the Madras University)

Kindly see these are added to the file after you favor them with a perusal. I have also sent a note to Mr. C.V. Krishnaswamy Aiyar (Under Secretary to Government) and he will give the same to you after perusal. This note will give you a complete idea of the classical works to which the Police are taking objection.

I am leaving this for Bombay today and shall be obliged to go to Ooty soon after I come back, if no orders are received till then.

I need hardly tell you how anxious I have been all this time about this affair and I am doing everything in the way of sendingyou competent opinion regarding the publications in question. The matter is exclusively for the judgement of the Government and as I am willing to abide by your decision, the intervention of the Law Courts will be almost an unfair and vindictive method of dealing with me or with the Press .

-2- 24 ~~15~~

I can only leave the matter in your hands once again requesting you will not fail to take every possible step in my behalf.

With best regards,

I am,

Yours sincerely,

V. Venkateswarulu.

The Censor and the Classics

City Magistrate Charles A. Oberwager's decision last week in dismissing the case of the Society for the Suppression of Vice against Boni & Liveright, Inc., publishers of a translation of the "Satyricon," by Petronius, is so intrinsically interesting as literary criticism and as a sane judicial decision that it is published in part herewith:

PETRONIUS is generally thought to have lived in the time of Nero and according to tradition was the arbiter of elegance and dictator of fashion in the Court of Nero. The "Satyricon" is a keen satire on the vulgarity of mere wealth, its vanity and its grossness, and constitutes a fragment containing parts of two books out of a total of sixteen. The author was interested in the intellectual pursuits, as well as in the vices and follies of his own evil time. The worship of the flesh and its lusts alternately disgusted and fascinated him. Petronius is the burning symbol of the final corruption, with its terror, its magnificence and pathos, of that tottering world of Rome which was shown to go down before the rising tide of a new religion and a new race.

The book portrays an important part of the history of civilization, and the prosecution gives rise to the question whether the record of civilization can be suppressed.

With this prosecution the Society for the suppression of Vice seeks to impose a duty upon the court to exercise a censorship over literature with a view of suppressing a work of literary merit which has lived for 1,900 years. But such is not the duty of the courts, irrespective of the character of the book, unless its publication or circulation is accomplished in violation of the criminal statutes. . . . The historical value of the "Satyricon" is a matter which cannot be lightly brushed aside. It must be admitted that the "Satyricon" is a part of the body of classical literature. Its value has been recognized both from the historical and literary viewpoint. It has been assigned the place of the prototype of picaresque literature and critics have avowed its influence upon such great writers as Stern, Fielding, Smollett and Rabelais.

Its value to the student and the scholar is such that it would be too serious a matter to deny access to it, for ancient literature enlarges and enriches the mind.

There are undeniably many obscene passages in the book, but the mere existence of isolated passages is not of itself sufficient to condemn a literary work as falling within the prohibitive pale, for, if such were the rule, an attack could be launched at almost every classic on the shelves of our libraries.

Time has determined that this work must survive, and were it simply a piece of obscenity it would have perished long since and never have reached the portals of this tribunal. If we are to hack away at a work that has stood the test of ages, are we not pitting a temporal opinion against the cumulative weight of authority of centuries, which must perforce overcome the voice of protest that a single generation might raise?

Will it not incur the reproach of history and the indignation of tradition for us at this time to say that this or that classical work shall live or die?

Has not the wisdom of the ages rendered such works inviolate from our interference?

The work of art and literature of an ancient age cannot be judged by modern standards. The good of possessing those literary and cultural records of the past that constitute the very continuity of civilization cannot be outweighed by any imaginary evil that is alleged against the "Satyricon."

If the "Satyricon" is to fall, the contemporaries of Petronious must also come under the ban. And whom do we find to be his contemporary offenders? Ovid, the master of the elegiac couplet and who in the creative period of English literature was read more than any other ancient poet, not even excepting Virgil. His influence is seen on Shakespeare, Marlowe, Spencer, Milton and Dryden. Juvenal, the great Roman poet, satirist and rhetorician, who held up to bitter scorn the depravities of the days of Domitian, Nero, Claudius and Messalina. Juvenal has written with immortal fire his detestation of the tyranny and cruelty, debauchery and luxury and the levity and effeminacy of the days of Roman disintegration.

To suppress the "Satyricon" is to suppress one of the two extant Latin novels of the post-classical age, leaving but the "Golden Ass" of Apuleius and thereby depriving students of any knowledge of the actual life of the Roman people. As literature is an interpretative description of human life, it cannot limit itself to the interpretation of one side of human nature only, for otherwise it would defeat its own aim of truth and power. If ancient literature were to be suppressed on account of a difference in manners or a change in ethics or even moral standards, the world would soon be empty of the classics, the records of the past lost, and mankind be left without historical memory or continuity. Merely immoral books are not a legitimate part of the heritage of civilization, hence they do not survive. The immoral writings, the pornographic literature of the seventeenth and eighteenth centuries moulder in forgotten libraries where not even an antiquarian stirs the dust.

It can scarcely be said that the Legislature intended by means of the statute to destroy literature or to anathemise all historical manners and morals differrnt from our own or to close the treasure house of the past. It was solely intended to prevent the dissemination of pornography produced for evil purpose and for gain. The Legislature did not intend to confer upon any individual or society general powers of censorship over literary works, for if such were the case the power could easily be abused and the destruction of the freedom of speech, as well as the freedom of press, would be resultant effects of such a statute. Works of art, the masterpieces of ancient ages, scientific works, aye (the masterpieces of ancient ages), the daily press, would be subjected to a censorship that would cause the destruction of our free institutions. One who attempts more than he ought will perform less. One who is not content with repressing scandalous excesses, but demands austers piety, will soon discover that not only has the rendering of an impossible service to the cause of virtue been attempted, but that vice has thereby been aided.

Upon the facts and the law the summonses are dismissed and the defendants are discharged.

CHARLES A. OBERWAGER,
City Magistrate,
(*New York Times*)

(Copy of Certificates at pages 3 cf.)

TRIPLICANE,
25th April, 1927.

This is to certify that Mr. V. Venkateswara Sastrulu of Messrs. V. Ramaswami Sastrulu & Sons published expurgated editions of (1) Veedhi Natakamu, (2) Hamsavimsathi, (3) Sasankavijayamu & (4) Bilhaneeyamu and other works which were the subject of criminal proceedings in the year 1911 and that these editions which I have carefully perused contain no passages to which any exception could be taken.

(Sd.) G. VENKATARANGA RAO.

The works referred to above by Mr. G. Venkataranga Rao are Telugu classics by standard authors and of approved merit. I consider that any attempt to proscribe them on the ground of alleged obscenity of certain passages in them is not only unjustifiable but is a disservice to Telugu language and literature. The editions in question are however expurgated and do not contain passages to which exception could be taken. It is extremely undesirable to discourage the publications by prosecuting the Publisher who is held in esteem by the Telugu reading public for the service he has rendered by the publication of the works.

(Sd.) V. RAMDAS PANTULU,
Chairman, Telugu Board of Studies,
Member of the Senate and the Academic Council,
University of Madras.

(Copy of Certificate at page 4 c-f)

MYLAPORE, MADRAS.
27th April 1927.

I have heard for some considerable length of time of the Telugu publications of Vavilla Ramaswami Sastrulu & Sons., one of the oldest and most reputable Telugu publishers in Madras, and have had occasion to make use of some few of these for purposes of my work. As far as my knowledge of their publications and information go, they are a firm of respectable publishers doing very useful work by issuing correct editions of Telugu and Sanskrit works in Telugu characters. I have also seen some of their publications likely to get into the hands of students, and I know of some works in which they have taken care to expurgate matter not worth putting into the hands of students. These editions of their work can be recommended with confidence for young men. It is possible that an extreme purist may take exception to a verse here and a verse there, but having regard to the genius of these languages such a complete expurgation would be impossible without sacrificing the substance of the work. As a rule it would be very difficult to carry these out so completely. It is hardly necessary to do so however as such passages hardly jar upon Indian feeling or sentiment, having regard to the actual facts of life in India. I should consider, on the whole, their expurgated editions, unobjectionable.

(Sd.) S. KRISHNASWAMI AIYANGAR,

Professor of Indian History & Archaeology,
University of Madras., &
Chairman, Board of Studies in Dravidian
Languages & History, Politics etc.

(Copy of Certificate at pages 21-22 ante)

IV

Mr. V. Venkateswara Sastrulu of Messrs. V. Ramaswamy Sastrulu & Sons, has been rendering a signal service to the cause of Telugu literature and to generations of lovers of Telugu classics by his elegant and carefully edited editions of nearly all classical works in Telugu that are to this day household words in every Telugu home and constitute a great heritage of Telugu literature.

Any ban on the publication of such works would be, to penalise ancient authors, proscribe literary merit of a high order and leave Telugu literature vastly poorer. As the books in question stand at present, they bear marks of considerable excision : where a pound of flesh has been cut already, it will be too much to ask for shedding more drops of literary blood. I am afraid any further expurgation of these classics, would leave them sapless and lifeless. There is more obscenity and literary impurity outside these editions in Telugu literature as well as in other literatures if the canons of purity obviously underlying the present verdict of Government should be applied : and no genuine lover of literature would suffer Boccaccio or Srinadha being mutilated beyond reasonable bounds. Such mutilations of classics that have stood the test of time would be a distinct artistic loss, though not of proved moral gain. If the desire to have more cut out of these six or seven classics is inspired by an impulse to bring old classics into harmony with modern spirit, I feel bound to enter a strong protest against these doubtful ways of modernising Telugu literature. Besides, it is much better to have old, spicy classics dressed up and served in the way Messrs. Vavilla Ramaswamy Sastrulu & Sons have done the task than to let unexpurgated, ill-edited, and ill-printed editions hold the field or lurk in obscure corners and private libraries. I feel strongly that any steps taken by Government in their puritanic zeal for literary purity, to throttle the publishing ventures of a patriotic firm like Messrs. Vavilla Ramaswamy Sastrulu & Sons would tend to stifle their enthusiasm for self-sacrificing service in the cause of Telugu literature.

In these days of revival and re-awakening in Telugu literature, the Telugu world, both in the North and in the South, have every reason to expect this firm to redouble its efforts in the line of publication of more books. It would be nothing short of a disaster, if, at this juncture anything should be done by Government to weaken the firm or impair its prestige in any manner.

(Sd.) P. SUBRAMANYA AIYAH, B.A., L.T.,
*Professor of English, Pachaiyappa's College
and Member, Board of Studies in Telugu,
University of Madras.*
5-5-1927.

Copy of certificate at page 20 ante)

V

41, Harris Road, Mount Road (Post),
Madras, 8th May, 1927

I believe Messrs. Vavilla Ramaswamy Sastrulu & Sons have published many useful Telugu and Sanskrit Books in Telugu characters and they deserve encouragement of every kind and not subjection to any prosecution. I have gone through several of the expurgated editions of the books attempted to be proscribed and these books do not contain passages which I could consider to be objectionable. These are well-known classical works and are highly appreciated by Telugu Scholars.

(Sd.) S. RAMANUJAM CHETTY, M.A., B.L.,
Honorary Presidency Magistrate, Madras.

VI

MUKTESWARAM,
7th May, 1927.

Messrs. V. Ramaswamy Sastrulu & Sons, is one of the oldest publishing firms in Madras. It is the premier publishing house so far as the Telugu literature is concerned and has done a great deal to propogate that literature, thereby earning the approbation and good-will of the Telugu public. I hear that some of the Telugu books recently published by this Firm are considered obscene in some quarters and that it is contemplated to suppress them. This is to be deprecated. Some of the books referred to—such as Bilhaniyamu, Tarasasankavijayamu and Hamsavimsathy–are regarded as very good specimens of the poetic art. They may contain a passage here and a passage there which would offend the sensitiveness of an ultra purist but ultra purists are not proper judges of art—whether literary or otherwise. In my opinion, these periodical attempts to suppress literature are unfortunate and do more harm than good.

(Sd.) J. RAMAYYA, B.A., B.L.,
President, the Telugu Academy and the Telugu Board of Studies of the Andhra University.

(Copy of page 19 ante)

ANDHRA HISTORICAL RESEARCH SOCIETY,

Rajahmundry,
10-5-1927.

This is to certify that the Firm of Messrs V. Ramaswamy Sastrulu and Sons is one of the oldest and most reputable of the Telugu Book Publishers of Madras. Their publications are so varied and useful that it is only fair to say that but for their enterprise and zeal, a large number of works of old Telugu poets would not have seen the light of day. It is an acknowledged fact amongst the research scholars and writers on the History of South India and Andhra Desa in particular, that the Telugu works of old poets of whatever poetic or literary merit, are of immense value and usefulness and to the students of History.

This book publishing firm is well known for its editing the old poets, with remarkable care and rare scholarship and their publications can therefore be recommended even to young men and students with confidence. Extreme purists may take objection to any ordinary idea or expression here and there but it is not safe to rely on their fanatical opinions. The books in question for which the Madras Police are taking objection to, have been expurgated of their objectionable passages and edited with great care and caution and sold only to scholars. Their authors are of approved merit and I consider that any attempt to proscribe them on the ground of obscenity of certain passages which hardly seem revolting to the sentiments of Indian Readers, is utterly unjustifiable and a disservice to the Telugu language and literature. Their disappearance would mean a great loss to the literary world. The publications do not at all contain passages to which any valid objection can be taken.

I think therefore that it is extremely undesirable to prosecute their publishers who are held in great esteem by the Andhra public.

(Sd.) BHAVARAJU V. KRISHNA RAO, B.A., B.L.,
Joint Secretary and Editor,
Rajaraja Pattabhisheka Sanchika

C.No.2434. From the Senior Translator to Govt., No.520, dated 30th May 1927.

Please see the further communication received from Mr. Venkateswara Sastrulu at pages 14-15 ante.

2. The three Telugu books, viz. (1) Bilhaneeyamu (2) Vaijayantivilasamu and (3) Hamsa Vimsati, were sent to the Telugu Translator to Govt. for examination and report as to whether the books were expurgated editions and suitable for sale to the public. His report is at pages 8-9 c.f. He states that No.(3) is an expurgated edition and suitable for sale to the public, and that 2 expressions in Bilhaneeyamu mentioned in para 2 at pages 8-9 c.f. and one expression in Vaijayantivilasamu referred to in paragraph 3 at page 9 c.f. have to be modified to make expurgation complete in these two books so as to be suitable for sale to the public.

Submitted for orders.

6-6-27.

with 3 books

The publishers of (1) & (2)

Draft order is submitted.

In the Memo at page 6 c.f., the D.I.G., was asked to drop criminal proceedings against the publishers pending orders of Government. It is presumed that he should be asked ~~to~~ not to institute criminal proceedings in respect of the three books in question. A paragraph to this effect has been added to the draft. Both paragraphs of the G.O., may perhaps be communicated to Mr. Venkataswara Sastrulu.

34

Sectt. II-5 (b)—5,003—6-12-24. (6)

PUBLIC DEPARTMENT

	Date.	Initials.
When received for Fair-copying.		
When copied	12-1500	28/6/27
When examined		
When signed		
When despatched		

Books and publications.

Telugu works - Obscene - Published by Messrs.V.Ramaswami Sastrulu & Sons -~~Criminal proceedings - Institution - Orders passed~~. Objectionable passages pointed out.

READ AGAIN G.O. No .... dated .... 192 .

" " " " .... " .... 192 .

READ ALSO:—

C. No .... From M.R.Ry V. Venkateswara Sastrulu, ... dated 25-4-1927

" " .... " " .... " " 192

" " .... " " .... " " 192

ORDER. No. .... dated 192

Mis.

Confidential

M.R.Ry. V. Venkateswara Sastrulu is informed that of the three Telugu books he forwarded ~~by him~~, the Government find that Hamsa Vimsati (1920 edition) is an expurgated edition and suitable for sale to the public. In the other two books, viz., Bilhaneeyamu(1926 edition) and Vaijayanti Vilasamu(1909 edition)the following expressions should be modified to make the expurgation

we must entwine our bodies in mutual amorous intercourse' occurring in line 7 of stanza 152 of Canto II;

(2) the expression which means 'in the enjoyment of extraordinary sexual intercourse' occurring in line 3 of stanza 103 of Canto III.

In Vaijayanti Vilasamu.

The expression which means 'the abodes of Cupid' occurring in stanza 71 of Canto III.

These expressions should be suitably ~~amended~~ in the next edition of the books.

2. The D.I.G. of Police, C.I.D., and Eastern Range, is informed that no criminal proceedings ~~need~~ should be instituted in respect of the three books mentioned in paragraph 1.

(R.)
DESPATCHED
30 JUN 1927

21.6.27

21/6/27

24.6.27

25.6.27

To M.R.Ry. V. Venkateswara Sastrulu
of Messrs. V. Ramaswami Sastrulu
& Sons, ~~Madras~~ 323 Tiruvottiyur High Road, Tondiarpet, Madras

(9 + para 1 of order with 3 books)

and the D.I.G., of Police, C.I.D., and Eastern Range, in continuation of Memo No.1987-2 Public dated 9-5-1927.

(940)